நெல்சன் மண்டேலா

மருதன்

படித்தது முதுகலை ஆங்கில இலக்கியம். எழுத்துப்பணி தொடங்கியது கல்கியில். கிழக்கு பதிப்பகத்தில் 2006ம் ஆண்டு உதவி ஆசிரியராக இணைந்தார். தற்சமயம், கிழக்கின் ஆசிரியர். சர்வதேச அரசியல் குறித்து இவர் எழுதிய கட்டுரைகள் கல்கி, ஆனந்த விகடன், குமுதம் ரிப்போர்ட்டர் ஆகிய இதழ்களில் வெளிவந்துள்ளன. முதல் நூல் திபெத்தின் அரசியல் வரலாறு. ஃபிடல் காஸ்ட்ரோ, சே குவேரா தொடங்கி மால்கம் எக்ஸ் வரையிலான புரட்சி யாளர்களின் வாழ்க்கை வரலாறுகள் தொடர்ச்சியாக வெளி வந்தன. சமீபத்திய புத்தகம், இரண்டாம் உலகப் போர். வலைத்தளம் www.marudhang.blogspot.com

நெல்சன் மண்டேலா

மருதன்

கிழக்கு

நெல்சன் மண்டேலா
Nelson Mandela
by Marudhan
Indira ©

First Edition: December 2009
224 Pages
Printed in India.

ISBN: 978-81-8493-355-0
Title No: Kizhakku 441

Kizhakku Pathippagam
177/103, First Floor,
Ambal's Building, Lloyds Road
Royapettah, Chennai 600 014.
Ph: +91-44-4200-9603

Email : support@nhm.in
Website : www.nhm.in

Author's Email : marudhan@gmail.com
Cover Image Courtesy : www.anc.org.za/
Inside Photos : Wikipedia

Kizhakku Pathippagam is an imprint of New Horizon Media Private Limited

This book is sold subject to the condition that it shall not, by way of trade or otherwise, be lent, resold, hired out, or otherwise circulated without the publisher's prior written consent in any form of binding or cover other than that in which it is published and without a similar condition including this the rights under copyright reserved above, no part of this publication may be reproduced, stored in or introduced into a retrieval system, or transmitted in any form or by any means (electronic, mechanical, photocopying, recording or otherwise), without the prior written permission of both the copyright owner and the above-mentioned publisher of this book.

WHITE PERSONS ONLY
THIS BEACH & THE AMENITIES THEREOF HAVE BEEN RESERVED FOR WHITE PERSONS ONLY.
BY ORDER
PROVINCIAL SECRETARY
NET BLANKES
HIERDIE STRAND EN DIE GERIEWE DAARVAN IS NET VIR BLANKES AANGEWYS.
OP LAS
PROVINSIALE SEKRETARIS.

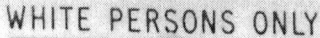

தென் ஆப்பிரிக்கா

South Africa
National Capital
Province Capital
City or Town
International Boundary
Province Boundary*
Road
River
*Province boundaries are subject to change under provisions of the South African Constitution.
0 100 200 300 KM
0 100 200 300 Miles
© 2007 Geology.com
Maun
Bulawayo
Masvingo
Plumtree
ZIMBABWE
Francistown
Rutenga
BOTSWANA
Selebi Pikwe
Beitbridge
Messina
Chicualacuala
Mahalapye
MOZAMBIQUE
LIMPOPO
Polokwane
Gaborone
Nylstroom
Chokwe
Mariental
Lobatse
Rustenburg
MPUMALANGA
Mafikeng
Pretoria
Nelspruit
NAMIBIA
Tshabong
NORTH WEST
Johannesburg
Witbank
Mbabane
Maputo
Bethanien
Keetmanshoop
GAUTENG
SWAZILAND
Seeheim
Vryburg
Klerksdorp
Vereeniging
Standerton
Hotazel
Kroonstad
Sishen
Golela
FREE STATE
KWAZULU-NATAL
Karasburg
Upington
Bethlehem
Ulundi
Ladysmith
Kimberley
Richards Bay
Bloemfontein
Maseru
Port Nolloth
LESOTHO
Pietermaritzburg
Springbok
SOUTH AFRICA
Mafeteng
Durban
NORTHERN CAPE
De Aar
Kokstad
Port Shepstone
Victoria West
Calvinia
Middelburg
Vanrhynsdorp
Umtata
Queenstown
South Atlantic Ocean
Beaufort West
EASTERN CAPE
Bisho
East London
Indian Ocean
Saldanha
WESTERN CAPE
Worcester
Cape Town
Port Elizabeth
Swellendam
Mosselbaai
Cape of Good Hope
Cape Agulhas

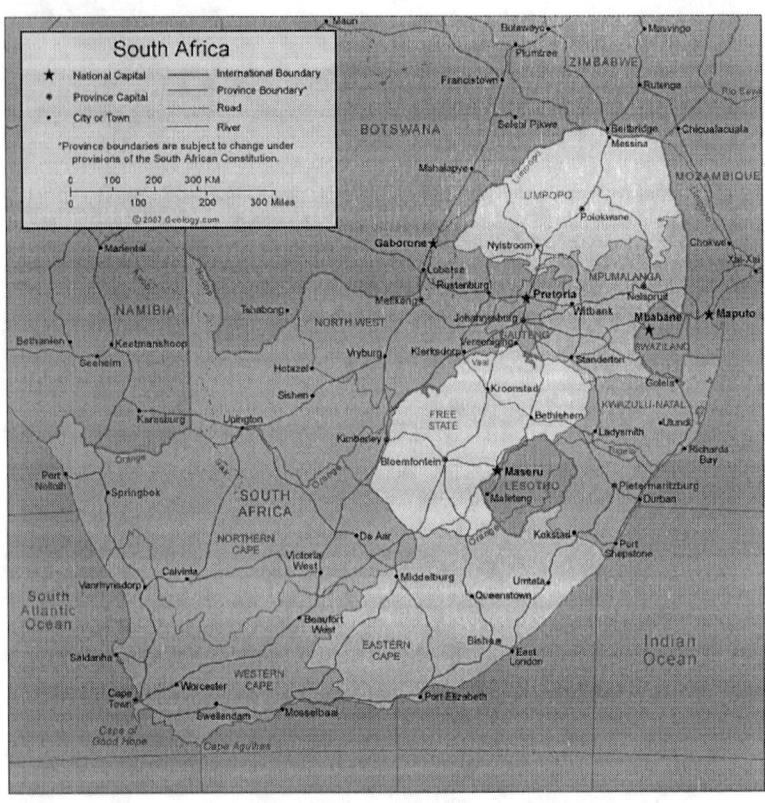

ஆப்பிரிக்கா

Mediterranean Sea
Algiers
Tunis
TUNISIA
Rabat
MOROCCO
Tripoli
Cairo
ALGERIA
LIBYAN ARAB JAMAHIRIYA
EGYPT
Laayoun
Western Sahara
Red Sea
MAURITANIA
Nouakchott
CAPE VERDE
MALI
NIGER
CHAD
Khartoum
SUDAN
ERITREA
Asmara
Dakar
SENEGAL
GAMBIA
Bamako
BURKINA FASO
Niamey
N'Djamena
DJIBOUTI
Djibouti
Gulf of Aden
GUINEA-BISSAU
GUINEA
NIGERIA
Abuja
ETHIOPIA
Addis Ababa
Freetown
SIERRA LEONE
Monrovia
LIBERIA
CÔTE D'IVOIRE
Yamoussoukro
Abidjan
GHANA
Accra
TOGO
BENIN
Porto Novo
CENTRAL AFRICAN REPUBLIC
Bangui
SOMALIA
CAMEROON
Yaoundé
EQUATORIAL GUINEA
SAO TOME AND PRINCIPE
UGANDA
Kampala
Mogadishu
Libreville
GABON
CONGO
DEMOCRATIC REPUBLIC OF THE CONGO
RWANDA
Kigali
KENYA
Nairobi
INDIAN OCEAN
Brazzaville
Kinshasa
Bujumbura
BURUNDI
Dodoma
UNITED REPUBLIC OF TANZANIA
SEYCHELLES
ATLANTIC OCEAN
Luanda
ANGOLA
COMOROS
ZAMBIA
Lusaka
Lilongwe
MALAWI
Harare
ZIMBABWE
MOZAMBIQUE
MADAGASCAR
Antananarivo
MAURITIUS
Port Louis
NAMIBIA
Windhoek
BOTSWANA
Gaborone
Pretoria
Maputo
Mbabane
SWAZILAND
LESOTHO
SOUTH AFRICA
Cape Town

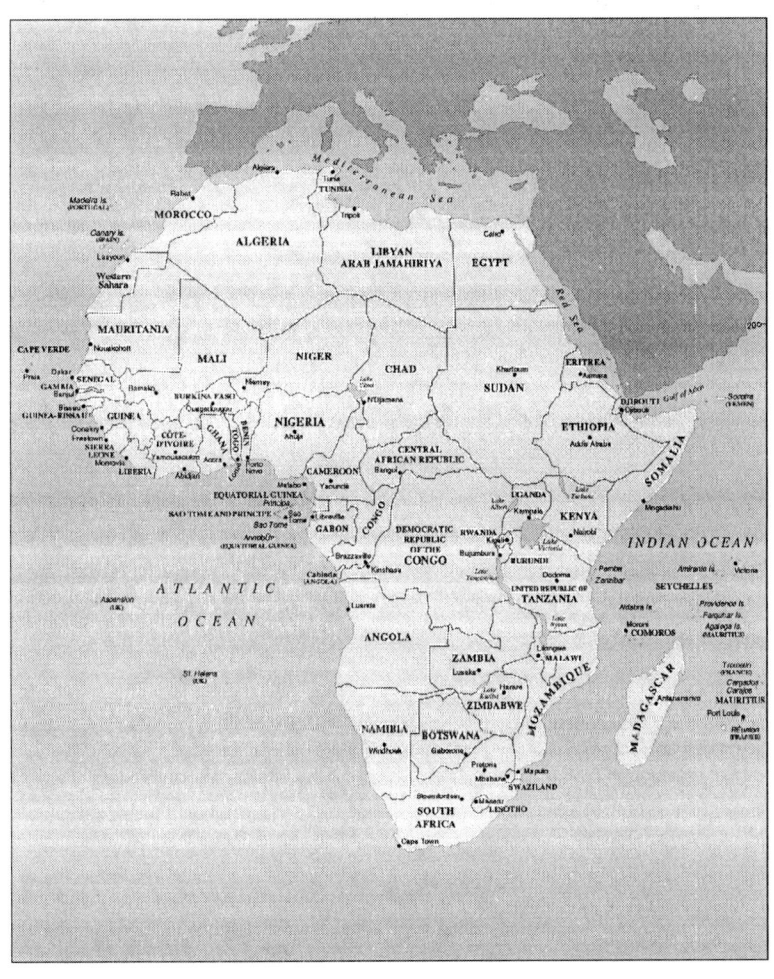

கறுப்புப் புத்தகம்

1. கறுப்பு, வெள்ளை / 11
2. காலை நட்சத்திரம் / 25
3. வெளிச்சமும் இருளும் / 41
4. வேர்கள் / 58
5. அரசியலின் நிறம் / 71
6. ஆயுதம் தேவை / 85
7. விடுதலை வேட்கை / 105
8. ஓயாத போர் / 117
9. ஆப்பிரிக்காவின் ஈட்டி / 135
10. போர்க்களம் / 147
11. மரணத்துக்குக் காத்திருத்தல் / 159
12. ரோபன் தீவு / 166
13. மாற்றங்களின் அரசியல் / 181
14. திறந்த கதவுகள் / 191
15. வெளிச்சம், இருள் / 199
    பிற்சேர்க்கைகள் / 217

> இந்தப் புத்தகத்துக்கு நீண்ட வரலாறு இருக்கிறது என்பதை வாசகர்கள் போகப் போகப் புரிந்துகொள்வார்கள். 1974ல் ரகசியமாக இந்தப் புத்தகத்தை நான் எழுத ஆரம்பித்தேன். அப்போது நான் ரோபன் தீவில் சிறை வைக்கப்பட்டிருந்தேன்... சிறையில் இருந்தபோது எழுத ஆரம்பித்து விடுதலைக்குப் பிறகு நீண்ட போராட்டத்துக்கு இடையே இதனை எழுதி முடித்தேன்.

1

நெல்சன் மண்டேலா பிறந்தபோது, முதல் உலகப் போர் முடிவுக்கு வந்திருந்தது. பேண்டமிக் தொற்றுக் காய்ச்சல் உலகம் முழுவதும் பரவி, ஒரு கோடிக்கும் அதிகமானவர்கள் இறந்துபோயிருந்தார்கள். முதல் உலகப் போரில் பலியானவர்களைவிட ஏழு மடங்கு அதிக இழப்பை உலகம் சந்தித்திருந்தது. ஜூலை 18, 1918ம் ஆண்டு வெஸோ (Mvezo) என்னும் சிறிய தென் ஆப்பிரிக்கக் கிராமத்தில் நெல்சன் மண்டேலா பிறந்தார். ட்ரான்ஸ்கியின் (Transkei) தலைநகரமான உம்டாடாவில் உள்ளது இந்தக் கிராமம். உலகத்திடம் இருந்து மட்டுமல்ல ஆப்பிரிக்காவிடம் இருந்தேகூட தனிமைப்பட்டுத்தான் கிடந்தது வெஸோ. பல நூறு ஆண்டுகளுக்கு முன்னால் எப்படி இருந்ததோ அப்படியேதான் இப்போதும் இருந்தது.

ட்ரான்ஸ்கியில் கிட்டத்தட்ட 35 லட்சம் கோசா பழங்குடி மக்கள் வாழ்ந்து வந்தனர். இந்தப் பழங்குடி இனத்தின் ஒரு பிரிவினர் தெம்பு மக்கள் என்று அழைக்கப்பட்டனர். மண்டேலாவின் தந்தை, காட்லா (முழுப்பெயர், Gadla Henry Mphakanyswa), தெம்பு மக்களின் தலைவராக இருந்தார். தெம்பு இன அரசர் அவரை வெஸோவின் தலைவராக நியமித்திருந்தார். நியமனம்

கறுப்பு, வெள்ளை

செய்த அரசர் பிரிட்டனால் தேர்ந்தெடுக்கப்பட்டு, அங்கீகரிக்கப் பட்டவர். அந்த முறையில், அரசர் நியமித்த தலைவரான காட்லாவுக்கு உள்ளூர் மாஜிஸ்ட்ரேட் பதவிக்கு இணையான அங்கீகாரம் அளிக்கப்பட்டிருந்தது. மாதா மாதம் அரசாங்க சம்பளமும் வந்தது. பொது விளைச்சல் நிலத்தைப் பயன் படுத்தும்போது விதிக்கப்படும் வரியில் இருந்து ஒரு பகுதி அவருக்குச் சென்றது.

மரியாதைக்குரிய பதவி. செல்வாக்குள்ள மனிதர். தன் இன மக்களோடு நெருக்கமான உறவு கொண்டிருந்த தலைவர். என்றாலும், பிரிட்டிஷாருக்குக் கட்டுப்பட்டு நடக்கவேண்டிய நிலைமையிலேயே அவர் இருந்தார். அரசருக்கே அதுதான் நிலைமை என்னும்போது, உள்ளூர் பழங்குடி இன தலைவருக்கு மேலதிகம் என்ன கிடைத்துவிடும்?

இருபது தலைமுறைகளாக தெம்பு இன மக்கள் அரச பதவிகள் வகித்து வந்திருந்தனர். தென் ஆப்பிரிக்காவில் உள்ள மிக உயரமான மலைப் பிரதேசமான டிரேக்கன்ஸ்பர்க் பகுதியில் இருந்து பதினாறாம் நூற்றாண்டில் தெம்பு மக்கள் குடிபெயர்ந்து கோசா மக்களோடு இணைந்திருக்கலாம் என்று ஆப்பிரிக்கர்கள் கருதுகிறார்கள். கோசா, குனி (Nguni) இனத்தின் ஓர் அங்கம். தென் ஆப்பிரிக்காவில் வேட்டையாடி, மீன் பிடித்து வாழ்ந்து வந்த ஒரு சமூகம். இவர்களை இரு வகைகளாகப் பிரிக்கலாம். வடக்குப் பிரிவு, தெற்குப் பிரிவு. வடக்குப் பிரிவு ஜுலு மற்றும் ஸ்வாஸி இன மக்களை உள்ளடக்கியது. தெற்குப் பிரிவு, கோசா இன மக்களை உள்ளடக்கியது. (amaBaca, amaBomyana, amaGcaleka, amaMfengu, amaMpodmis, amaMponda, abeSotho, abeThembu ஆகிய மக்களை உள்ளடக்கியது கோசா இனம்).

கோசா இன மக்கள் தந்தை வழி சமூகத்தை சேர்ந்தவர்கள். அழகான உச்சரிப்பு முறை கொண்ட கோசா மொழி பேசுபவர்கள். அறிவுக்கு மதிப்பு அளிப்பவர்கள். சட்டத்துக்குப் பயந்து கட்டுப்பட்டு நடப்பவர்கள். கோசா இனத்தில் உள்ள ஒவ்வொருவரும் குறிப்பிட்ட மூதாதயரின் வழித்தோன்றலாக இருப்பார்கள். ஒருவரது மூதாதையர் யார் என்பதை வைத்து சமூகத்தில் அவரது அங்கம் என்ன என்பது அறியப்பட்டது. அந்த வகையில், கோசா மக்கள் பழைமையோடு மிக நெருக்கமாக தொடர்பு கொண்டிருந்தார்கள்.

காட்லா, மண்டேலாவுக்கு வைத்த பெயர், ரோலிலாலா (Rolihlahla). இதன் பொருள் மரத்தின் கிளையைப் பிடித்து இழுத்தல். வம்பு செய்வன், தொந்தரவு கொடுப்பவன் என்று பொருள்படும் பெயர் அது. இந்தப் பெயரோடு தாத்தாவின் பெயரையும் இணைத்து ரோலிலாலா மண்டேலா என்று தன் குழந்தையை அழைத்தார் காட்லா.

மண்டேலாவின் மூதாதையரின் பெயர் மடிபா. பதினெட்டாம் நூற்றாண்டை சேர்ந்த மடிப்பா, தெம்பு இன தலைவராக இருந்திருக்கிறார். (பின்னாட்களில், மண்டேலா மடிபா என்றும் மரியாதையுடன் அழைக்கப்பட்டார்). அரச வம்சத்தில் பிறந்தவன் என்பதால், மண்டேலா வளர்ந்து நிச்சயம் தெம்பு இனத் தலைவனாக மாறுவான் என்று சிலர் ஆரம்பத்தில் கணித்தனர். ஆனால், காட்லாவின் எண்ணம் வேறு மாதிரியாக இருந்தது. தன்னைப் போலவே தன் மகனும் ஆட்சியில் இருப்பவர்களுக்கு ஆலோசனைகள் வழங்கும் பதவியை பெறவேண்டும் என்று அவர் விரும்பினார்.

கோசா இன வரலாறு குறித்து முழுமையாக தெரிந்து வைத்திருந்தவர் என்ற வகையில் காட்லாவுக்கு தனி மரியாதை அளிக்கப்பட்டிருந்தது. இத்தனைக்கும் அவருக்கு எழுதப் படிக்கத் தெரியாது. வாய் வழியாக சொல்லப்பட்டு வந்த வரலாறை துல்லியமாக நினைவில் வைத்து, தேவைப்படும் சமயங்களில், தேவைப்படும் விவரங்களை அளித்து வந்தார். காட்லாவுக்கு நான்கு மனைவிகள். மூத்தவர், இன வழக்கப்படி, மதிப்புக்குரிய மனைவி என்னும் பெயரால் அழைக்கப்பட்டார். மற்ற மூன்று மனைவிகள், வலதுகை மனைவி, இடதுகை மனைவி, பணி செய்யும் மனைவி என்று அழைக்கப்பட்டனர். கிட்டத்தட்ட பதவி போன்றது இது. சமூகத்தில் அவர்கள் இந்தப் பெயர்களாலே அடையாளம் காணப்பட்டனர். மண்டேலா, காட்லாவின் இடதுகை மனைவிக்கு மகனாகப் பிறந்தவர். உடன் பிறந்த சகோதரிகள் மூன்று பேர் என்றாலும் அவர்கள் ஒவ்வொருவராக இறந்துபோனார்கள். எஞ்சியிருந்தவர் மண்டேலா மட்டும்தான்.

காட்லா, தன் மனைவிகளை தனித்தனியே தங்க வைத்திருந்தார். அவர்களுக்குத் தனி குடிசைகளும் கால்நடைகளும் அளிக்கப்பட்டன. வாரம் ஒருவரது வீட்டில் சென்று தங்குவது காட்லாவின் வழக்கம். ஒரு கட்டத்தில், இந்த வசதிகள் அவரிடம் இருந்து பறிக்கப்பட்டன. எருது ஒன்று திருடப்பட்டது குறித்த

வழக்கு அவரிடம் விசாரணைக்காக வந்தது. வழக்கப்படி அவர் தான் அப்பகுதி வழக்குகளை விசாரித்து தீர்ப்பு அளிக்க வேண்டும். ஆனால், அரசரின் தலையீட்டால், சில தடங்கல்கள் ஏற்பட்டுவிட்டன. நாங்கள் பார்த்துக்கொள்கிறோம் என்று மேலிடம் சொல்லிவிட்டது. உத்தரவு தலைவரே என்று விலகிவிடும் சுபாவம் அவரிடம் இல்லை. எதிர்த்து கேள்விகள் கேட்டார். என்னை எப்படி அவமரியாதை செய்யலாம் என்று உதடுகள் துடிக்க நியாயம் கேட்டார். அதிகாரத்துக்கு எதிராக செயல்பட்டதால் அவர் நீக்கப்பட்டார்.

குனு (Qunu) என்னும் கிராமத்துக்கு அவர்கள் வந்து சேர்ந்தனர். மலைகளும், நீர்நிலைகளும், பசுமை நிலங்களும் கொண்ட பகுதி. சில நூறு குடிசைகள் மட்டுமே அங்கே இருந்தன. அருகே, விளைச்சல் நிலம். புற்களையும், குறுஞ்செடிகளையும் கடந்து, ஒற்றையடி பாதையில் நடந்து செல்லவேண்டும். கால்நடைகள் பொதுவான ஓரிடத்தில் அடைக்கப்பட்டிருக்கும். சொல்லிக் கொள்ளும்படியாக சில கட்டடங்களே இருந்தன. இரண்டு ஆரம்ப நிலை பள்ளிகள், ஒரு பலசரக்குக் கடை, ஒரு விலங்கு மருத்துவமனை.

தேன்கூடுகள் போன்ற குடியிருப்பில் மண்டேலாவின் குடும்பம் வசித்து வந்தது. மண்டேலாவின் தாயாரிடம் மூன்று குடிசைகள் இருந்தன. மூன்றும் உறவினர்களாலும், அவர்கள் குழந்தை களாலும் எந்நேரமும் நிரம்பியிருக்கும். ஒருவர் மூன்று பெண் களை மணந்து கொள்வது இயல்பானது என்பதால், ஒவ்வொரு வருக்கும் உறவினர் வட்டம் மிகப் பெரியதாக அமைந்திருந்தது. மண்டேலாவின் தாயின் சகோதரி, மண்டேலாவுக்கும் தாயாக இருந்தார். சித்தப்பாவின் மகன், சகோதரன். சகோதரரின் மகன், மண்டேலாவுக்கும் மகன்.

ஒரு குடிசை சமையலுக்காக ஒதுக்கப்பட்டிருந்தது. ஒன்று உறங்குவதற்கு. மற்றொன்று, கிடங்காகப் பயன்படுத்தப்பட்டு வந்தது. தானியங்களும், வேண்டிய, வேண்டாத பொருள்களும் அங்கே சேமிக்கப்பட்டிருந்தன. உறங்கும் அறையில், நாற்காலி, கட்டில் எதுவும் இருக்காது. பாயில் படுத்துக்கொள்ளலாம். தரையில் அமர்ந்து உண்ணலாம். எதை விளைவித்தார்களோ அதையே உண்டார்கள். மக்காச்சோளம் பிரதான உணவு. அது போக, ஆடுகளும் மாடுகளும் அளிக்கும் அபரிமிதமான பால். பிறகு இறைச்சி.

இரவு நேரங்கள் தவிர மற்ற சமயங்களில் வீட்டில் கிடந்தால் நண்பர்கள் கிண்டல் அடிப்பார்கள். பெண்கள் மட்டுமே வீட்டுக்குள் இருக்கலாம். பெண்கள் மட்டுமே அம்மாவோடு ஒட்டிக்கொண்டு பொழுதைக் கழிக்கலாம். ஆண்கள், சுதந்தரமானவர்கள். காற்றைப் போல் ஓடியாட வேண்டும். விளையாட வேண்டும். கதைபேச வேண்டும். இழுத்துப் பிடித்து சண்டைப் போடவேண்டும். எனவே, பெரும்பாலும் வெட்டவெளியில் நண்பர்கள் குழுவுடன் சுற்றிக்கொண்டிருப்பான் மண்டேலா. கூடுதலாக, ஆடுகளையும் மாடுகளையும் கவனித்துக்கொள்ளும் பொறுப்பு வந்து சேர்ந்தது.

உண்டிகோல் வைத்து பறவைகளை அடித்து வீழ்த்துவதற்குக் கற்றுக்கொண்டான். கூடுகளில் இருந்து தேன் சேகரித்தான். குறிப்பிட்ட மர வேர் பகுதிகளைத் தேடிப்பிடித்து வீட்டுக்குக் கொண்டு போனான். மாட்டின் மடியில் இருந்து நேரடியாக பால் குடித்தான். குளிரான ஆறுகளில் குதித்து உடல் நடுநடுங்க நீந்தி கரை தொட்டான். கூரான குச்சிகளைக் கொண்டு மீன்களைக் குத்திப் பிடித்தான். ஒவ்வொரு ஆப்பிரிக்கச் சிறுவனும் தெரிந்து கொண்டே ஆகவேண்டிய குச்சி சண்டையை கற்றுக் கொண்டான். தனக்கான பொம்மைகளை களிமண், மரப் பட்டைகள் கொண்டு தானே செய்துகொண்டான்.

சில சமயங்களில், சிறுமிகளும் சில விளையாட்டுகளில் இணைத்துக்கொள்ளப்பட்டனர். ஒளிந்து விளையாடும் ஆட்டம் (ndize). தொட்டுவிட்டு ஓடும் ஆட்டம் (icekwa). உனக்குப் பிடித்ததை நீயே தேர்ந்தெடுத்துக்கொள் (Khetha). மண்டேலாவுக்கு அதிகம் பிடித்த விளையாட்டு இது. ஒரு சிறுமி தான் விரும்பும் சிறுவனை தேர்ந்தெடுத்துக்கொள்ளலாம். தேர்ந்தெடுக்கப்பட்ட அதிர்ஷ்டம் வாய்ந்த சிறுவன், அந்த சிறுமியுடன் ஊர் சுற்றலாம். வீடு வரை சென்று வழியனுப்பிவிட்டு வரலாம்.

முதன் முதலில் சில வெள்ளையர்களைக் கண்டபோது, மண்டேலா திகைத்து நின்றுவிட்டான். ஒருவர் உள்ளூர் மாஜிஸ்ட்ரேட். மற்றொருவர் சிறு கடை வைத்திருப்பவர். இன்னொருவர், காவல் அதிகாரி. அப்போது மண்டேலாவுக்கு ஐந்து வயது. சாமானிய மனிதர்களால் பால் வெண்மை நிறத்தில் இருக்க முடியுமா? நிச்சயம் இவர்கள் என்னைப் போன்றவர்கள் அல்லர். நான் அறிந்த யாரும் இத்தனை வெளுப்பாக இருந்ததில்லை.

இவர்கள் நிச்சயம் கடவுள்களாகத்தான் இருக்கவேண்டும். தன் நண்பர்களிடம் அந்தச் செய்தியை பகிர்ந்துகொண்டான் மண்டேலா. தெரியுமா, இன்று நான் கடவுளைப் பார்த்தேன்.

களைத்து வீடு திரும்பினால் சாப்பாடு கிடைக்கும். கூடவே, கதைகளும். அப்பா சொல்லும் கதைகள் விறுவிறுப்பானவை. ஒரு ஊரில் ஒரு கோசா வீரன் என்று ஆரம்பித்து கண்கள் விரிய, கைகளை விரித்து, தோள்களை குலுக்கி, குரலில் ஏற்ற இறக்கங்களுடன் சொல்லிக்கொண்டே போவார். மாபெரும் போர்க்களம் கண்முன் விரியும். எதிரிகள் பாய்ந்து தாக்க வருவார்கள். அவர்களிடம் ஆயுதங்கள் இருக்கும். தப்பவேண்டும். அதே சமயம், ஓடிவிடக் கூடாது. தாக்கவேண்டும். வீழ்த்தவேண்டும். கடினம் தான். சவாலான விஷயம்தான். ஆபத்துகள் அதிகம் இருக்கும் தான். ஆனாலும், கோசா வீரனே இறுதியில் வெற்றி பெறுவான். ஒவ்வொரு போர்க்களத்திலும். ஒவ்வொரு முறையும்.

அம்மா சொல்லும் கதை வேறு ரகம். ஒரு வயதான பெண் ஒரு சமயம் சாலையில் நடந்து சென்றாள். அவள் கண்களில் திரை விழுந்திருந்ததால் அவளால் பார்க்க முடியாது. எனவே, வழியில் சென்றுகொண்டிருந்த ஒருவனை நிறுத்தி, உதவி கேட்டாள். அந்த மனிதன் கடந்து சென்றுவிட்டான். இரண்டாவது நபரை அணுகினாள் அந்த மூதாட்டி. அவனுக்கு அவளைப் பார்க்க பாவமாக இருந்தது. அவளுக்கு உதவ முன்வந்தான். அருவருப்பான பணிதான் என்றாலும் பொறுமையாக, அவள் கண்களில் இருந்த திரையை அகற்றினான். என்ன மாயம்! அந்த மூதாட்டி அழகிய இளம் பெண்ணாக மாறிவிட்டாள். அவன் அந்தப் பெண்ணை மணந்துகொண்டான். இதுபோன்ற கதையின் முடிவில் கேள்விகள் கேட்கப்படும் என்று மண்டேலாவுக்குத் தெரியும்.

'பிறகு என்ன ஆனது?'

'இருவரும் காலம் முழுவதும் மகிழ்ச்சியாக இருந்தனர்.'

'இந்தக் கதையில் இருந்து உனக்கு என்ன புரிகிறது?'

'நல்ல காரியம் செய்தால், அதற்குண்டான பலன் கிடைக்கும்.'

ஆப்பிரிக்க குழந்தைகளுக்குக் கல்வி என்பது பள்ளிக்கூடங்களில் போதிக்கப்படுவதில்லை. பார்த்து, கேட்டு, முட்டி, மோதி

தாமாகவே தெரிந்துகொள்ளவேண்டிய விஷயம் அது. கண்களையும் காதுகளையும் தீட்டி வைத்துக்கொண்டால் இயற்கை யிடம் இருந்தும், பெற்றோரிடம் இருந்தும், உறவினர்களிடம் இருந்தும், நண்பர்களிடம் இருந்தும் நிறைய கற்றுக்கொள்ள லாம். சமூகமும் கற்றுக்கொடுத்தது. எது சரி, எது தவறு. எதைச் செய்யலாம், எதை தவிர்க்கவேண்டும். எது நல்லது, எது கெட்டது. ஒரு மகன் தன் தந்தையை அடியொற்றி செல்ல வேண்டும். மகள், தாயை. ஒரு பெண் சமீபத்தில் குழந்தை பெற்றிருந்தால், அந்த வீட்டுக்குள் ஒரு ஆண் நுழையக்கூடாது. மூதாதையரை மறந்தால், அவர்களுக்கு மரியாதை செலுத்த மறந்தால், அவனை தீமைகள் தேடிவரும். பிறகு, சடங்குகள், சம்பிரதாயங்கள். கடவுள்கள், மாந்தரீகம், பிசாசுகள், மந்திரங்கள்.

கமாடா (Qamata) என்னும் கடவுளை அவர்கள் வணங்கி வந்தனர். கோசா மக்களின் மானசீகக் கடவுள் இவர். மண்டேலாவின் தந்தை, காட்லா, அப்பகுதி மக்களின் அறிவிக்கப்படாத பூசாரியாகவும் விளங்கினார். குழந்தை பிறந்தால், பயிர் முளைத்தால், புது காரியங்கள் தொடங்கினால், மரணம் நிகழ்ந்தால் இவருக்குத்தான் சொல்லி அனுப்புவார்கள். இவர் வந்து வாழ்த்தினால்தான் எந்தக் காரியமும் துலங்கும். இவர் வந்து பலியிட்டால்தான், சடங்குகள் நிறைவடையும். பெரிய மனிதர் என்பதால் கிடைத்த அங்கீகாரம்.

கிறிஸ்தவத்துக்கு முதலில் மாறியவர் மண்டேலாவின் தாயார். அவருக்கு ஃபேனி என்னும் பெயர் அளிக்கப்பட்டது. அடுத்து, மண்டேலா. மெதடிஸ்ட், வெஸ்லியன் தேவாலயத்துக்கு அழைத்துச்செல்லப்பட்டு ஞானஸ்நானம் அளிக்கப்பெற்றான். காட்லாவுக்கு ஆட்சேபணை எதுவும் இருக்கவில்லை. உங்கள் மகனை பள்ளியில் சேர்த்துவிடலாமே என்று தெரிந்தவர்கள் கேட்டுக்கொண்டபோதும் சரி என்றுதான் சொன்னார். அவர், அவர் தந்தை, தந்தையின் தந்தை என்று வம்சத்தில் யாருக்கும் எழுத்துக்கூட்டி படிக்கத் தெரியாது. என் மகனாவது படிக்கட்டுமே!

மண்டேலாவுக்கு அப்போது ஏழு வயது. பள்ளிக்குச் செல்வதற்கு முதல் நாள், காட்லா அவனை அழைத்தார். நாளை முதல் நீ உன் படிப்பை ஆரம்பிக்கவேண்டும். முதலில், உனக்கு உடைகள் தேவை. பேண்ட் அணிந்துதான் இனி நீ வெளியில்

செல்லவேண்டும். இப்படியே போனால், ஆசிரியர்கள் திட்டு வார்கள். மண்டேலா அதுவரை அணிந்திருந்தது ஒரு போர் வையை மட்டுமே. தோள் பக்கமாக போர்த்தி, இடுப்பில் ஊசி செருகியிருப்பார்கள். ஓடினாலும், ஆடினாலும் அவிழாது. இந்தா என்று ஒரு பேண்ட்டை எடுத்து நீட்டினார் காட்லா. அது அவ ருடைய பேண்ட். மண்டேலாவின் உயரத்தை அளந்து, அதற் கேற்றாற்போல் கால் பகுதியை வெட்டியிருந்தார். இடுப்பை ஒன்றும் செய்யமுடியவில்லை. ஆனால், பாதகமில்லை. மண் டேலா மாட்டிக்கொண்டுவிட்டான். காட்லா அந்த பேண்ட்டை இடுப்போடு சேர்த்து ஒரு முடிச்சும் போட்டுவிட்டார்.

பள்ளி என்பது ஓர் அறை மட்டுமே. மேற்கத்திய பாணியில் மேற்கூரை வேய்ந்திருந்தார்கள். முதல் நாள். மண்டேலாவின் வகுப்பாசிரியர், மிஸ். ம்டிங்கானே மாணவர்கள் ஒவ்வொரு வருக்கும் ஆங்கிலப் பெயர் சூட்டிக்கொண்டிருந்தார். அவர்கள் படிக்கப்போவது ஆங்கிலப் பாடங்களை. கற்கப் போவது பிரிட்டிஷ் சரித்திரத்தை. பழக்கிக் கொள்ளப்போவது ஆங்கி லேய பழக்கவழக்கங்களை. அநாவசியமாக ஆப்பிரிக்கப் பெயர் கள் எதற்கு? ஆங்கிலேயர்களால் ஆப்பிரிக்கப் பெயர்களை அழைக்கமுடியுமா? இந்த விசித்திரப் பெயர்கள் அவர்கள் வாயில் நுழையுமா? அவர்களால் அழைக்க முடியாது போனால், அதனால் யாருக்கு நஷ்டம்? நமக்கா, அவர்களுக்கா? மண்டேலா வின் முறை வந்தது. பெயரைச் சொன்னான். இனி உன் பெயர் நெல்சன். உட்கார்.

ஆங்கிலேயர்களால் ஆப்பிரிக்கப் பெயர்களை உச்சரிக்க முடி யாதா? அல்லது உச்சரிக்க அவர்கள் விரும்பவில்லையா? இந்தக் கேள்விக்கு அந்த ஆசிரியரிடம் பதிலில்லை. ஏன் என் குழந் தைக்கு ஆங்கிலப் பெயர் வைத்தீர்கள் என்று எந்த ஆப்பிரிக்கப் பெற்றோரும் பள்ளிக்கு வந்து சண்டையிட்டதில்லை. ஆங்கிலப் பெயர் என்பது ஓர் அங்கீகாரம். ஆப்பிரிக்க அவமானத்தை மறைக்கும் முகமூடி.

அமெரிக்க நிறவெறிக்கு எதிராக போராட புறப்பட்ட மால்கம், தனது ஆங்கிலப் பெயரை கத்தரித்துக்கொண்டு எக்ஸ் என்னும் பெயரை சேர்த்துக்கொண்டதை இந்த இடத்தில் ஒப்பிட்டுக் கொள்ளலாம். எலிஜா முகமது நடத்தி வந்த நேஷன் ஆஃப் இஸ்லாம் என்னும் அமைப்பில் இணைந்துகொண்டபோது எக்ஸ் என்னும் பெயர் சேர்த்துக்கொள்ளப்பட்டது. ஆண்டவன்

(அல்லா) நமக்காகப் பெயரிடும் வரை நாம் அனைவரும் எக்ஸ் என்றே அழைக்கப்படவேண்டும் என்று எலிஜா கூறியிருந்தார். ஆங்கிலேயர்களை பிசாசு என்ற வருணித்த மால்கம் எக்ஸ், ஆப்பிரிக்கர்கள் அனைவரும் தங்கள் பெயரோடு ஒட்டிக் கொண்டு ஆங்கில அடையாளங்களை உதறித்தள்ளுமாறு பிர சாரம் மேற்கொண்டார். நெல்சன் மண்டேலாவும் நிறவெறிக்கு எதிராகப் போராடியவர்தான் என்றாலும், இருவரது சித்தாந்தங் களும் வெவ்வேறானவை. எதிரெதிரானவையும்கூட. நெல்சன் மண்டேலா கொண்டாடப்படும் அளவுக்கு மால்கம் எக்ஸ் கொண்டாடப்படாததற்குக் காரணம் இந்த அணுகுமுறை வித்தியாசம்தான்.

★

எதிர்பாராத ஒரு தினத்தில் வீட்டுக்கு வந்து சேர்ந்தார் காட்லா. சுழற்சி முறையில் ஏதோ மாற்றம் ஏற்பட்டிருக்கிறது என்று மட்டும் மண்டேலாவுக்குத் தெரிந்திருந்தது. ஒரு மாதத்தில் குறிப்பிட்ட ஒரு வாரம் மட்டுமே அவர் வந்து தங்குவார். கணக்குப்படி, அவர் வருவதற்கு இன்னும் சில தினங்கள் இருந்தன. அதனால் என்ன பரவாயில்லை, அப்பாதானே! ஆனால், அவரிடம் ஏற்பட்டிருந்த சில மாற்றங்களை மண்டேலா கண்டுகொண்டான். இத்தனை பலவீனமாக அவர் இருந்து பார்த்ததில்லை. அடிக்கடி இருமினார். எழுந்து நடக்கும்போது தள்ளாட்டம் அதிகமிருந்தது. வந்தவுடன் படுத்துக்கொண்டு விட்டார். வாய் திறந்து ஒரு வார்த்தைகூட பேசவில்லை. குடிசையைவிட்டு எழுந்திருக்கவும் இல்லை. காட்லாவின் இளைய மனைவி, நொதாயிமணியும் வந்துவிட்டார்.

'என் புகையிலையைக் கொண்டுவா!' திடீரென்று உறுமினார் காட்லா. மண்டேலாவின் அம்மாவுக்குக் குழப்பம். தரலாமா வேண்டாமா? காட்லா கேட்பதாகயில்லை. பிடிவாதமாகவும் அதட்டலாகவும் மீண்டும் கேட்டார். புகையிலை கொண்டுவரப் பட்டது. நெருப்பூட்டி அவரிடம் அளித்தார்கள். ஆவலுடன் வாங்கி புகைக்க ஆரம்பித்தார் காட்லா. ஒரு மணி நேரம் இருக்கும். புகைப்பதை நிறுத்தவேயில்லை அவர். பிறகு, கையில் இருந்து பைப் நழுவி விழுந்தது.

தன் தந்தையின் மரணத்தைவிட, அடுத்து என்ன செய்யப் போகிறோம் என்னும் கேள்விதான் மண்டேலாவை அதிகமாக

அழுத்தியது. இனி குனுவில் இருந்து பயனில்லை என்று அம்மா சொல்லிவிட்டார். கிளம்பு என்று மட்டுமே சொன்னார். மண்டேலா தன் பொருள்களை மூட்டை கட்டி எடுத்துக் கொண்டான். அம்மாவைப் பின்தொடர்ந்து நடக்க ஆரம்பித் தான். தன் கிராமத்தை, தன் குடிசையை, விளையாடிய புல் வெளியை திரும்பத் திரும்பப் பார்த்தபடி நடந்துகொண்டிருந் தான் மண்டேலா. மலைப் பகுதியை கடந்து முன்னேறிக் கொண்டிருந்தார்கள். என்ன பேசுவது என்று தெரியாததால், அம்மா அமைதியாக நடந்துகொண்டிருந்தார்.

மதியத்துக்குப் பின் அவர்கள் ஒரு கிராமத்தை அடைந்தனர். அந்த இடத்தின் பெயர், Mqhekezweni. தெம்பு மக்களின் தலைமை யகம். அரண்மனை போல் காட்சியளித்த ஒரு கட்டடத்தின் முன் பலர் கூடியிருந்தனர். மண்டேலா அவர்களுடன் சென்று நின்று கொண்டார். சிறிது நேரத்தில் ஒரு மோட்டார் கார் (ஃபோர்ட் V8) அந்த வீட்டுக்குள் நுழைந்தது. கூடியிருந்த அனைவரும் மரியாதையுடன் வணக்கம் செலுத்தினார்கள். சூட் அணிந்த ஒரு மெலிந்த மனிதர் காரில் இருந்து இறங்கி அனைவருக்கும் பதில் மரியாதை செலுத்தினார்.

மண்டேலாவால் யூகிக்க முடிந்தது. இனி நாங்கள் இங்கேதான் தங்கவேண்டியிருக்கும். மண்டேலாவின் யூகம் பகுதியளவில் சரியானதே. மண்டேலாவை வளர்த்து, ஆளாக்கும் பொறுப்பை ஜோங்கிந்தாபா (முழுப்பெயர், Jongintaba Dalindyebo) ஏற்றிருந் தார். காட்லாவின் மரணச் செய்தியை கேள்விப்பட்டதும் அவர் மண்டேலாவுக்கு அழைப்பு விடுத்திருந்தார். இதற்கு முன்னர் அரசராக இருந்த ஜோங்கிலிஸ்வி மரணமடைந்தபோது, அடுத்து யாரை பதவியில் அமர்த்தலாம் என்னும் குழப்பம் ஏற்பட்டது. அரசருக்குப் பல மனைவிகள். பல மகன்கள். இவர்களுள் யாரை தேர்வு செய்வது? எப்படி? அரசவை ஆலோசகர் காட்லாதான் தீர்வு வழங்கினார். அரசருக்கு வாரிசுகள் பலர் இருந்தாலும், அவர்களுள் எழுதப் படிக்கத் தெரிந்தவர் ஜோங்கிந்தாபா மட்டுமே. அவரை நியமித்துவிடலாம் என்றார் காட்லா. காட்லா வின் யோசனை ஏற்றுக்கொள்ளப்பட்டது. மற்ற மனைவி களோடு ஒப்பிடும்போது, ஜோங்கிந்தாபாவின் தாயார் சாமானியர், உயர் குடியில் பிறந்தவர் அல்லர் என்றாலும், காட்லாவின் மீதிருந்த மரியாதையால் அவர் கருத்தை யாரும் நிராகரிக்கவில்லை.

காட்லாவுக்கு மிகவும் கடமைப்பட்டிருந்த ஜோங்கிந்தாபா, மண்டேலாவை தன்னுடன் சேர்ந்து அணைத்துக்கொண்டார். ஆனால், மண்டேலாவின் யூகம் ஒரு விஷயத்தில் தவறிப் போனது. அந்த அரண்மனையில் தங்கியிருக்கப்போவது அவர்கள் அல்ல. அவன் மட்டுமே. மறுநாளே, அம்மா கிளம்பி விட்டார். போய் வருகிறேன் கண்ணே போன்ற கொஞ்சல்கள் இல்லை. கட்டியணைத்து கண்ணீர் சிந்தவில்லை. ஒழுங்காகப் படி, முன்னேறு போன்ற அறிவுரைகள் இல்லை. கிளம்பி விட்டார்.

தந்தையை இழந்த சோகம். தாய் பிரிந்த சோகம். குனுவை, நண்பர்களைப் பிரிந்த சோகம். இவற்றைக் கடந்து புதிய சூழலில் விரைவில் கலந்துவிட்டான் மண்டேலா. வசதிக்குக் குறைவில்லை. தைக்கப்பட்ட புதிய உடைகள். சுவையான ஆகாரம். பக்கத்தில் புதிய பள்ளி. ஆங்கிலம், கோசா, வரலாறு, புவியியல் கற்றுக்கொடுக்கப்பட்டன. ஆசிரியர்களின் செல்லப் பிள்ளை வேறு. மெதடிஸ்ட் தேவாலயத்தின் கீழ் அந்நகரம் இயங்கிக்கொண்டிருந்தது. எனவே, கல்வி, வாழ்க்கைமுறை, பொழுதுபோக்கு என்று அனைத்திலும் மேலைநாட்டு சாயல்.

ஜோங்கிந்தாபாவின் மகன், ஜஸ்டிஸ், மகள் நொமாஃபு இருவரும் மண்டேலாவுக்கு நெருக்கமானார்கள். ஜோங்கிந்தாபா அனைவரையும் ஒரே மாதிரி நடத்தினார். ஒரே அன்பு. ஒரே பரிவு. ஒரே கண்டிப்பு. ஒரே தண்டனை. பாதிரி ஒருவரின் வீட்டில் ரொட்டித் துண்டு ஒன்றைத் திருடி, அவர் வீட்டு தோட்டத்தில் அதைச் சுட்டு சாப்பிட்டுக்கொண்டிருந்தபோது மண்டேலா பிடிபட்டான். மற்ற குழந்தைகளுக்கு அளிக்கும் தண்டனையை அவனுக்கும் அளித்தார் அரசர். அவமானமாகப் போய்விட்டது மண்டேலாவுக்கு. நம்மை அன்புடன் கவனித்துக்கொள்பவர்களுக்கு துரோகம் செய்துவிட்டோமே என்று வருந்தினான். அதுதான் அரசரிடமிருந்து அவனுக்குக் கிடைத்த முதல், கடைசி தண்டனை.

குனுவில் இருந்தபோது, தேவலாயம், இயேசு கிறிஸ்து, புனிதச் சடங்குகள் எதிலும் மண்டேலா ஆர்வம் செலுத்தியதில்லை. ஞானஸ்நானம் செய்வித்தபோது, ஒரே ஒரு முறை மட்டும் தேவாலயம் சென்றான். அரண்மனை வாழ்க்கை வித்தியாசமாக இருந்தது. ஜோங்கிந்தாபா, கிறிஸ்தவ மதத்தில் ஆழ்ந்த நம்

பிக்கை கொண்டிருந்தார். ஞாயிறு தவறாமல் அனைவரும் தேவாலயம் செல்லவேண்டும். தவறினால், தண்டனை. உண் பதற்கு முன்னால் இறைவனைத் தொழவேண்டும். கட்டுப்பாடு களை ஏற்று வாழவேண்டும்.

அவ்வப்போது அம்மாவும் சகோதரிகளும் வந்து செல்வார்கள். உற்சாகமாக அவர்களுடன் பேசுவான் மண்டேலா. அவர்கள் வாழ்நிலை இவனுடையதைவிட பல மடங்கு கீழ் நிலையில் இருந்ததை அவன் உணரவில்லை. அரண்மனை வசதிகள் மண்டேலாவை ஒருவித மயக்கத்தில் ஆழ்த்தியிருந்தன.

மாலை நேரங்களில், அரண்மனைக்கு ஊர் பெரிய மனிதர்கள் பலரும் வருவார்கள். குழு விவாதங்கள் நடைபெறும். ஜோங் கிந்தாபா பொறுமையாக காதுகொடுப்பார். தேவைப்படும் சமயங்களில் மட்டும் மறுத்து பேசுவார். ஒரு சில வார்த்தைகள். பிறகு, மீண்டும் உன்னிப்பாக கேட்க ஆரம்பிப்பார். மண்டேலா வுக்கு இது ஆச்சரியத்தை அளித்தது. ஊருக்கே தலைவர். இவர் ஏன் இத்தனை கருத்து வேறுபாடுகளை அனுமதிக்கவேண்டும்? உங்கள் கருத்து தவறானது என்று முகத்துக்கு நேராக ஒரு சாமானியன் குற்றம் சாட்டுவதை எப்படி அவரால் அனுமதிக்க முடிகிறது? எதையாவது கொறித்துக்கொண்டே இந்தப் பேச்சு களை கவனித்துக்கொண்டிருப்பான் மண்டேலா. பெரும்பாலும் புரியாது. ஆனால், புரியக்கூடிய விஷயங்கள் சுவையாக இருக் கும். கோசா மக்களின் வரலாறு குறித்தும், பண்டைய ஆப்பிரிக்க வீரர்கள் குறித்தும் (Sekhukhune, Moshoeshoe, Dingane, Bambatha, Hintsa, Makana மற்றும் பலர்) பல ஆச்சரியமான கதைகளைத் தெரிந்துகொண்டான்.

தெம்பு, போண்டோ, கோசா, ஜுலு என அத்தனை மக்களும் ஒற்றுமையாக, சகோதரர்கள் போல் வாழ்ந்து வந்தனர். அனை வரின் தந்தையும் ஒருவரே. எனவே, அனைவரும் உறவினர்கள். இந்த ஒற்றுமையை குலைத்தவன், வெள்ளைக்காரன். அவன் வன்முறையை பிரயோகித்து, குழு மோதலைத் தூண்டி, ஆப்பிரிக்கர்களைப் பிரித்துவிட்டான். Abantu என்று நாம் போற்றும் சகோதரத்துவத்தை குலைத்துவிட்டான். வெள்ளைக் காரனுக்கு நிலம் தேவைப்பட்டது. எனவே நம்மிடமிருந்து பிடுங்கிகொண்டுவிட்டான். அடுத்த வீட்டுக்காரனின் குதிரை யைக் கடத்திக்கொண்டு செல்வதுபோல் நம் நிலத்தை அபகரித்து விட்டான்.

மண்டேலா படித்த பள்ளிப் புத்தகங்களில் இந்த வரலாறு இல்லை. அவன் அறிந்த யாரும் இதை அவனுக்குச் சொல்லியதில்லை. உயர் படிப்பு படித்த ஆசிரியர்களும் இதுபற்றி வாய் திறக்கவில்லை. 1652ல் ஜான் வேன் ரைபெக் (Jan Van Riebeeck) நன்நம்பிக்கை முனையில் (Cape of Good Hope) கால் பதித்த போதுதான் தென் ஆப்பிரிக்கா உயிர் பெற்று எழுந்தது. இதுதான் பாடப் புத்தகத்தின் வரலாறு. ஆனால், இவர்கள் பேசும் வரலாறு வேறு மாதிரியாக உள்ளது. தெற்கே அல்ல, வடக்குப் பகுதியில் தொடங்குகிறது ஆப்பிரிக்காவின் வரலாறு. வடக்கில் இருந்து நகர்ந்து நகர்ந்து பசுமை நிலப்பரப்பும் ஆர்ப்பரித்து பாயும் நீர் நிலைகளும் மலைகளும் நிறைந்த தெற்கு முனைக்கு வந்து சேர்ந்திருக்கிறது ஆப்பிரிக்கச் சமூகம். எனில், எது ஆப்பிரிக்காவின் நிஜ வரலாறு?

★

கோசா வழக்கப்படி, தூய்மைப்படுத்தும் சடங்கு (Circumcision) நடைபெற்ற பிறகே ஒருவன் இளைஞன் ஆகிறான். சடங்கை ஏற்காதவன் சிறுவன். வளர்ச்சியடையாதவன். அவனுக்கு தந்தையின் சொத்தில் பங்கு கிடையாது. திருமணம் செய்து கொள்ளமுடியாது. பழங்குடிகளின் சடங்குகளில் கலந்து கொள்ளமுடியாது. மண்டேலாவுக்குப் பதினாறு வயது ஆகி விட்டதால், ஜஸ்டிஸ் உள்ளிட்ட வேறு சிலருக்கும் சடங்குகள் நடத்திட விழா எடுத்தார் ஜோங்கிந்தாபா.

முன்பெல்லாம், ஏதாவதொரு புது செயல் புரிந்து வீரத்தை நிரூபித்துக் காட்டினால்தான் சடங்கு நடத்துவார்கள். நான் இளைஞன், எனவே வீரன் என்று சொல்பவன் அதை நிரூபிக்க வேண்டும். மாடு அடக்கலாம். சண்டையிடலாம். வீர விளையாட்டில் தேர்ச்சி பெறலாம். காலம் மாற மாற, இந்த வழக்கமும் மாறிப்போனது. என்றாலும், மண்டேலாவுக்கு ஒரு கடமை இருந்தது. குறைந்தது நண்பர்களிடமாவது தன் வீரத்தை நிரூபிக்கவேண்டும். ஊர் பெரிய மனிதர் ஒருவரது பண்ணையில் இருந்து பன்றி ஒன்றை திருடி வந்து வீரத்தை நிலைநாட்டலாம் என்று முடிவு செய்தான். சாக்குப் பை, தடி எல்லாம் தயார். ஆனால், எப்படிப் பன்றியை பிடிப்பது? திமிறினால்? வர மறுத்தால்? சத்தம் எழுப்பி, உரிமையாளரை எழுப்பிவிட்டால்? பீர் வகையில் இருந்து கிடைக்கும் கரைசலை எடுத்துக் கொண்டான். உடன், நண்பர்கள். தொழுவத்தை நெருங்கி, அந்த

வண்டலை பன்றிக்கு அருகில் கொண்டு சென்றான். வாசனை யால் கவரப்பட்ட பன்றி, மண்டேலாவைப் பின் தொடர்ந்தது. சிறிது தூரம் அலைந்த பன்றி, கைப்பற்றப்பட்டது. கொல்லப் பட்டது. அன்று இரவு, திறந்தவெளியில் நெருப்பு மூட்டி, ஆடிப்பாடி பன்றியைச் சுட்டு சாப்பிட்டார்கள். மண்டேலாவின் வீரம் புகழப்பட்டது.

சடங்கு ஆரம்பமானது. ஊருக்கு ஒதுக்குப்புறத்தில் அவர்கள் அழைத்துச்செல்லப்பட்டனர். முதலில், ஆற்றில் முங்கி எழ வேண்டும். இரவு. குளிர். ஈரம் சொட்ட வந்து வரிசையில் நின் றான் மண்டேலா. கை, கால், உடல், உள்ளம் நடுங்கியது. கண் களை மூடிக்கொண்டால் ஒருவேளை வலி தெரியாமல் இருக் கலாம். ஆனால், அப்படிச் செய்வது ஓர் இளைஞனுக்கு நல்ல தல்ல. சிறுவர்கள்தான் கத்துவார்கள். இவன் எதிர்பார்த்தபடி இல்லாமல், வரிசையில் இருந்த நண்பர்கள் அதிகம் கத்த வில்லை. தாங்கிகொண்டார்கள். தாங்கிக்கொள்வதில்தான் வீரம் இருக்கிறது என்று முன்னரே சொல்லி வைத்திருந்தார்கள். அதிகம் கத்தினால், மானம் போய்விடும். பின்னர், அதையே சொல்லிக்காட்டி கிண்டல் செய்வார்கள். மண்டேலாவின் முறை வந்தது. ஒரு விநாடி. முன் பக்க சதையை இழுத்து, ஒரு வெட்டு. சத்தம் போட்டு கத்திவிட்டான் மண்டேலா. குனிந்து பார்த்துக் கொண்டான். உடல் நடுங்கியது. கண்களில் நீர். அப்படியே நின்றுவிட்டான். பிறகுதான் உரைத்தது. வெட்டும்போது, கத்தவேண்டும். நான் இனி இளைஞன்! நான் இனி இளைஞன்! சொல்லாமல் விட்டால் சடங்கு பூர்த்தியாகாது. வலியைப் பொறுத்துக்கொண்டு முழு சக்தியையும் ஒன்று திரட்டி கத்தினான். 'Ndiyindoda!'

நம் கலாசாரத்தின் மீது அக்கறை இல்லாத இந்த அந்நியர்களிடம் நம் தேசத்தை ஒப்படைக்க முடியாது. என்றாவது ஒரு நாள், ஆப்பிரிக்க சமூகம் இந்த அந்நிய குறுக்கீட்டை எதிர்த்து வெற்றிபெறும் என்னும் நம்பிக்கை எனக்கு இருக்கிறது.' என்னால் நம்பமுடியவில்லை. எப்படி இந்தக் கவிஞரால் வெள்ளையர்கள் முன்னால் இத்தனை துணிச்சலாகப் பேசமுடிகிறது? அந்த வார்த்தைகள் என் உணர்ச்சிகளைக் கிளறி விட்டன. என் பார்வை மாற ஆரம்பித்தது.

2

சடங்கு முடிந்ததும், புதுப் பெயர் சூட்டப்பட்டது. தலிபுங்கா. இனி மண்டேலா வளர்ந்த மனிதர். திருமணம் செய்து கொள்ளலாம். தனி வீடு அமைத்துக்கொள்ளலாம். நிலம் வாங்கி உழலாம். பெரிய மனிதர்கள் உரையாடும் இடத்தில் நின்றால், போ போ என்று இனி விரட்ட மாட்டார்கள். சரிசமானமாக அமர வைத்து உரையாடுவார்கள்.

மண்டேலா ஐந்தாவது வகுப்பை வெற்றிகரமாக முடித்ததை கொண்டாடும் வகையில், ஆடு ஒன்று பலியிடப்பட்டது. கிளார்க்பெரி இன்ஸ்டிட்யூட் என்னும் உயர் பள்ளியில் மண்டேலா சேர்க்கப்பட்டார். தெம்பு நிலத்தில் அதுதான் உயர்ந்த நிறுவனம். ஜஸ்டிஸ் அங்கேதான் படித்திருந்தான். ஜோங்கிந்தாபா அங்கே படித்தவர்தான்.

ஹாரிஸ் பாதிரியாரிடம் மண்டேலா அறிமுகப்படுத்தப்பட்டார். ஜோங்கிந்தாபா முன்னரே பாதிரியாரிடம் சொல்லியிருந்தார். இவன் தந்தையைப் போல் இவனும் பின்னாள்களில் அரசருக்கு

ஆலோசனை சொல்பவனாக மாறவேண்டும். அதற்கு நீங்கள் அளிக்கப்போகும் மேல்படிப்பு கைகொடுக்கும் என்று நம்பு கிறேன். ஹாரிஸ், மண்டேலாவைப் பார்த்து புன்னகை செய்தார். முதல் முறையாக ஒரு வெள்ளைக்காரருடன் கைகுலுக்கிக் கொண்டார் மண்டேலா. ஜோங்கிந்தாபா ஹாரிஸைப் பற்றி முன்னரே எடுத்துச் சொல்லியிருந்ததால், அவருக்கு சங்கடங்கள் எதுவும் இல்லை. ஹாரிஸ் வெளிப்புறத்துக்கு வெள்ளையாக இருந்தாலும் தெம்பு மக்களை மிகவும் நேசிக்கிறார். மனத்தள வில் அவர் ஓர் ஆப்பிரிக்கர்.

கிளார்க்பெரி இன்ஸ்டிட்யூட் இயங்கும் இடம், ஜோங்கிந்தாபா வின் தந்தையால் அன்பளிப்பாக வழங்கப்பட்டது என்பதைத் தெரிந்துகொண்டபோது மண்டேலா மகிழ்ச்சியடைந்தார். அப்படியானால் கவலைப்பட ஒன்றுமில்லை. பள்ளியில் ராஜ மரியாதை கிடைக்கும். யாரும் அதட்ட மாட்டார்கள். கண்டிக்க மாட்டார்கள். ஒரு சில தினங்களில், கனவு கலைந்துபோனது. மற்றவர்களுக்கும் மண்டேலாவுக்கும் எந்த வித்தியாசமும் அங்கே இல்லை. அனைவரும் ஒன்றுபோலவே நடத்தப் பட்டனர். அரசனே வந்து படித்தாலும் இதுதான் நிலைமை என்று அங்குள்ளவர்கள் பேசிக்கொண்டார்கள்.

இந்த அனுபவம் மண்டேலாவுக்குப் புதிது. இதுவரை அவர் அறிந்திருந்தது அரண்மனை வாழ்க்கையை மட்டுமே. பொது வாக, சடங்கு முடிந்ததும், இளைஞர்கள் வேலைக்குச் செல்வது வழக்கம். தங்கச் சுரங்கத்தில் இணைந்து பணி புரியலாம். சம்பளம் பெறலாம். மண்டேலா பெரிய வீட்டுப் பிள்ளை என்பதால் மேற்கொண்டு படிக்குமாறு பணிக்கப்பட்டு இருந் தார். சலுகைகள் இத்துடன் முற்றுபெறுகின்றன. ஆக, இனி நான் என் வழியில் சென்றாகவேண்டும். மண்டேலாவுக்குப் புரிந்தது.

மதோனா என்னும் மாணவி, மண்டேலாவின் நெருங்கிய தோழி யாக மாறினார். புது ஷூ அணிந்து மண்டேலா நடந்து வரு வதைப் பார்த்து ஆரம்பித்தில் சிரித்து கேலி பேசிய மதோனா பின்னர் அவருடன் ஒட்டிக்கொண்டார். அவள் எது சொன்னா லும் மண்டேலா அப்படியே நம்பினார். தன் தயக்கங்களை, பயங்களை அவளிடம் பகிர்ந்துகொண்டார். ஆங்கிலத்திலும் வரலாறிலும் நிச்சயம் நான் தேற மாட்டேன் என்று மண்டேலா ஒருசமயம் புலம்பியபோது அவரை அமைதிப்படுத்தியவர் மதோனாதான். கவலைப்படாதே மண்டேலா, நம் ஆசிரியர்

பி.ஏ. படித்தவர். நீ ஃபெயில் ஆக அவர் அனுமதிக்க மாட்டார். பி.ஏ. படித்திருந்த வேறு சில ஆசிரியர்களையும் மண்டேலா கண்டுகொண்டார்.

'பி.ஏ. என்பது என்ன?'

'ஓ, அது ஒரு நீண்ட பெரிய தடிமனான புத்தகம். அதைப் படித்ததால்தான் நம் ஆசிரியர் புத்திசாலியாக இருக்கிறார். நிறைய விஷயங்கள் தெரிந்துவைத்திருக்கிறார்.'

தாங்கள் படித்துக்கொண்டிருப்பது ராணுவப் பள்ளியில் என்று மாணவர்கள் நம்பும்படி, ஹாரிஸ் நிர்வாகத்தை நடத்தி வந்தார். முகம் எப்போதும் சிடுசிடுப்புடன் இருக்கும். முதல் முறையாக கையைப் பற்றி குலுக்கும்போது லேசாக புன்முறுவல் செய்ததைத் தவிர்த்து வேறு எப்போதும் அவர் சிரித்துப் பார்த்ததில்லை மண்டேலா. விரைவில், அந்தச் சந்தர்பம் கிடைத்தது. படிப்பு மட்டுமின்றி உடல் உழைப்பும் அந்தப் பள்ளியில் போதிக்கப்பட்டது. மண்டேலாவுக்கு ஹாரிஸின் இல்லத்தில் தோட்டத்தைப் பராமரிக்கும் பணி ஒப்படைக்கப்பட்டிருந்தது. மாலை வேளைகளில், வீட்டில் ஹாரிஸ் அன்பாகப் பேசினார். புன்னகை செய்தார். அவர் மனைவி, அவ்வப்போது தின்பண்டங்கள் அளித்தும் உபசரித்தார். பள்ளியே நடுங்கும் ஹாரிஸ் சிரிக்கவும் செய்வார் என்னும் ரகசியம் மண்டேலாவுக்கும் அவர் மனைவிக்கும் மட்டுமே தெரிந்திருந்தது.

★

1937ல் ஆரம்பப் படிப்பு முடிவடைந்தபோது மண்டேலாவுக்கு பத்தொன்பது வயது. ஜஸ்டிஸ் படித்துக்கொண்டிருந்த உயர் நிலைப் பள்ளியான, ஹீல்ட்டவுன் என்னும் வெஸ்லியன் கல்லூரியில் மண்டேலா சேர்க்கப்பட்டார். பியூஃபோர்ட் கோட்டையில் (Fort Beaufort) இந்தக் கல்வி நிலையம் அமைந்திருந்தது. அங்கிருந்து, உம்டாடா 75 மைல் தொலைவில் இருந்தது. பியூபோர்ட் கோட்டை வரலாற்றுப் பிரசித்தி பெற்ற இடம். பத்தொன்பதாம் நூற்றாண்டில், இந்தக் கோட்டை பிரிட்டிஷாரின் பாதுகாப்பு அரணாக இருந்தது. இந்தக் கோட்டையில் இருந்தபடிதான், கோசா இன மக்கள் மீது போர் தொடுக்கப்பட்டது. ஒரு நூற்றாண்டு காலம் தொடர்ச்சியாக கோசா மக்கள் வெள்ளையர்களால் அப்புறப்படுத்தப்பட்டனர். புகழ்பெற்ற பல கோசா வீரர்கள் இந்த யுத்தங்களில் மடிந்துபோயிருக்

கிறார்கள். அவர்கள் கதைகளை மண்டேலா முன்னரே அறிந் திருந்தார்.

ஹீல்ட்டவுனும், கிளார்க்பெரியைப் போலவே மெதடிஸ்ட் தேவாலயத்தால் நடத்தப்பட்டு வந்தது. அங்கே இருந்ததைப் போல் இங்கேயும் ஒரு கண்டிப்பான பேர்வழி பிரின்ஸ்பாலாக இருந்தார். டாக்டர் ஆர்தர் வெலிங்டன். பருத்த, வெள்ளைக் காரர். மிகுந்த செருக்குடன் தன்னை சத்தமாக அவர் அறிமுகம் செய்துகொண்டார். அந்த அதிகார தோரணையை மண்டேலா வால் மறக்க முடியவில்லை.

'ஸ்டூடண்ட்ஸ், நான் யார் தெரியுமா? டியூக் வெலிங்டனின் வழித்தோன்றல். அவர் யார் என்று யோசிக்கிறீர்களா? நானே சொல்லிவிடுகிறேன். நெப்போலியனை வாட்டர்லு போரில் நசுக்கிய மாபெரும் ஜெனரல். ஐரோப்பா நாகரீகத்தைக் காப் பாற்றியவர். ஐரோப்பியர்களுக்காகவும் உங்களைப் போன்ற பூர்வகுடிகளுக்காவும் அவர் இந்த வீரச் செயலை செய்தார்.'

ஆர்தரால் தன் பெருமைகளைக் கட்டுப்படுத்திக்கொள்ளவே முடியவில்லை. இதுபோல் இன்னும் பல பெருமைக்குரிய கதைகளை தன் பருத்த வயிற்றில் அவர் பாதுகாத்து வந்தது போல் தெரிந்தது. நேரம் கிடைக்கும்போதெல்லாம் தன் வரலாறை ஆரவாரமாகக் கூறிக்கொண்டிருந்தார். பூர்வகுடிகள், பழங்குடிகள் என்னும் பதங்களை பயன்படுத்தும்போது அவர் குரலில் அலட்சியமும் அருவருப்பும் மேலோங்கி இருக்கும். பொதுவாக மாணவர்களுக்கு அது தெரியாது என்பதால் அவர் என்ன சொன்னாலும் அவர்கள் கைதட்டி மகிழ்ந்தார்கள். மகிழ்வித்தார்கள்.

இருப்பதிலேயே சிறந்தவர்கள் ஆங்கிலேயர்கள். சிறந்த நாடு இங்கிலாந்து. சிறந்த மொழி ஆங்கிலம். சிறந்த இலக்கியங்கள் யாவும் ஆங்கிலத்தில் எழுதப்பட்டுள்ளன. சிறந்த பழக்க வழக்கங்களை யாவற்றையும் ஆங்கிலேயர்கள் மொத்தமாகவும் சில்லறையாகவும் வாங்கி போட்டிருந்தார்கள். தென் ஆப்பிரிக்கா இன்று ஓரளவுக்கேனும் நாகரிகமாக இருக்கிறது என்றால் அதற்குக் காரணம் நாங்கள்தான். முத்தாய்ப்பாக இவ்வாறு கூறுவார் ஆர்தர்.

ஹீல்ட்டவுனில் இறுதி ஆண்டில் மண்டேலா படித்துக்கொண்டு இருந்தபோது, அந்த அறிவிப்பு வந்தது. கோசா கவிஞர் க்ரூனே

ம்காயி (Krune Mqhayi) பள்ளிக்கு வருகிறார். மண்டேலாவின் எதிர்பார்ப்பு கூடிக்கொண்டிருந்தது. க்ருனே குறித்து அவர் கேள்விப்பட்டிருந்தார். இசையையும் வரலாறையும் ஒன்று கலந்து சுவைபட அளிக்கும் ஓர் உன்னத கோசா கவிஞர். கோசா இன மக்கள் குறித்து ஆழமாக தெரிந்துவைத்திருப்பவர். எளியோருக்கும் புரியும்படி விவரிக்கும் ஆற்றல் பெற்றவர். சொற்களை ஆள்பவர்.

குறிப்பிட்ட தினம் வந்தது. மாணவர்கள் அனைவரும் ஆவலுடன் காத்திருந்தனர். அந்த அரங்கின் ஒரு மூலையில் மேடை அமைக்கப்பட்டிருந்தது. மற்றொரு மூலையில் கதவு. மாணவர்களுக்கு மிகவும் பழக்கப்பட்ட அரங்கம் அது. அந்தக் கதவை டாக்டர் ஆர்தர் வெலிங்டன் கதவு என்றுதான் மாணவர்கள் அழைப்பார்கள். காரணம், அந்தக் கதவு வழியாகத்தான் எப்போதும் அவர் நடந்து வருவார். மாணவர்கள் அனைவரும் முன்னரே வந்து காத்துக்கொண்டிருக்கும்போது, சட்டென்று கதவைத் திறந்துகொண்டு மிடுக்குடன் நடந்து வருவார் ஆர்தர்.

அன்றைய தினம் வழக்கம்போல் கதவு திறக்கும் ஓசை கேட்டது. மண்டேலா அசுவாரஸ்யமாகக் கதவைப் பார்த்தார். அதிர்ச்சியும் ஆச்சரியமும் ஒருசேர அவரைத் தாக்கியது. கதவைத் திறந்து கொண்டு முதலில் உள்ளே நுழைந்தவர் ஆர்தர் அல்ல, கவிஞர் க்ருனே. அதிலும், அவர் நடந்து வந்த தோரணை! கரிய நிறத்தில் ஆஜானுபாகுவான உடல் வனப்பு. சிறுத்தை தோல் அங்கி. கையில் கூரான, நீண்ட ஈட்டி. தலையில் சிறகுகளால் அமைக்கப் பட்ட தொப்பி. அச்சு அசலாக, ஒரு பழங்குடி. அவர் எடுத்து வைத்த ஒவ்வொரு அடியும் கம்பீரமாக இருப்பதாக மண்டேலாவுக்குத் தோன்றியது. அவருக்குப் பின்னால், ஆர்தர் பூட்ஸ் கால் சத்தத்துடன் நடந்து வந்தது எந்தவித உணர்வையும் ஏற்படுத்தவில்லை. இன்னும் சொல்லப்போனால், கவிஞருக்கு முன்னால் அந்த வெள்ளைக்காரர் தோற்றுவிட்டார் என்றுதான் சொல்ல வேண்டும். மீண்டும் கவிஞரைப் பார்த்தார் மண்டேலா. சிலிர்த்துக்கொண்டார்.

க்ருனே, பேச அழைக்கப்பட்டார். அவர் குரல் ஏமாற்றம் அளித்தது என்றாலும் அவர் பேசும் தோரணை மண்டேலாவை ஈர்த்தது. கையில் ஈட்டியுடன், பழங்குடிகள் உடை அணிந்து தைரியமாக இங்கே வந்து பேச எத்தனை துணிச்சல் இருக்க வேண்டும் அவருக்கு! இமைக்க மறந்து கேட்டுக்கொண்டிருந்

தார் மண்டேலா. பேசிக்கொண்டே இருந்த க்ரூனே, ஒரு கட்டத்தில், தன் ஈட்டியை சற்றே மேலே உயர்த்தினார். சொல்லவந்த ஒரு கருத்துக்கு, அல்லது ஒரு வார்த்தைக்கு அழுத்தம் கொடுப்பதற்காக அவர் அவ்வாறு செய்திருக்கக் கூடும். அந்த ஈட்டியின் முனை, மேலே இருந்த திரைச்சீலையின் வயரை ஒரு இடி இடித்தது. சுருட்டி வைக்கப்பட்டிருந்த அந்த திரைச்சீலை சிறு சப்தத்துடன் சட்டென்று விடுபட்டு காற்றில் அசைய ஆரம்பித்தது.

மேடையில் அங்கும் இங்குமாக நடந்துகொண்டிருந்த க்ரூனே ஒரு வித நாடகத்தன்மையுடன் சட்டென்று நின்றார். ஒரு நிமிடம் எதுவுமே பேசவில்லை அவர். திடீரென்று குரலை உயர்த்தினார். ஈட்டியை அவர் கை இறுக்கமாகப் பற்றியிருந்தது.

'இதோ, இங்கே நீங்கள் இங்கே காணும் இந்த ஈட்டி, ஆப்பிரிக்கா வின் பெருமையை, உன்னதத்தை எடுத்துக்காட்டுகிறது. ஆப் பிரிக்க சரித்திரத்தின் நிஜமான, போற்றத்தக்க பக்கங்களை பிரதிபலிக்கிறது. ஒரு கலைஞனாகவும் வீரனாகவும் திகழும் ஆப்பிரிக்கனின் அடையாளம் இந்த ஈட்டி. இந்த இரும்பு வயரைப் பாருங்கள். இதோ, இந்த வயரை நன்றாகக் கவனியுங்கள்... '

மண்டேலா அந்த வயரை கவனித்தார். அங்குள்ள எல்லோரும் கட்டுண்டது போல் அவர் சுட்டிக்காட்டிய திக்கில் வெறித்துக் கொண்டிருந்தனர்.

'இந்த இரும்பு வயர், மேலைநாட்டு தயாரிப்புக்கு ஒரு எடுத்துக் காட்டு. திறமையாக இது அமைக்கப்பட்டிருக்கிறது. புத்திசாலித் தனமாகவும். ஆனால், உயிரற்று கிடக்கிறது. நான் என்ன சொல்கிறேன் என்பது புரிகிறதா? இரு முனைகள் உராசிக் கொண்டதைப் பற்றி நான் இங்கே பேசிக்கொண்டிருக்கிறேன். இரு கலாசாரங்களின் மோதல். பூர்வகுடிகளுக்கும் வந்தேறி களுக்கும் இடையிலான உரசல். நன்மைக்கும் தீமைக்குமான உரசல். நீண்ட காலமாக அந்நியர்களின் கடவுள்களிடம் நாம் சிக்கிக்கொண்டிருக்கிறோம். வெள்ளையர்களின் ஆளுமையில் மாட்டிக்கொண்டிருக்கிறோம். கூடிய விரைவில், வெற்றி நமக்குக் கிடைக்கும். நாம் அந்நியர்களை முறியடிப்போம்.'

கிறக்கத்தில் இருந்தார் மண்டேலா. திகைப்பும் அபரிமிதமான உற்சாகமும் அவரைத் தொற்றியிருந்தது. பேசி முடித்து, இப் போது பாட ஆரம்பித்திருந்தார் க்ரூனே. அந்த ஈட்டியின்

முனையை, ஆப்பிரிக்க வீரத்தின் அடையாளமாக திகழ்ந்த அந்த கூர்மையான ஆயுதத்தை உற்று பார்த்துக்கொண்டிருந்தார் மண்டேலா. அந்த ஈட்டியோடு சேர்ந்து தானும் நடனம் ஆடுவது போல் அவருக்கு இருந்தது.

க்ரூனே, ஏற்ற இறக்கமான குரலில், பிரபஞ்சத்தை அந்த அறைக்குள் அழைத்துக்கொண்டிருந்தார். அது ஒரு கவிதை.

'ஐரோப்பியரே, ஓ, பிரெஞ்சு, ஜெர்மானிய ஆங்கிலேயர்களே, உங்களுக்கு இந்தப் பால்வெளியை அளிக்கிறேன். ஒட்டுமொத்த பால்வெளியும் உங்களுக்குத்தான். இருப்பதிலேயே பெரியது இதுதான். நீங்கள் விசித்திரமானவர்கள். பொறாமை கொண்டவர்கள். பேராசை கொண்டவர்கள். ஓ, ஐரோப்பியரே, உங்களுக்கு பால்வெளி போதும் என்று நினைக்கிறேன்.'

மண்டேலாவுக்கு சிரிப்பு வந்தது. என்ன அழகாக ஊசி ஏற்றுகிறார் இவர்!

அடுத்ததாக, ஆசிய நாடுகளுக்கும், வடக்கு, தெற்கு அமெரிக்காவுக்கும் சில நட்சத்திரங்களை அளித்தார்.

'அடடா, ஆப்பிரிக்காவுக்கு இல்லாமலா? இதோ உங்களுக்காக நான் அளிக்கும் சங்கதிகள்.'

ஒவ்வொரு ஆப்பிரிக்க நாட்டுக்கும் ஒவ்வொரு வகையான நட்சத்திரக் கூட்டங்களை அளித்தார். பொட்டலத்தைப் பிரித்து இனிப்பு வழங்குவதுபோல் இந்தா என்று அளித்தார். உனக்கு ஒரு நட்சத்திரக்கூட்டம். இதோ, உனக்கு.

மண்டேலா ஆர்வத்துடன் கவனித்தார்.

'இப்போது, எனதருமே கோசா மக்களே, உங்களுக்கு.' அவர் குரல் கம்மியது போல் தோன்றியது. கிசுகிசுக்கும் குரலில் முணுமுணுத்தார். திடீரென்று கைகளையும் குரலையும் உயர்த்தினார். 'இருப்பதிலேயே உன்னதமான ஒன்றை உங்களுக்கு அளிக்கிறேன், என் கோசா மக்களே.' முட்டிக்கால் போட்டு அமர்ந்தார். 'காலை நேர நட்சத்திரம். உங்களுக்காகவே. இந்த நட்சத்திரத்தைக் கொண்டு நீங்கள் காலத்தை கணக்கிடலாம். நீங்கள் முழுமையான மனிதனாக மாறுவதற்கு இந்த நட்சத்திரத்தைக் கொண்டு ஆண்டுகளைக் கணக்கிடுங்கள். இது உங்களுக்காக.'

கடைசி வார்த்தையை உச்சரிக்கும்போது, அவர் முகவாய் அவர் மார்பின் மீது சாய்ந்திருந்தது.

மண்டேலா கைதட்டுவதை நிறுத்தவேயில்லை. இது எனக்காக அளிக்கப்பட்ட விருது. காலை நேர நட்சத்திரம். நான் முழுமை யான, வலிமையான மனிதனாக மாறுவதற்கு இந்த நட்சத்திரம் உதவும். இந்த வீரக்கவிஞன் என் உள்ளத்தில் ஒரு பொறியை பற்ற வைத்துவிட்டான். கோசா இனப் பெருமையை உணரச் செய்துவிட்டான். முதலில் நான் ஒரு கோசா. பிறகு, ஒரு ஆப்பிரிக்கன். என் வாழ்நாள் முழுவதும் இந்தப் பெருமிதம் என்னுள் மேலோங்கியிருக்கும். நன்றி, மனிதனே!

★

ஹீல்ட்டவுனில் மூன்று ஆண்டுகள் கழித்தபின், யுனிவர்சிட்டி காலேஜ் ஆஃப் ஃபோர்ட் ஹரே என்னும் கல்லூரியில் மண்டேலா பி.ஏ. பிரிவில் சேர்ந்துகொண்டார். அப்போது அவர் வயது 21. ஃபோர்ட் ஹரேவை வடிவமைத்தவர்கள் ஸ்காட்டிஷ் மிஷினரிகள். கடினமான பாறைகளின் மேல் கோட்டை எழுப்பப்பட்டிருந்தது. 1800களில் இதே கிழக்கு கேப் பகுதியில் மிகப் பெரும் பாதுகாப்பு கோட்டை அமைந்திருந்தது. 1800களில் கோசா பழங்குடிகளுக்கு எதிராக இங்கிருந்து போர் தொடுக்கப் பட்டது.

ஹீல்ட்டவுனில் இருந்து கிழக்கே இருபது மைல் தொலைவில் ஆலிஸில் இந்தக் கல்லூரி அமைந்திருந்தது. இதுவரை படித்த கல்வி நிலையங்களில் இருந்து இது மாறுபட்டது. தெற்கு, மத்திய, கிழக்கு ஆப்பிரிக்காவில் இருந்து பல மாணவர்கள் இங்கே படித்துக்கொண்டிருந்தனர். அந்த வகையில், மண்டேலா வுக்கு இது சற்றே அகண்ட களமாக தென்பட்டது. தெற்கு ஆப்பிரிக்க மாணவர்களுடன் மட்டுமே பழகி வந்த மண்டேலா வுக்கு, பல்வேறு கலாசாரப் பின்புலம் கொண்ட ஆப்பிரிக்கர் களுடன் நெருங்கி பழகும் வாய்ப்பு கிடைத்தது.

வாரம் தவறாமல் தேவாலயத்துக்குச் சென்றுவிடவேண்டும். இறை ஊழியம், அத்தியாவசியம். கூடுதலாக, இன்னொன்றை யும் கற்றுத்தந்தார்கள். ஆங்கிலேயர்கள் மிகவும் பொறுப்புணர் வுடனும் கரிசனத்துடனும் இந்தக் கல்லூரியைத் தொடங்கி நடத்திக்கொண்டிருக்கிறார்கள். உங்கள் நலன் மீது அவர்களுக்கு அளப்பரிய அக்கறை உள்ளது என்பதை விளக்கத் தேவை

யில்லை. மேலை நாட்டு கல்விக்கு சற்றும் சளைத்ததல்ல இங்கே அளிக்கப்படும் கல்வி. ஒரு தேர்ந்த ஆங்கிலேய ஆப்பிரிக்கராக உங்களை மாற்றியமைக்கப்போகும் இடம் இது. இந்த வாய்ப்பை உங்களுக்கு நல்கிய தேவாலயத்துக்கும் வெள்ளை அரசாங்கத்துக்கும் நீங்கள் நன்றியுடன் இருக்கவேண்டும்.

இந்தக் கல்லூரி குறித்து பிறிதொரு சமயம் சிந்தித்துப் பார்த்த போது மண்டேலா பின்வரும் முடிவை எடுத்தார். இது போன்ற கல்விக்கூடங்கள் செயல்படுவது காலனி ஆதிக்க மனோபாவத் துடன்தான் என்பதில் சந்தேகம் கிடையாது. ஆனால், இது போன்ற அமைப்புகளால் ஏற்படும் நன்மைகள், அவை உண்டாக்கும் தீமைகளைவிட அதிகமாக இருக்கின்றன.

தன் வாழ்நாள் தோழரான ஆலிவர் டாம்போவை (Oliver Tambo) மண்டேலா கண்டறிந்தது இங்கேதான். கால்பந்து மைதானத்தில் முதல் முதலாக இருவரும் சந்தித்துக்கொண்டனர். ட்ரான்ஸ்கியில் உள்ள போன்டோலேண்ட் என்னும் பகுதியைச் சேர்ந்தவர் ஆலிவர் டாம்போ. டாம்போவின் தனித்திறன் அவரை மற்ற மாணவர்களிடம் இருந்து வேறுபடுத்திக்காட்டியது. கூர்மையான அவரது வாதத்திறமையால், புத்திசாலித்தனத்தால் மண்டேலா பெரிதும் கவரப்பட்டார்.

பல பேராசிரியர்களின் பரிச்சயம் பயன் அளித்தது. கோசா வகுப்பெடுத்த ஆசிரியர் ஜபாவு, மண்டேலாவிடம் அவர் தந்தை குறித்து இதுவரை அறிந்திராத பல தகவல்களை பகிர்ந்து கொண்டார். ஆப்பிரிக்கர்களின் உரிமைகள் குறித்தும் இவர் நிறைய விவாதித்தார். 1936ல், ஆல் ஆப்பிரிக்கன் கன்வென்ஷன் என்னும் அமைப்பை நிறுவி பல தீர்மானமான போராட்டங்களை இவர் முன்னெடுத்துச் சென்றிருக்கிறார்.

கோசா, லத்தீன், வரலாறு, மானுடவியல், ஆங்கிலம், அரசியல், நிர்வாகவியல், ரோமானிய டச்சு சட்டம் என்று வாசிப்புத் தளம் விரிவடைந்தது. நேடிவ் அட்மினிஸ்ட்ரேஷன் என்று ஒரு பாடப்பிரிவு இருந்தது. பூர்விக ஆப்பிரிக்கர்கள் குறித்த சட்டங்கள் இதில் கொடுக்கப்பட்டிருந்தன. நேடிவ் இந்தத் துறை மண்டேலாவைக் கவர்ந்தது. அதே பெயரில் செயல்படும் அரசாங்கத் துறையில் இணைந்து பணியாற்றலாம் என்று நினைத்துக்கொண்டார். சிவில் சர்வெண்ட் என்று சொல்லிக்கொள்வது பெருமைக்குரிய விஷயமாக ஆப்பிரிக்கர்களுக்கு இருந்தது.

ஒரு பிரச்னை வந்தது. மூத்த மாணவர்கள், புதிதாக இணைந்த மாணவர்கள் மீது ஆதிக்கம் செலுத்திக்கொண்டிருந்தனர். மண்டேலா தங்கியிருந்த விடுதிக்கு நிர்வாகியாக அவர்களே இருந்தனர். அவர்களைப் பகைத்துக்கொண்டால் எதுவும் நடக்காது என்னும் நிலைமை. முன்னர் படித்த பள்ளியில் ஏற்கெனவே அறிமுகம் ஆகியிருந்த ஒரு நண்பரிடம் பேசுவதற்காக மண்டேலா தற்செயலாக நெருங்கி சென்றபோது, அந்த நண்பர் தன் முகத்தைச் சுளித்துக்கொண்டார். கிராமப்புற மனிதன், நாகரிகம் அற்றவன், ஆங்கிலம் பேசத் தெரியாதவன் என்று மண்டேலாவை கேலி செய்து திருப்பி அனுப்பிவிட்டார்.

அதிர்ச்சியைவிடவும் அவமானத்தைவிடவும் கோபமே அதிகம் வந்தது. தன்மானத்துக்கு இழுக்கு ஒன்று நேர்கிறது என்றால் உயிரே போனாலும் போராடாமல் விட்டுவிடக்கூடாது. வெறும் வார்த்தையாக அல்ல, செயல் மூலம் இந்தப் பாடத்தை காட்லா தன் மகனுக்குப் புகட்டியிருந்தார். மண்டேலா தன் வாழ்நாள் முழுவதும் நினைவில் வைத்திருந்த பாடம் அது. எதையும் மறக்கலாம். பொறுக்கலாம். மன்னிக்கலாம். தன்மானத்தை மட்டும் எதற்காகவும் யாருக்காகவும் விட்டுக்கொடுக்கக்கூடாது.

போராடத் தயாரா? புதிதாக இணைந்த மாணவர்கள் அனைவரும் மண்டேலாவின் பின்னால் அணிதிரண்டார்கள். பலம் கூடப் பெற்றதால், அவர் நடவடிக்கைகள் சுறுசுறுப்படைந்தன. பிரசாரத்தைத் தொடங்கினார். பிரச்னையை நிர்வாகிகளிடம் கொண்டுபோனார். இனி, விடுதி நிர்வாகத்தைக் கவனிக்கும் பொறுப்பு புதிய மாணவர்களுக்குத்தான் தரப்படவேண்டும். மூத்த மாணவர்கள் இந்தப் பொறுப்பை தவறாகப் பயன்படுத்துகிறார்கள். இது சரியல்ல.

மண்டேலாவின் கோரிக்கை ஏற்றுக்கொள்ளப்பட்டது. அடுத்த தேர்தலில், பழைய மாணவர்கள் தோற்கடிக்கப்பட்டனர். மண்டேலா உள்ளிட்ட புதிய நிர்வாகிகள் பொறுப்பேற்றனர். பிரச்னை அப்போதும் முடிவடையவில்லை. மீண்டும் மீண்டும் மோதல்கள் வெடித்துக்கொண்டுதான் இருந்தன. ஆனால், மண்டேலா விடாப்பிடியாக இருந்தார்.

படிப்பு, மோதல்கள் ஒரு பக்கம். பால் நடனம், கால்பந்து, நெடுந்தூர ஓட்டம் போன்ற பொழுதுபோக்குகள் மற்றொரு பக்கம். மாணவர் அமைப்புகளில், உயர்ந்ததாக கருதப்படும்,

மாணவர் பிரதிநிதி கவுன்சில் தேர்தலில் மண்டேலாவின் பெயர் பரிந்துரைக்கப்பட்டது. முதலாண்டு படிப்பு நிறைவடையும் நேரம் தேர்தல் நடைபெற்றது. மண்டேலா வெற்றிபெற்றார். அவரோடு சேர்த்து மொத்தம் ஆறு மாணவர்கள் கவுன்சிலுக்குத் தேர்ந்தெடுக்கப்பட்டனர். கூட்டம் ஒன்று நடத்தப்பட்டது. மாணவர்களின் பிரதான குறைகள் என்னென்ன என்றொரு விவாதம். விடுதியில் பரிமாறப்படும் உணவு தரமாக இல்லை என்னும் குற்றச்சாட்டு பிரதானமாக எழுந்தது. ஒட்டுமொத்த மாணவர்களும் இதை முன்மொழிந்தார்கள். பல காலமாக, இந்தக் கவுன்சில் பதவி வெறும் ரப்பர் ஸ்டாம்ப் அங்கீகாரமாக மட்டுமே இருந்துவந்தது. மண்டேலா, அதை மாற்ற விரும்பினார்.

நிர்வாகம் உணவுப் பிரச்னையை பெரிதாக எடுத்துக்கொள்ள வில்லை. கவுன்சில் இது பற்றி கவலைப்படவேண்டாம் என்று சொல்லிவிட்டார்கள். எடுத்துக் கொண்ட முதல் பிரச்னைக்கே தீர்வு இல்லை என்னும்போது கவுன்சிலில் இருந்து என்ன பயன்? ராஜிநாமா செய்துவிடலாம் என்று மண்டேலாவும் நண்பர்களும் முடிவு செய்தனர். ராஜிநாமா கடிதத்தை மண்டேலா கொடுத்தபோது, கல்லூரி முதல்வர் ஏற்றுக்கொள்ளவில்லை. இந்த சிறிய பிரச்னைக்காக யாராவது பதவியைத் துறப்பார்களா? மண்டேலாவுக்கு இந்த வாதம் நியாயமாகப்படவில்லை. இறுதியில் இப்படி முடிவானது. அடுத்து, கோடை விடுமுறை வரவிருக்கிறது. அந்தக் காலம் முழுவதும் மண்டேலாவுக்கு நேரம் கொடுக்கப்படும். அடுத்து ஆண்டு மீண்டும் கல்லூரிக்கு வரும்போது, தான் துறந்த பதவியை மண்டேலா திரும்பவும் ஏற்கவேண்டும். அதற்கு விருப்பமில்லை என்றால், கல்லூரிக்கு அவர் வரத் தேவையில்லை.

★

நீ செய்தது முட்டாள்தனம் என்றார் ஜோங்கிந்தாபா. மண்டேலா அளித்த சமாதானம் எதையும் ஏற்க தயாராகயில்லை அவர். முதல்வர் என்ன சொல்கிறாரோ அதை செய்யவேண்டியது உன் கடமை. விடுமுறை முடிந்ததும் ஒழுங்காக திரும்பிப் போ. படி. இதற்குமேல் பேசுவதற்கு ஒன்றுமில்லை.

சில தினங்களில் ஜஸ்டிஸ் வந்து சேர்ந்தான். அவன் தன் படிப்பை ஏற்கெனவே முடித்து, கேப் டவுனில் சில காலம் தங்கி

யிருந்தான். இருவரும் பழைய அரண்மனை வாழ்க்கைக்குத் திரும்பினார்கள். ஜோங்கிந்தாபாவுக்கு தன்னாலான அலுவலக உதவிகளை மண்டேலா செய்து வந்தார்.

ஒரு சில வாரங்களில், ஜோங்கிந்தாபா இருவரையும் அழைத்தார்.

'எனக்கு வயதாகிவிட்டது. இன்னும் எத்தனை காலத்துக்கு தாக்குப்பிடிக்கமுடியும் என்று தெரியவில்லை. அதற்குள் உங்கள் திருமணத்தை முடித்துவிட விரும்புகிறேன். உங்களுக்கு நல்ல வாழ்க்கையை அமைத்துத் தரவேண்டியது என் கடமை அல்லவா?'

என்ன பேசுவது என்று தெரியாமல் மண்டேலாவும் ஜஸ்டிஸும் ஒருவரையொருவர் பார்த்துக்கொண்டு நின்றார்கள். ஜோங்கிந்தாபா பேசிக்கொண்டே போனார். இரண்டு பெண்கள் பார்த்துவிட்டேன். நல்ல குடும்பம். நல்ல பின்புலம். ஜஸ்டிஸ், உனக்கு பார்த்திருக்கும் பெண்ணின் தந்தை, செல்வாக்கு மிக்க தெம்பு இனத் தலைவர். அவர் பெயர் காலிபா. ரோஹிலாலா, (மண்டேலாவை அவர் அப்படித்தான் அழைப்பது வழக்கம்), நீ உள்ளூர் பூசாரி ஒருவரின் மகளைத் திருமணம் செய்துகொள்ளப் போகிறாய். எப்போது என்று கேட்காதீர்கள். உடனே. எல்லாம் முடிவு செய்தாகிவிட்டது. லொபாலா (வரதட்சணை) இருவருக் கும் கொடுத்தாகிவிட்டது. (மணமகனின் பெற்றோர் மண மகளுக்கு வரதட்சணையாக குறிப்பிட்ட எண்ணிக்கையில் கால்நடைகள் அளிக்கவேண்டும்).

தலையைத் தொங்கப்போட்டபடி இருவரும் திரும்பிவிட்டார் கள். அவரிடம் பேசமுடியாது. நாம்தான் முடிவெடுக்க வேண்டும். மண்டேலாவுக்கு இரண்டு பிரதான பிரச்னைகள் இருந்தன. முதல் பிரச்னை, உரிமை. என்னைப் படிக்க வைத்தவர் அவர்தான். எனக்கு நல்லதொரு வாழ்க்கைத் துணையைத் தேர்ந்தெடுக்கவேண்டும் என்று அவர் விரும்பியதில் பிரச்னை இல்லை. ஆனால், என்னை கலந்தாலோசிக்காமல் எப்படி அவர் எல்லாவற்றையும் பேசி முடிக்கலாம்? நான் திருமணம் செய்துகொள்ளப்போகும் பெண்ணை நான் தேர்ந்தெடுப்பது தானே சரியாக இருக்கும்?

இரண்டாவது பிரச்னை, தேர்ந்தெடுக்கப்பட்ட பெண் தொடர் பானது. மண்டேலாவுக்காக பேசி முடிவு செய்யப்பட்ட அந்தப்

பெண் உண்மையில் இன்னொருவருடன் காதல் வயப்பட்டிருந் தார். இந்த இன்னொருவர், ஜஸ்டிஸ் என்பது கூடுதல் சிக்கல். அந்தப் பெண்ணை மணந்து கொள்ள எப்படி மண்டேலாவுக்கு விருப்பமில்லையோ, அதேபோல் மண்டேலாவை மணந்து கொள்ளவும் அந்தப் பெண்ணுக்கு விருப்பமில்லை. ஒரு பெண்ணின் திருமணம் அவளது விருப்பம், விருப்பமின்மை சார்ந்து அமைவதில்லை என்பதால் அதை ஒருவரும் ஒரு பொருட்டாக எடுத்துக்கொள்ளவில்லை.

எனவே, மண்டேலாவும் ஜஸ்டிஸும் பேசினார்கள். ஜோங்கிந் தாபா ஒரு முடிவெடுத்துவிட்டால், எக்காரணத்தைக் கொண்டும் விட்டுக்கொடுக்கமாட்டார். அதிலும், இது பெரிய முடிவு. கிட்டத்தட்ட எல்லா முன்தயாரிப்புகளும் முடிந்துவிட்டன. திருமணத்தில் சம்மதமில்லை என்று முகத்தில் அடித்தாற்போல் எப்படிச் சொல்லமுடியும்?

ஓடிப்போவதைத் தவிர வேறு வழி தெரியவில்லை அவர் களுக்கு. ஜோங்கிந்தாபா ஒரு வாரப் பயணம் ஒன்றை மேற் கொள்ளப்போகிறார் என்பது தெரிய வந்ததும் அவர்கள் தயாரானார்கள். முதல் காரியமாக, அரண்மனை எருதுகள் இரண்டை வியாபாரி ஒருவரிடம் விற்று, பணம் பெற்றுக் கொண்டார்கள். கார் ஒன்றை வாடகைக்குப் பிடித்துக்கொண் டார்கள். அருகில் இருக்கும் ரயில் நிலையத்துக்குச் சென்று விடுவது. அங்கே பயணச்சீட்டு வாங்கிக்கொண்டுவிட்டால், நேரே ஜொகன்னஸ்பர்க்.

உள்ளூர் ரயில் நிலையத்தை அடைந்தனர். இரண்டு ஜொகன்னஸ் பர்க் என்று கவுண்டரில் கையை நீட்டும்போது, அந்த ரயில்வே அதிகாரி முறைத்தார்.

'மன்னிக்கவும், உங்களுக்கு டிக்கெட் அளிக்கமுடியாது.'

'ஏன் முடியாது?'

'நீங்கள் இருவரும் வந்து கேட்டால், டிக்கெட் கொடுக்க வேண்டாம் என்று அரசர் ஏற்கெனவே எச்சரித்திருக்கிறார். எனவே நீங்கள்...'

அடித்துப் புரண்டு ஓடிவந்து மீண்டும் காரில் ஏறிக்கொண்டார் கள். அடுத்த ரயில் நிலையத்துக்கு விரைந்து, அங்கிருந்து

பயணச்சீட்டு பெற்று பறந்துவிடவேண்டும். உள்ளுணர்வு ஜோங்கிந்தாபாவை எச்சரித்திருக்கவேண்டும். அதனால்தான் முன்கூட்டியே நம் திட்டத்தை அவர் யூகித்திருக்கிறார். அடுத்த ரயில் நிலையத்துக்குச் சென்று பயணச்சீட்டு பெற்றுக் கொண்டார்கள். ஜொகன்னஸ்பர்குக்கு கிடைக்கவில்லை. குயின்ஸ்டவுன் வரைதான் போகமுடியும். ரயிலில் ஏறி அமர்ந்துகொண்டனர். அரசரின் கட்டுப்பாட்டு எல்லையில் இருந்து விரைவில் கடந்துசென்றுவிடவேண்டும்.

இருவரிடமும் கடவுச் சீட்டு (நேடிவ் பாஸ்) இருந்தது. கடவுச் சீட்டு இல்லாமல் ஆப்பிரிக்கர்கள் வெளியில் செல்லமுடியாது. எப்போது வேண்டுமானாலும் எந்த அதிகாரியும் அவர்களை மடக்கி விசாரிக்கலாம். தகுந்த சீட்டு இல்லாவிட்டால், அபராதம் முதல் சிறைத் தண்டனை வரை (அல்லது, இரண்டும்) கிடைக்கக் கூடும். தங்கியிருக்கும் இடம், உயர் அதிகாரியின் பெயர், வரி கட்டிய தேதி (ஆப்பிரிக்கர்களுக்குப் பிரத்யேகமாக விதிக்கப் படும் வரி) ஆகியவை இடம்பெற்றிருக்கும். பிற்காலத்தில், இந்தச் சீட்டு ரெஃபரென்ஸ் புக் என்று மாற்றியமைக்கப்பட்டது. நோக்கம் ஒன்றுதான். எந்தவொரு ஆப்பிரிக்கனும், அவனது எஜமான் அல்லது பணியிடத்தின் உயர் அதிகாரி ஆகியோரின் சம்மதம் இல்லாமல் ஊர்விட்டு ஊர் செல்லமுடியாது. பயணம் மேற்கொள்ளும்போது, கூடுதலாக, பயண ஆவணம், பெர்மிட், அதிகாரியிடம் இருந்து கையெழுத்துடன்கூடிய கடிதம் ஆகியவை அவசியம் தேவை.

மண்டேலா, ஜஸ்டிஸ் இருவரிடமும் கடவுச் சீட்டு மட்டுமே இருந்தது. பயண உரிமங்கள் இல்லை. குயின்ஸ்டவுனில் இறங்கி, அங்குள்ள ஒரு உறவினரின் வீட்டுக்குச் சென்று அவர் மூலமாக, உரிமம் பெற்றுவிடலாம் என்று திட்டமிட்டிருந்தனர். உறவினர் வீட்டுக்கும் சென்றுவிட்டனர். எதிர்பாராத விதமாக, ஜோங்கிந்தாபாவின் சகோதரர் ஒருவரும் அங்கே வந்திருந்தார். மண்டேலா, ஜஸ்டிஸ் இருவரையும் அவருக்குப் பிடிக்கும் என்பதால் அவர் அவர்களைச் சந்தேகிக்கவில்லை. இவர்கள் அவரைப் பயன்படுத்திக்கொண்டனர். ஒரு அவசர வேலையாக தங்களை தந்தை அனுப்பியிருப்பதாகவும், அவசரத்தில் பயண உரிமம் பெறவில்லை என்றும் சொன்னார்கள். அதனாலென்ன நான் வாங்கி தருகிறேன், வாருங்கள் என்று மாஜிஸ்ட்ரேட் அலுவலகத்துக்கு அவரை அழைத்துச்சென்றார் அந்தச் சகோதரர்.

மாஜிஸ்ட்ரேட்டுக்கு அவரைத் தெரியும் என்பதால் உரிமம் உடனே தயாரானது. மண்டேலாவும் ஜஸ்டிஸூம் அருகருகே அமர்ந்திருந்தனர். டைப் செய்யப்பட்டிருந்த அந்த உரிமத்தில் அரசாங்க முத்திரையையும் பதித்தாகிவிட்டது. பெற்றுக்கொள் வதற்காக இருவரும் எழுந்திருந்தபோது, ஒரு நிமிடம் என்று சொல்லி மாஜிஸ்ட்ரேட் அவர்களை நிறுத்தினார். இந்தப் பகுதி உம்டாடா வட்ட அலுவலகத்தின் கீழ் செயல்படுகிறது. எதற்கும் அங்குள்ள மாஜிஸ்ட்ரேட்டிடம் ஒரு வார்த்தை பேசிவிடுகிறேன். ஒரு நிமிடத்தில் முடிந்துவிடும்.

தொலைபேசியை எடுத்து எண்களை அழுத்தத் தொடங்கினார். மண்டேலாவுக்கும் ஜஸ்டிஸூக்கும் வியர்க்க ஆரம்பித்து விட்டது. மறுமுனையில் உம்டாடா தலைமை மாஜிஸ்ட்ரேட்.

'ஓ, கொடுத்துவிடுங்களேன். எத்தனை பேர்?'

'இரண்டு பேர். இளைஞர்கள்.'

'யார் அனுப்பியதாகச் சொன்னீர்கள்?'

'ஜோங்கிந்தாபா.'

'ஜோங்கிந்தாபாவா? அட, அவர் இங்கேதான் இருக்கிறார். பேசுகிறீர்களா?'

ஜோங்கிந்தாபாவின் ஒரு வார பயணத்தில் உம்டாடாவும் இருந்தது. அலுவல் விஷயம் பேசுவதற்காக தலைமை மாஜிட் ரேட்டை சந்திக்க அவர் வந்திருந்தார். தலைமை மாஜிஸ்ட்ரேட் ரிசீவரை ஜோங்கிந்தாபாவிடம் அளித்தார். சில நிமிடங்களில் அவர் முகம் சிவந்துவிட்டது. ஜோங்கிந்தாபா அங்கே கத்தியது, மண்டேலாவுக்கும் ஜஸ்டிஸூக்கும் இங்கே தெளிவாக கேட்டது.

'உடனே இருவரையும் கைது செய்யுங்கள். விடாதீர்கள்.'

இருவரும் எழுந்துகொண்டனர். மாஜிஸ்ட்ரேட் கொதித்துப் போயிருந்தார்.

'பொய்யர்கள். நல்ல வேளை, நான் ஏமாற இருந்தேன். இவர்களைக் கைது செய்யுங்கள்.'

மண்டேலா சீறினார்.

‘எனக்கும் ஓரளவுக்குச் சட்டம் தெரியும். எந்தக் காரணத்துக்காக நீங்கள் எங்களைக் கைது செய்யப்போகிறீர்கள்?’

‘ஏன், அரசரே சொல்லிவிட்டார். வேறு என்ன காரணங்கள் வேண்டும்?’

‘நாங்கள் பொய் சொன்னது உண்மை. ஆனால், அதற்காகக் கைது செய்யமுடியாது. அதே போல், அரசர் சொன்னால் கைது செய்ய வேண்டும் என்று சட்டத்தில் எங்கும் எழுதி வைக்கவில்லை. என் தந்தையாகவே அவர் இருந்தாலும், கைது செய்யச் சொல்லும் உரிமை அவருக்கு இல்லை.’

அதற்கு மேல் அந்த மாஜிஸ்ட்ரேட்டால் பேச முடியவில்லை. மண்டேலாவும் ஜஸ்டிஸூம் அங்கிருந்து வெளியேறினார்கள்.

இரண்டாவது தடை. ஜஸ்டிஸ் க்வின்ஸ்டவுனில் இருந்த தன் நண்பரின் வீட்டுக்கு அழைத்துச்சென்றான். அந்த நண்பரின் தாயார் காரில் ஜொகன்னஸ்பர்க் செல்வதாக இருந்தது. மண்டேலாவையும் ஜஸ்டிஸையும் அழைத்துச்செல்வதில் அவருக்கு ஆட்சேபணை இருக்கவில்லை. ஆனால், அதிகப் பணம் வாங்கிக்கொண்டார். இருவருக்கும் வேறு வழி தெரியவில்லை.

> அந்நகரத்தை நேரில் பார்க்கப்போகிறேன் என்பதை நினைக்கும் போதே என் குறுகுறுப்பு அதிகரித்துவிட்டது. சிறுவயது முதலே அந்த இடத்தைப் பற்றி கேள்விப்பட்டு வந்திருக்கிறேன். ஒரு கனவு நகரமாகத்தான் எப்போதும் ஜொகன்னஸ்பர்க் சித்தரிக்கப்பட்டு வந்திருக்கிறது. ஒரு ஏழை விவசாயி இங்கே வந்தால் தன்னை ஒரு செல்வந்தராக மாற்றியமைத்துக் கொள்ளமுடியும். வாய்ப்புகளாலும் அபாயங்களாலும் நிரம்பியுள்ள நகரம் அது.

3

ஜொகன்னஸ்பர்க்கில் மண்டேலாவை முதலில் ஈர்த்த விஷயம், வெளிச்சம். நடைபாதைகள், சாலைகள், தெருக்கள், கடைகள் என்று எங்கும் வெளிச்சம் நிறைந்திருந்தது. வீதியில் இருந்த சிறிய கடையும்கூட அரண்மனையைவிட பெரியதாக இருப்பதாகப் பட்டது. இது நகரம். இதற்கு முன்னால் இருந்த எந்தவொரு பிரதேசம் போலவும் இல்லை இது. புது வாழ்க்கையைத் தொடங்க இதுதான் சரியான இடம். ஜொகன்னஸ்பர்க் நம்பிக்கையளிக்கும் பூமி. வளம் கொழிக்கும், வளம் அளிக்கும் பூமி.

மலைப்பகுதிகளுக்கு இடையில் அமைந்திருந்தது க்ரவுன் மைன்ஸ். நுழைவாயிலைக் கடந்து உள்ளே சென்றார்கள். மண்டேலா எதிர்பார்த்தது போல் இல்லை தங்கச் சுரங்கம். காதைப் பிளக்கும் கடுமையான சத்தம். எங்கும் தூசி, குப்பை. முள் கம்பி வேலிகள் அந்தப் பிரதேசத்தை ஒரு சிறைச் சாலையைப் போல் மாற்றியிருந்தது. கிரேன் வண்டிகள் அங்கும்

வெளிச்சமும் இருளும்

இங்கும் நகர்ந்துகொண்டிருந்தன. திடீரென்று வெடிச் சத்தம். டைனமைட். கிடுகிடுக்கும் சத்தத்துடன் பாறைகள் தொலைவில் உருண்டு விழுந்தன. சிறு பாறைகள் சுக்கல் நூறாக சிதறின.

1886ல் விட்வாட்டர்ஸ்ட்ரான்ட் (Witwaterstrand) என்னும் இடத்தில் முதல் முறையாக தங்கம் கண்டுபிடிக்கப்பட்ட பிறகு, அந்தப் பிரதேசம் அதிக முக்கியத்துவம் பெற்றது. விட்வாட்டர்ஸ்ட்ரான்டைச் சுற்றி அமைக்கப்பட்ட நகரம்தான் ஜோகன்னஸ்பர்க். ஏராளமான தங்கச் சுரங்கங்கள் இங்கே அமைந்திருந்தன. இருப்பதிலேயே பெரியது க்ரவுன் மைன்ஸ்.

திரும்பும் பக்கமெல்லாம், கறுப்பர்கள். குனிந்து, நிமிர்ந்து, வியர்வை ஒழுக கடுமையாக உழைத்துக்கொண்டிருந்தனர். பாறைகளை நீக்கினார்கள். மண்துகளைச் சுமந்து சென்று ஒரு ஓரத்தில் குவித்தார்கள். அந்தத் துகள்களே சிறு மலையளவு உயர்ந்திருந்தது. நூற்றுக்கணக்கான பேர் இருப்பார்கள் என்று மண்டேலா ஊகித்தார். உள்ளே செல்லச் செல்ல அவர் எண்ணம் மாறிப்போனது. அங்கே ஆயிரக்கணக்கான ஆப்பிரிக்கர்கள் எறும்புக்கூட்டம் போல் இயங்கிக்கொண்டிருந்தார்கள். அந்தச் சத்தமும் தூசியும் டைனமைட்டும் முள்கம்பி வேலியும் அவர்களை இம்சித்ததாகத் தெரியவில்லை.

தங்கச் சுரங்கம் கடுமையான உழைப்பைக் கோரியது. மிக ஆழத்தில் புதைந்து கிடந்ததால், தங்கத்தை வெட்டியெடுக்க, ஆயிரக்கணக்கான தொழிலாளர்கள் தேவைப்பட்டனர். கடுமையான பணிகளை அவர்கள் மேற்கொள்ளவேண்டும். ஓய்வில்லாமல் நீண்ட நேரம் பணியாற்றவேண்டும். குறைவான ஊதியத்தையே அவர்கள் பெற்றுக்கொள்ளவேண்டும். இவையனைத்தும் நடந்தால்தான், சுரங்க முதலாளிகளுக்கு லாபம் கிடைக்கும்.

ஜஸ்டிஸ் சுரங்கப் பணியில் சில காலம் ஈடுபடவேண்டும் என்பது ஜோங்கிந்தாபாவின் விருப்பம். எனவே, க்ரவுனுக்கு முன்னரே அவர் இது குறித்து கடிதம் எழுதியிருந்தார். கடிதம் எழுதி அனுப்பியவுடன் ஜஸ்டிஸ் வந்து சேர்ந்துவிட்டதால் அவர் அனுமதியுடன்தான் ஜஸ்டிஸ் வந்திருப்பான் என்று நிர்வாகம் நினைத்துக்கொண்டது.

ஜஸ்டிஸுக்கு கிளார்க் வேலை உடனே கிடைத்தது. ஆனால், மண்டேலாவை அவர்கள் ஏற்றுக்கொள்ளவில்லை. மீண்டும்

ஒரு பொய். ஐயா, எங்கள் தந்தை எனக்கான சிபாரிசு கடிதத்தை எழுதி தபாலில் அனுப்பிவிட்டார். இன்னும் சில தினங்களில் உங்கள் கைக்கு அது கிடைத்துவிடும். எங்களை நம்புங்கள்.

ஜோங்கிந்தாபா போன்ற ரிஜெண்டுகளின் சிபாரிசுக்கு சுரங்கத் தில் நல்ல மதிப்பும் மரியாதையும் இருந்தது. கிராமப்புறங்களில் இருந்து அவர்களுக்கு நிறைய தொழிலாளர்கள் தேவைப்பட்ட தால், நம்பக்கூடிய இடங்களில் இருந்து வரும் சிபாரிசுகளை அவர்கள் பயன்படுத்திக்கொண்டனர். ரிஜெண்ட் அரசாங்கத்தால் நியமிக்கப்படுபவர். அரசாங்கம் முதலாளிகளால் நியமிக்கப்படு கிறது. அல்லது, அவர்களுக்காகச் செயல்படுகிறது. எனவே, ரிஜெண்டுகளை நம்பலாம். எனவே, மண்டேலாவை நம்பலாம்.

மண்டேலாவுக்கு இன்ஸ்பெக்டர் பணி அளிக்கப்பட்டது. சீருடை அணிந்து சுரங்கத்தின் நுழைவாயிலில் விரைப்பாக நின்றுகொண்டிருப்பார். பணிக்காக வரும் தொழிலாளர் ஒவ் வொருவர் பணி உரிமம் பெற்றிருக்கிறார்களா என்பதைப் பரி சோதிக்கவேண்டும். அனுமதிக்கப்படாதவர்கள் தடுத்து நிறுத்தப்படவேண்டும். தங்குவதற்கு நல்ல இருப்பிடம். உணவு. இரண்டும் இலவசம். சம்பளம் வேறு தனியாக கொடுத் தார்கள். ஜஸ்டிஸ் கிளார்க்காக இருந்தான். கிளார்க் என்பது மரியாதைக்குரிய பதவி. மண்டேலாவைவிட ஜஸ்டிஸுக்கு அதிக ஆதாயங்கள் கிடைத்தன. அங்குள்ள தொழிலாளர்கள் பலரை ரெஜண்ட்தான் சுரங்கத்தின் சேர்த்திருந்தார் என்பதால் அவர்கள் ரிஜெண்டின் மகனான ஜஸ்டிஸுக்கு விசுவாசமாக இருந்தனர். ஜஸ்டிஸைப் பார்க்கும்போது மரியாதையுடன் வணங்கினர். அவ்வப்போது, சிறு பணம் பரிசாக அளித்தனர்.

தனக்குக் கிடைத்த வெகுமதியில் இருந்து ஒரு பகுதியை மண்டேலாவுடன் பகிர்ந்துகொண்டான் ஜஸ்டிஸ். பணம் சேரத்தொடங்கியது. விழுந்து விழுந்து பள்ளியிலும் கல்லூரி யிலும் படித்திருக்கவே வேண்டாம் என்றுகூட ஒரு சமயம் தோன்றியது. மெய்யாகவே இது தங்கச் சுரங்கம்.

சுரங்கத் தொழிலாளர்களுக்கான இருப்பிடம் மண்டேலா, ஜஸ்டிஸ் போன்ற அதிகாரிகள் தங்கும் இருப்பிடம் போல் இருக்கவில்லை. நெரிசலான, வசதிகள் குறைந்த குடியிருப்புகள் அவை. வெவ்வேறு இனக்குழுவைச் சேர்ந்த கறுப்பர்கள் தனித் தனியே தங்கவைக்கப்பட்டனர். தனியே பிரித்து வைப்பதன்

மூலம் ஒரு வர்க்கமாக அவர்கள் திரள்வது தவிர்க்கப்பட்டது. ஒரு குழுவுக்கும் மற்றொன்றுக்கும் மோதல் நடைபெற்றபோது, அதிகாரிகள் கண்டுகொள்ளாமல் நகர்ந்துசென்றனர்.

மிதப்பாக இருந்த ஒரு தருணத்தில், மண்டேலாவும் ஜஸ்டிஸூம் நண்பர்களிடம் தங்களது சாகசத்தை விவரித்தனர். ஜோங் கிந்தாபாவிடம் இருந்து தப்பி வந்ததையும், பொய் சொல்லி வேலையில் இணைந்ததையும், இப்போது கை நிறைய பணம் சம்பாதிப்பதையும் விரிவாக விவரித்து பெருமைப்பட்டுக் கொண்டனர். மறுநாளே, விஷயம் நிர்வாகத்துக்குச் சென்றது. வேலை பறிபோனது.

ஜஸ்டிஸ், மண்டேலாவைவிட்டு பிரிந்து செல்லவேண்டி யிருந்தது. குயின்ஸ்லாண்டில் அவனுக்கு நண்பர்கள் பலர் இருந்தனர் என்றாலும், அவர்கள் ஜஸ்டிஸூக்கு மட்டுமே உதவ முன்வந்தனர். மண்டேலாவுக்கும் ஒரு உறவுக்காரர் அங்கே இருந்தார். கார்லிக் பெக்கினி. அவர் ஒரு துணி வியாபாரி. அவருடன் மண்டேலா இணைந்துகொண்டார். ஜஸ்டிஸை பிரிந்தது மண்டேலாவுக்கு மிகவும் வேதனையளித்தது. இருந்தாலும், பிழைப்பை ஓட்டியாகவேண்டும். புது வேலை தேடிக்கொள்ளவேண்டும்.

க்ரவுன் சுரங்கத்தின் நிர்வாகிகள் அங்குள்ள வேறு பல சுரங்கங் களையும் நடத்திக்கொண்டிருந்தனர். கிட்டத்தட்ட அத்தனை சுரங்கங்களும் பின்னல்போல், ஒன்றோடு ஒன்று தொடர்பு கொண்டிருந்தன. எத்தனை அலைந்தாலும் இனி சுரங்க வேலை கிடைக்காது என்பது ஊர்ஜிதமாகிவிட்டது. மண்டேலா தன் முடிவை மாற்றிக்கொண்டார். சட்டம் படித்திருந்ததால், ஏதாவதொரு வழக்கறிஞரிடம் உதவியாளராக சேர்ந்துவிட முடிவு செய்தார். கார்லிக்கிடமும் சொல்லி வைத்திருந்தார்.

இரண்டாம் உலகப் போர் நடந்துகொண்டிருந்த 1941ம் ஆண்டு அது. பிரிட்டிஷ் காமன்வெல்த்தின் உறுப்பு நாடாக இருந்தது தென் ஆப்பிரிக்கா. ஜெர்மனி மீது போரும் தொடுத்திருந்தது. அந்த வகையில், போர் தயாரிப்புகளின் மையமாக ஜொகன்னஸ் பர்க் திகழ்ந்தது. மண்டேலா வந்து சேர்ந்தது முதல், ஒவ்வொரு நாளும் அந்நகரம் புது மக்கள் வரவால் பருத்துக்கொண்டே போனது. போர்த் தளவாடங்கள் தயாரிக்கவும் ராணுவ உடைகள் தயாரிக்கவும் பிற போர்த் தேவைகளுக்கும் ஆள்கள் தேவைப்

பட்டனர். எத்தனை நூறு, ஆயிரம் பேர் புதிதாக வந்தாலும் தேவைகள் இருந்துகொண்டே இருந்தன. எனவே, கிராமப்புறங் களில் இருந்து ஆப்பிரிக்கர்கள் பெருமளவில் ஜொகன்ஸ்பர் குக்குத் திரண்டுகொண்டிருந்தனர். அனைவருக்கும் வேலைகள் தேவைப்பட்டன. கடினமான, உடலை வருத்திச் செய்யவேண் டிய பணிகள் மாத்திரமே கறுப்பர்களுக்குப் பெரும்பாலும் கிடைத்தன. தொழிற்சாலைகளில், ஆபத்தான, அழுக்கான பணி கள் அவர்களிடம் ஒப்படைக்கப்பட்டன. 1941 முதல் 1946 வரை இந்நகரத்தில் ஆப்பிரிக்கர்களின் எண்ணிக்கை இரட்டிப்பானது.

ஒரு நாள், மார்க்கெட் தெருவில் உள்ள ஒரு அலுவலகத்துக்கு மண்டேலாவை அழைத்துச் சென்றார் கார்லிக். ஜொகன்னஸ் பர்க்கின் மிகச் சிறந்த மனிதரைச் சந்திக்கவிருக்கிறோம் என்று முன்கூட்டியே சொல்லியிருந்தார். அவர்கள் சந்தித்த நபர், வால்டர் சிசுலு (Walter Sisulu). இருபதுகளின் பிற்பகுதியில் இருந்தார். ட்ரான்ஸ்கியைச் சேர்ந்தவர். பிறந்தது மே 18, 1912ம் ஆண்டு.

சிசுலு பேசிய ஆங்கிலம் நவீனமாகவும் சரளமாகவும் இருந்தது. சிசுலு ரியல் எஸ்டேட் வியாபாரம் நடத்தி வந்தார். அலெக் ஸாண்ட்ரா, சோஃபியா டவுன் போன்ற சில பகுதிகளில் மட்டுமே ஆப்பிரிக்கர்கள் நிலம் வாங்க முடியும். மற்ற பகுதிகள், முனிசிபல் டவுன்ஷிப் என்று அழைக்கப்பட்டன. இங்கே தீப்பெட்டி அளவுள்ள இருப்பிடங்களே ஆப்பிரிக்கர்களுக்கு அளிக்கப்பட்டிருந்தன. இங்கே தங்குவதற்கு அவர்கள் ஜொகன் னஸ்பர்க் நகர கவுன்சிலுக்கு வாடகை செலுத்தவேண்டும்.

சிசுலு ஒரு வர்த்தகர் மட்டுமல்ல, புகழ் வாய்ந்த உள்ளூர் தலை வரும்கூட என்பதை மண்டேலா விரைவில் புரிந்துகொண்டார். சிசுலுவிடம் தன் எண்ணங்களைத் தயக்கமின்றி வெளிப்படுத்தி னார் மண்டேலா. முதலில், ஒரு வழக்கறிஞரிடம் உதவியாள ராகச் சேரவேண்டும். இரண்டாவதாக, தென் ஆப்பிரிக்கப் பல்கலைக்கழகத்தில் இணைந்து பட்டப்படிப்பை நிறைவு செய்யவேண்டும். ஹரே கோட்டை கல்லூரியில் நடைபெற்ற மோதல் குறித்தும் படிப்பை முடிப்பதற்கு முன்பாகவே தான் அங்கிருந்து வெளியேறவேண்டிய சூழல் ஏற்பட்டதையும் மண்டேலா விவரித்தார்.

சிசுலு பற்றி மேற்கொண்டு அவர் அறிந்துகொண்ட செய்தி வியப்பூட்டுவதாக இருந்தது. சிசுலு ஆறாவது வகுப்பைத்

தாண்டியதில்லை. அதெப்படி முடியும்? பட்டதாரிகளால் மட்டுமே திறமையாகவும் லாபம் ஈட்டும்படியும் தொழில் நடத்தமுடியும் என்று ஹரே கோட்டையில் போதித்திருந்தார் களே. இவர் எப்படி இத்தனை திறமை வாய்ந்தவராக இருக்கிறார்? என்னைவிட மிக நன்றாக ஆங்கிலம் பேசவும் தெரிந்திருக்கிறதே. இங்குள்ள அனைவரும் மரியாதையுடன் அவர் பெயரை உச்சரிப்பது எப்படி? ஆறாவது வகுப்பைத் தாண்டாத ஒருவரால் இத்தனை விஷயங்களைச் சாதிக்க முடியுமா?

சிசுலுவின் உதவியால் அலெக்ஸாண்ட்ரியாவில் இருந்த விட்கன், சிடெல்ஸ்கி அண்ட் ஈடல்மேன் என்னும் நிறுவனத் தில் மண்டேலாவுக்கு கிளார்க் வேலை கிடைத்தது. கறுப்பின, ஆங்கிலேய மக்கள் இருவருக்கும் பரிச்சயமான புகழ் பெற்ற நிறுவனமாக அது இருந்தது. மண்டேலா எதிர்பார்த்தைப் போலவே தென் ஆப்பிரிக்க பல்கலைக்கழகத்தில் தொலைதூர வகுப்பில் இடம் கிடைத்தது. பகல் நேரங்களில் அலுவலக வேலைகளையும் இரவு நேரங்களில் வாசிப்பையும் மேற் கொண்டார். அட்டார்னியாக தனியாக அலுவலகம் ஆரம்பிக்க வேண்டுமானால், யாராவதொரு வழக்கறிஞரிடம் அல்லது சட்ட நிறுவனத்திடம் அப்ரெண்டீஸாக (Articled Clerk) சில வருடங் கள் பணியாற்றவேண்டும். அப்ரெண்டீஸாக சேரவேண்டு மானால் பட்டப்படிப்பை முடித்தாகவேண்டும்.

மண்டேலாவின் உயரதிகாரியான லாஸர் சிடெல்ஸ்கி ஒரு யூதர். மண்டேலாவிடம் தோழமையுடன் உரையாடினார். ஆப்பிரிக்கர் களின் நலனுக்காக அவர் தனியே சில முயற்சிகளை மேற் கொண்டிருந்தது மண்டேலாவைக் கவர்ந்தது. மண்டேலா தன் திறமையை, தனக்கு அளிக்கப்பட்ட வாய்ப்பை நல்ல வகையில் பயன்படுத்திக்கொள்ளவேண்டும் என்று சிடெல்ஸ்கி அறி வுறுத்தினார். ஒரு வழக்கறிஞராக மாறி, உன் இன மக்களுக்கு நீ உதவவேண்டும். அதுதான் அவர்களுக்கு நீ ஆற்றும் நன்றிக் கடன்.

யூதர்கள் வெள்ளையர்களைப் போன்றவர்கள் அல்ல என்று மண்டேலா நினைத்துக்கொண்டார். ஆப்பிரிக்கர்களைப் போலவே அவர்களும் சரித்திரத்தால் வஞ்சிக்கப்பட்டவர்கள். எனவே, ஆப்பிரிக்கர்களின் வலி அவர்களுக்குத் தெரியும்.

தெரிந்ததால்தான் நான் ஒரு கறுப்பன் என்று தெரிந்திருந்தும் எனக்கு வேலை கொடுத்திருக்கிறார்கள்.

அந்த நிறுவனத்தில் ஒரு வெள்ளைக்கார காரியதரிசி இருந்தார். அவர் மண்டேலாவை அழைத்து புன்னகையுடன் தன் நிறுவனத்தின் கொள்கையை அறிவித்தார்.

'மிஸ்டர் மண்டேலா, எங்கள் நிறுவனத்தில் நிறபேதம், நிற வேறுபாடு கிடையாது. நாங்கள் அனைவரையும் ஒன்றுபோல் நடத்துவோம். கறுப்பர், வெளுப்பர் வித்தியாசம் கிடையாது. அனைவரும் நண்பர்களாக இருக்கலாம். உங்களுக்கு எந்தவிதத் தயக்கமும் வேண்டாம். நீங்கள் இணைந்ததைக் கொண்டாடும் வகையில் உங்களுக்கும், உங்களுக்கு முன்னர் பணியில் சேர்ந்த கோர் என்பவருக்கும் இரு தேநீர் கோப்பைகள் வாங்கியிருக் கிறேன். தேநீர் தயாரானதும் சொல்கிறேன். நாம் அனைவரும் ஒன்றாக அமர்ந்து தேநீர் அருந்துவோம். இனி தினமும் காலையும், மாலையும் நாம் அனைவரும் ஒன்றாக தேநீர் அருந்தலாம். கோரிடமும் சொல்லிவிடுங்கள்.'

கோர் ரடேபியிடம் (Gaur Radebe) விஷயத்தை சொன்னார் மண்டேலா. அவருக்கும் அது விசித்திரமாகத்தான் இருந்தது. நிறபேதம் இல்லை என்னும்போது, பாகுபாடு இல்லை என்னும் போது எதற்கு இரு கோப்பைகள் குறித்து பேசவேண்டும்? அந்தக் கோப்பைகளில்தான் நாம் இருவரும் தேநீர் அருந்த வேண்டும் என்று ஏன் வலியுறுத்தவேண்டும்? ஒன்றாக அமர லாம். ஒன்றாகப் பேசலாம். பழகலாம். ஆனால், கோப்பைகள் மட்டும் வெவ்வேறா? சவாலை எதிர்கொள்ள தயாரானார் கோர்.

'தேநீர் தயாராகட்டும். நான் என்ன செய்கிறேனோ அதையே நீங்களும் செய்யுங்கள்.'

தேநீருக்கான அழைப்பு வந்தது. கோர் புன்னகையுடன் அந்தக் காரியதரிசியை எதிர்கொண்டார். பிற நண்பர்களுக்கு வணக்கம் சொன்னார். மண்டேலா அவருக்கு அருகே அமர்ந்துகொண்டார். ஒரு டிரேயில் தேநீர் வந்தது. மண்டேலா கவனித்தார். இரு கோப்பைகள் மட்டும் தனி நிறத்தில் இருந்தன. முதலில் கோரிடம் தட்டு நீட்டப்பட்டது. கோர் எழுந்து ஒரு கோப்பையை எடுத்துக்கொண்டார். இரண்டில் ஒன்றை அல்ல. மற்ற கோப்பைகளில் இருந்து ஒன்றை.

அந்தக் காரியதரசியின் முகம் மாறியது. கோர் எதுவுமே நடக்காததுபோல் பால், சர்க்கரை என்று கலந்துகொள்ள ஆரம்பித்தார். ஒரு ஸ்பூனை எடுத்து கலக்கி, குடிக்கவும் ஆரம்பித்திருந்தார். ஒரு புன்னகையுடன் மண்டேலாவிடம் திரும்பினார்.

'உங்கள் கோப்பையை எடுத்துக்கொள்ளுங்கள்.'

மண்டேலாவுக்குக் குழப்பமாக இருந்தது. அந்தக் காரியதரிசியைப் புண்படுத்த அவர் விரும்பவில்லை. அவ்வாறு செய்வது, அவரையும் மாற்றவர்களையும் அவமரியாதை செய்வதற்குச் சமமானது. இரு கோப்பைகளில் ஒன்றை எடுத்துக்கொண்டால், கோர் கோபித்துக்கொண்டுவிடுவார். அவரது தோழமையை இழக்க நேரிடும். ஒரு சில விநாடிகள் தயக்கம் நீடித்தது. பிறகு, தீர்மானமான குரலில் சொன்னார்.

'எனக்குத் தாகமில்லை. தேங்க்ஸ்.'

மற்றொரு சமயம், மண்டேலா தன் காரியதரிசிக்கு கடிதம் ஒன்றை டிக்டேட் செய்துகொண்டிருந்தார். அவர் நிறுவத்தில் இணைந்து சில காலம் ஆகியிருந்தது. நல்ல அனுபவமும் பெற்றிருந்தார். எனவே அவருக்கென்று ஒரு காரியதரிசியை ஒதுக்கியிருந்தனர். அந்தப் பெண் ஒரு வெள்ளையர். மண்டேலா சொல்லச்சொல்ல குறிப்புகள் எடுத்துக்கொண்டிருந்தார். அந்தச் சமயம் பார்த்து ஒரு வெள்ளைக்கார வாடிக்கையாளர் வந்துவிட்டார். அந்தக் காரியதரிசிக்கு அவமானமாகப் போய்விட்டது. கறுப்பர்கள் ஆதிக்கம் செலுத்தும் இடம் என்று தவறாக நினைத்துவிட மாட்டாரா? சட்டென்று அந்தக் காரியதரசி, குறிப்பேட்டை மூடிவைத்துவிட்டு, தன் கைப்பையைத் திறந்து ஆறு பென்ஸ் எடுத்து மண்டேலாவிடம் நீட்டினார்.

'நெல்சன், பக்கத்துக் கடையில் இருந்து எனக்குக் கொஞ்சம் ஷேம்பூ வாங்கிவா.'

மண்டேலா மறுக்கவில்லை.

புதிராகத்தான் இருந்தது. ஒரு சமயம் கிளர்க்காக இருக்க வேண்டும். பிறிதொரு சமயம், அசிஸ்டெண்ட்டாக இருக்க வேண்டும். பொதுவில் தேநீர் குடிப்பதையே தவிர்த்தார். அறைக்குச் சென்று தானே தேநீர் தயாரித்து அருந்தினார். தனியாக. இதுதான் நிலைமை என்னும்போது அதை ஏற்றுக்கொள்வதுதான் சரியானது என்பது அவர் முடிவு.

கோர், இந்த வரையறைக்குள் அடங்க மறுத்ததையும் மண்டேலா கவனித்துக்கொண்டுதான் இருந்தார். அவரும் என்னைப் போன்ற ஆப்பிரிக்கன்தான். கறுப்புதான். ஆனால், தன்னிடம் கொடுக்கப்படும் வேலைகள் அவரிடம் கொடுக்கப்படவில்லை. அத்தனை எளிதாக அவரைச் சமாளித்துவிடமுடியவில்லை இந்தக் காரியதரிசியால். அடாவடிக்காரராகத்தான் இருக்கிறார். நான் ஏன் உன்னைப் போல் இருக்கவேண்டும் என்று சொல்வது போல் அமைந்திருக்கிறது அவரது ஒவ்வொரு நடவடிக்கையும். கோர் குறித்து மேலதிகம் தெரிந்துகொண்டபோது ஆச்சரியடைந்தார் மண்டேலா. ஆப்பிரிக்க தேசிய காங்கிரஸில் (ஏ.என்.சி) கோர் ஒரு முக்கிய உறுப்பினராக இருந்தார். கூடுதலாக, கம்யூனிஸ்ட் கட்சியிலும்.

கோர் குறித்து சிடெல்ஸ்கி எச்சரித்திருந்தது நினைவுக்கு வந்தது. வால்டர் சிசுலு குறித்தும்கூட அவர் எச்சரித்திருந்தார். இருவரது திறமைகளையும் அவர் பாராட்டத் தயங்கியதில்லை என்றாலும், அவர்கள் நிழல் நடவடிக்கைகளை அவர் ஏற்றுக்கொண்டது கிடையாது. நெல்சன், தவறியும் அரசியலில் மட்டும் ஆர்வம் கொண்டுவிடாதீர்கள். பிறகு, உங்களைக் காப்பாற்ற அந்தக் கடவுளே வந்தாலும், முடியாமல் போய்விடும்.

கோரின் துணிச்சல் நாளுக்கு நாள் வளர்ந்துகொண்டே போனது. ஒருமுறை, சிடெல்ஸ்கி அவரது இருக்கையில் அமர்ந்தபடி மண்டேலாவுக்கு சில கோப்புகளை அளித்து, என்ன செய்ய வேண்டும் என்பதை சொல்லிக்கொண்டிருந்தார். அந்த அறைக்குள் தற்செயலாக நுழைந்த கோர், உதடுகள் துடிக்க கத்திவிட்டார்.

'பாருங்கள், நீங்கள் எவ்வளவு உயர்ந்த இடத்தில் அமர்ந்திருக்கிறீர்கள். எங்கள் ஆள்கள் கைகட்டி நீங்கள் சொல்வதை கேட்டுக்கொண்டிருக்கிறார்கள். இப்படித்தான் எல்லா இடங்களிலும் நடந்துகொண்டிருக்கிறது. ஆனால், ஏன் இவ்வாறு நடக்கவேண்டும் என்று நான் கேட்டால் அதற்குப் பதிலில்லை. பார்த்துக்கொண்டே இருங்கள். ஒருநாள் நிலைமை மாறத்தான் போகிறது. நாங்கள் அந்தப் பக்கம் அமரப்போகிறோம். நீங்கள் அனைவரும் நாங்கள் செய்வதைச் செய்யப்போகிறீர்கள்.'

ஆப்பிரிக்கர்களின் அடிமை வாழ்க்கையைப் பற்றி மண்டேலாவுடன் மணிக்கணக்கில் பேசினார் கோர். எத்தனை திறமைசாலி

யாக இருந்தாலும், ஒரு ஆப்பிரிக்கனுக்கு அடிமை வாழ்க்கையே விதிக்கப்படுவது ஏன்? திறமை, படிப்பு எதுவும் இல்லை யென்றாலும்கூட, வெள்ளைக்காரனுக்கு மட்டும் கூடுதல் மரியாதை தரப்படுவது ஏன்? நாம் மட்டுமல்ல நம் சமூகமே ஏன் இப்படி இருண்டு போய் கிடக்கவேண்டும்? இதை மாற்ற நம்மால் எதுவுமே செய்யமுடியாது என்னும்போது, நாம் படித்து என்ன பயன்? வேலைக்குப் போய் பொருள் ஈட்டி என்ன பயன்?

அதே அலுவலகத்தில் பணிபுரியும் நேட் என்பவரின் பரிச்சயமும் ஏற்பட்டது. நேட், உடலளவில் மட்டுமே வெள்ளைக்காரராக இருந்தார். ஒரு சமயம், சாண்ட்விச் ஒன்றை கொண்டுவந்தார் அவர். இதன் மற்றொரு முனையை கொஞ்சம் பிடித்துக் கொள்ளுங்களேன் என்றார். மண்டேலா நேட் சொன்னபடி பிடித்துக்கொண்டார். நேட் மற்றொரு முனையை பிடித்தபடி பின்னோக்கி நகர்ந்தார். சாண்ட்விச் இரு துண்டுகளாகப் பிரிந்தது. நேட் சிரித்தார். உங்களிடம் இருப்பது உங்கள் பங்கு. இது எனக்கு. சாப்பிட்டபடியே நேட் சொன்னார். எல்லாவற்றை யும் பிரித்துக்கொடுப்பது. இதுதான் கம்யூனிஸம்.

கோரைப் போலவே நேட்டும் கம்யூனிஸ்ட் கட்சியில் இணைந் திருந்தார் என்பது புரிந்தது. எங்களோடு வாருங்கள் என்று அவர்கள் அழைத்தபோது, மண்டேலா தயங்காமல் சென்றார். அப்போதும் அவர் தன் உயர் அதிகாரியின் அறிவுரையை மறந்துவிடவில்லை. இவர்கள் நல்லவர்கள்தான் என்றாலும், இவர்களிடம் மயங்கிவிடக்கூடாது. கம்யூனிஸ்ட் கட்சி நடத்திய கூட்டங்களில் கலந்துகொள்ள சென்றபோது, தன்னைத்தானே சமாதானம் செய்துகொண்டார் மண்டேலா. கூட்டத்தில் கலந்து கொள்வதை அரசியலில் பங்கேற்பதாக எடுத்துக்கொள்ள முடியாது. காது கொடுத்து கேட்பது தவிர வேறு ஒன்றையும் நான் செய்யப்போவதில்லை.

ஆப்பிரிக்காவின் இன்னொரு பக்கத்தை மண்டேலா அந்தக் கூட்டங்களின் வாயிலாகத் தெரிந்துகொண்டார். கம்யூனிஸம் குறித்த அடிப்படை அறிமுகமும் கிடைத்தது. நிறவெறியின் சரித்திரம் அவர் கண்முன்னே விரிந்தது. ஆனால், கம்யூனிஸ்ட் கட்சியின் பார்வையை மண்டேலாவால் முழுமையாக ஏற்றுக் கொள்ளமுடியவில்லை. அவர்கள் விவரித்த வர்க்கப் போராட் டம் தென் ஆப்பிரிக்காவுக்குப் பொருந்தாது என்று அவர் கருதி னார். இது இரு நிறங்கள் சம்பந்தப்பட்ட பிரச்னை. வெள்ளையர்

களுக்கும் கறுப்பர்களுக்கும் இடையே நடக்கும் போர். வெள்ளையர்கள் நிலத்துக்காகவும் வளத்துக்காகவும் போர் தொடுக்கிறார்கள். கறுப்பர்கள், தங்கள் உரிமைக்காக. இதில் வர்க்கம் எங்கிருந்து வருகிறது? இருப்பவர்களுக்கும் இல்லாத வர்களுக்குமான போராட்டமாக இதை கம்யூனிஸ்ட் கட்சி வகைப்படுத்துவதை எப்படி ஏற்றுக்கொள்வது? வர்க்கப் போராட்டம் என்பது ரஷ்யாவுக்கும் ஜெர்மனிக்கும் இங்கிலாந்துக்கும் வேண்டுமானால் பொருந்தலாம். இங்கே, சூழல் வேறு.

இருந்தாலும், எந்தவொரு கூட்டத்தையும் மண்டேலா தவற விட்டதில்லை. வேறு சில படிப்பினைகள் கிடைத்தன. நன்றாக ஆங்கிலம் பேசுவது, மேட்டுக்குடி பாணியில் உடைகள் அணிவது, டை அணிந்துகொள்வது ஆகியவே உன்னை பெரிய மனிதராக மாற்றிவிடாது. நீ எத்தனை மெனக்கெட்டாலும், உன்னால் வெள்ளையனாக மாறமுடியாது. மாறவேண்டிய அவசியமும் இல்லை. பி.ஏ., எம்.ஏ., ஆகியவை காகிதப் பட்டங்கள் மட்டுமே. அவற்றைப் பெற்றுக்கொள்வதன் மூலம் நீ மாறிவிடமாட்டாய். வேகமாகவும் விவேகமாகவும் மாற்றங்கள் உனக்குள் ஏற்படவேண்டும். உன் சிந்தனைகள் மாறவேண்டும். ஆப்பிரிக்காவை அப்போது நீ புரிந்துகொள்வாய்.

ஓராண்டு கழிந்தபோது, தான் மட்டுமல்ல, அலெக்சாண்ட்ரியாவும் நிறையவே மாறியிருப்பதாகத் தோன்றியது மண்டேலாவுக்கு. ஒரே சமயத்தில் க்ளார்க்காகவும் உதவியாளராகவும் நான் இருப்பது போல், இந்நகரம் ஒரே நேரத்தில் சொர்க்கமாகவும் நரகமாகவும் திகழ்கிறது. நகரத்தில் அமைந்துள்ள உயர்ந்த கட்டடங்களையும் வெளிச்சத்தையும் சற்று தள்ளி உள்ளே சென்றால் டவுன்ஷிப்பில் காணமுடியவில்லை. ஒரு சாலை அழுக்காகவும், பொத்தல்கள் நிறைந்தும் காணப்படுகிறது. மற்றொரு சாலை, சுத்தமாக, சீராக இருக்கிறது. ஓரிடத்தில் நல்ல நீர் வழிந்தோடுகிறது. மற்றோரிடத்தில் ஒரே ஒரு குழாய்தான் காணப்படுகிறது. போட்டிபோட்டு, சண்டைபோட்டு தண்ணீர் பிடித்துக்கொள்ளவேண்டும்.

டவுன்ஷிப்பில் இடப்பற்றாக்குறை அதிகம். ஓரங்குல இடம்கூட வீணடிக்கப்படாமல், நிரம்பியிருக்கிறது. தகர வீடுகளும் தார்பாலின் கூரை வீடுகளும் மட்டுமே அதிகம் இருக்கின்றன. கல் வீடுகள் இல்லை. அடிக்கடி மோதல்கள் வெடிக்கின்றன. கலவரம் நடக்கிறது. காவல் படை பாய்ந்து வந்து, துப்பாக்கி

பிரயோகம் செய்து கூட்டத்தைக் கலைக்கிறது. இங்குள்ள சில வீடுகளில், ரகசியமாக பீர் தயாரிக்கப்படுவதாகச் சொல்கிறார்கள். திருட்டும்கூட அதிக அளவில் நடைபெறுகிறது.

சில நல்ல விஷயங்களும் உள்ளன. இங்கே வெள்ளையர்கள் அதிகம் இல்லை. ஒருவகையில், வெள்ளையர்களிடம் இருந்து துண்டிக்கப்பட்ட நிலையில் இவர்கள் இருந்தனர். எல்லாவற்றையும்விட முக்கியமானது, ஆப்பிரிக்கர்களால் இங்கே இடம் வாங்க முடிந்தது என்பதுதான். அதேபோல், ஒரு கோசாவாக, ஜுலுவாக, தன்னை உணர்ந்த ஆப்பிரிக்கர்கள் இங்கே ஒரே இடத்தில் திரண்டதன் மூலம், தங்களை அலெக்ஸாண்ட்ரியர்களாக உணர்ந்தனர். வெள்ளையர்கள் எப்போதும் கறுப்பர்களைத் தனித்தனியே பிரித்து வைத்தே ஆண்டு வந்தனர். சுரங்கமாக இருந்தாலும் சரி, குடியிருப்பாக இருந்தாலும் சரி.

மண்டேலாவுக்கு ஒரு வாரத்துக்கு இரண்டு பவுண்ட் கிடைத்தது. அதிலிருந்த 13 ஷில்லிங், 4 பென்ஸ் மாத வாடைக்குப் போய்விடும். ஒரு விடுதியில் ஒரே ஒரு அறையில் அவர் தங்கியிருந்தார். அலெக்ஸாண்ட்ரியாவில் இருந்து போக, வர ஒரு மாதத்துக்கு ஒரு பவுண்ட் 10 பென்ஸ் பிடிக்கும். நேடிவ் பஸ் என்று அழைக்கப்பட்ட ஆப்பிரிக்கர்களுக்கான பிரத்யேகப் பேருந்தை அவர் பயன்படுத்திக்கொண்டிருந்தார். இதுபோக, பல்கலைக் கழகக் கட்டணம். அப்புறம் சாப்பாட்டுச் செலவு. எல்லாவற்றுக்கும் மேலாக, சம்பளத்தில் ஒரு பகுதி மெழுகுவர்த்திக்குச் சென்றது. மண்ணெண்ணெய் அடுப்பு பயன்படுத்தும் அளவுக்கு வசதியில்லை. சில சமயங்களில், பேருந்து கட்டணத்தை மிச்சம் பிடித்து, ஆறு மைல் நடந்துசென்றுவிடுவார். ஒரு சில நாள்களுக்கு ஒரு வாய் உணவு மட்டுமே கிடைக்கும். உடைகள் அதிகம் வைத்துக்கொள்ளவில்லை. உடைமையும். சிடெல்ஸ்கி பழைய சூட் ஒன்றை கொடுத்தார். அதில் பல ஒட்டுகள், தையல்கள் போட்டு தினமும் அணிய ஆரம்பித்தார் மண்டேலா. கிட்டத்தட்ட ஐந்து ஆண்டுகள். ஒரு கட்டத்தில், ஒட்டுத் துணிகளால் மட்டுமே தைக்கப்பட்ட சூட் போல் அது காட்சியளிக்க ஆரம்பித்தது.

★

ஜோங்கிந்தாபா ஜொகன்னஸ்பர்க் வந்திருப்பதாகவும் தன்னைச் சந்திக்க விரும்புவதாகவும் மண்டேலாவுக்கு 1941 இறுதியில் ஒரு

செய்தி வந்தது. தயக்கம், சங்கடம், பயம் அனைத்தையும் உதறித் தள்ளிவிட்டு விரைந்தார் மண்டேலா. விட்வாட்டர்ஸ்ட்ரான்டில் அந்த சந்திப்பு நடந்தது. காலம், ஜோங்கிந்தாபாவை மாற்றி யிருந்தது. ஏன் என்னை ஏமாற்றினாய் என்று ஒரு வார்த்தை கேட்கவில்லை அவர். என்ன செய்கிறாய், எங்கே தங்கியிருக் கிறாய், என்ன திட்டங்கள் என்று கேட்டுத் தெரிந்துகொண்டார். ஜஸ்டிஸ் தன்னிடம் இருந்தால் நன்றாக இருக்கும் என்று கவலைப்பட்டுக்கொண்டார்.

ஜஸ்டிஸ் அப்போது காதல் வயப்பட்டிருந்தான். ஊர் திரும்பி தந்தையுடன் இருப்பது குறித்து அவனால் சிந்திக்கவும் முடிய வில்லை. ஜோங்கிந்தாபா, தன் செல்வாக்கைப் பயன்படுத்தி தன் மகனைத் திரும்பப் பெற முனைந்தபோது, மண்டேலாவிடம் அடைக்கலம் புகுந்தான். மண்டேலா ஜஸ்டிஸ் சார்பாக வாதாடி, அவரை ஜோங்கிந்தாபாவிடம் இருந்து பிரித்து வைத்தார்.

ஆனால், ஜோங்கிந்தாபாவின் இந்தச் சந்திப்புக்குப் பின்னால் மண்டேலாவின் மனம் மாறியிருந்தது. என்ன இருந்தாலும் தகப்பன். தன் மகன் உடன் இருக்கவேண்டும், தனக்குப் பின் பொறுப்புகளை ஏற்று வகிக்க வேண்டும் என்று விரும்புவதில் தவறேதுமில்லையே! ஜஸ்டிஸை அணுகி பேசிப் பார்த்தார். சமாதானப்படுத்தவும் முயற்சி செய்தார். ஆனால், ஜஸ்டிஸ் இதனை விரும்பவில்லை. மண்டேலாவுடன் பேசுவதை தவிர்க்க ஆரம்பித்தான்.

ஆறு மாதங்கள் கழித்து செய்தித்தாள் பார்த்து ஜோங்கிந்தாபா வின் மரணத்தை இருவரும் அறிந்துகொண்டனர். எல்லாவற்றை யும் மறந்து அடித்துப்பிடித்து ஓடினார்கள். இவர்கள் சேர்வதற் குள் இறுதிச் சடங்குகள் நடந்து முடிந்திருந்தன. ஜஸ்டிஸ் மாறிப்போனான். ஜொகன்னஸ்பர்க் திரும்புவதில் அவனுக்கு ஆர்வம் இருக்கவில்லை. அரண்மனையிலேயே தங்கிக் கொண்டான். தந்தையின் பொறுப்புகளைக் கவனித்துக்கொள்ள ஆரம்பித்தான்.

★

1942ல் பி.ஏ. பட்டம் கிடைக்கப்பெற்று, நீண்டகால கனவு நிறை வேறியபோது, மண்டேலாவால் குதூகலிக்க முடியவில்லை. பட்டம் ஒரு பொருட்டல்ல என்னும் முடிவுக்கு அப்போது அவர்

வந்து சேர்ந்திருந்தார். கல்வியால் மட்டுமே முன்னேற்றம் கண்ட நாடு என்று ஏதாவதொன்றை உன்னால் சொல்லமுடிகிறதா? கோரின் வாதம் நினைவுக்கு வந்தது. கல்வி சிறந்தது. மறுக்கவில்லை. ஆனால், கல்வியை மட்டுமே நாம் நம்பியிருந்தால், இன்னும் ஆயிரம் ஆண்டுகள் நாம் காத்திருக்கவேண்டியிருக்கும். நாம் ஏழைகள். நம்மிடம் சில ஆசிரியர்கள்தான் இருக்கிறார்கள். கல்வி பெறுவதற்குத் தேவையான சக்தி நம்மிடம் இல்லை.

'அந்த சக்தி எங்கிருக்கிறது தெரியுமா நெல்சன்? ஆப்பிரிக்க தேசிய காங்கிரஸிடம். என்னுடன் பல கூட்டங்களுக்கு வந்திருக்கிறாய். இத்தனை நேரம் நீ புரிந்துகொண்டிருக்கவேண்டும். அவர்கள் நமக்குக் கற்றுக்கொடுப்பதற்குப் பெயர் கல்வி அல்ல. நாம் இதுவரை கற்றுக்கொண்டதை வெளியேற்றுவது எப்படி என்பதைத்தான் சொல்லிக்கொடுக்கிறார்கள்.'

அது உண்மைதான் என்று தோன்றியது மண்டேலாவுக்கு. கல்லூரி புத்தகங்கள் வாயிலாகவும், நூலகத்தில் படித்த பிற புத்தகங்கள் வாயிலாகவும் மண்டேலா வரலாறு வாசித்தறிந்திருந்தார். ஆசிரியர்களும் பேராசிரியர்களும் பல நுணுக்கமான விஷயங்களை விவாதித்திருக்கிறார்கள். ஆனால், கோர் ஒரே கையசைவில் இதுவரை நான் அறிந்த வரலாறைப் புறக்கணிக்கிறான். புத்தகங்களைக் கேள்விக்கு உள்ளாக்குகிறான். நான் அறிந்துவைத்திருக்கும் உண்மைகளை, திரிபுகள் என்கிறான். எனக்குப் பரிச்சயம் இல்லாத ஒரு கோணத்துக்கு என் பார்வையை மாற்றியமைக்க முயல்கிறான். பட்டம் பெற்ற நான், பட்டம் பெறாத அவனிடம் கிட்டத்தட்ட ஒவ்வொரு முறையும் தோற்கவே செய்கிறேன்.

புரட்சி விரைவில் வரும் என்று நம்பிக்கையுடன் சொன்னான் கோர். கோர் அழைத்துச்செல்லும் கூட்டம் ஒவ்வொன்றும் ஒரு புது விஷயத்தை மண்டேலாவுக்கு அறிமுகம் செய்துவைத்தது. குறிப்பாக, ஆப்பிரிக்க தேசிய காங்கிரஸ் நடத்தும் கூட்டங்கள் துடிப்பாக இருந்தன. ஆப்பிரிக்க மக்களை நேரடியாக பாதிக்கும் விஷயங்களை மட்டுமே எடுத்துக்கொண்டு விவாதித்தார்கள். ஆப்பிரிக்கர்களுக்கு எதிரான சட்டங்கள். முட்டுக்கட்டைகள். உரிமங்கள். வாடகைகள். பேருந்து கட்டணங்கள். எல்லாம் சரியாகிவிடும் என்று நாம் நம் வேலைகளை மட்டும்

கவனித்துக்கொண்டிருந்தால் எதுவும் மாறாது. நம் உரிமைகளை நாம் போராடியே பெற்றாகவேண்டும்.

அலெக்ஸாண்ட்ரா பேருந்து கட்டணம் உயர்த்தப்பட்டபோது, ஆப்பிரிக்க தேசிய காங்கிரஸ் ஆகஸ்ட் 1943ல் மாபெரும் புறக்கணிப்புப் போராட்டத்தை நடத்தியது. அனல் பறக்கும் பிரசாரங்கள் மேற்கொள்ளப்பட்டன. மக்கள் திரட்டப்பட்டனர். அத்தனைப்பேரையும் பாதிக்கும் பிரச்னை என்பதால் பல ஆயிரக்கணக்கான ஆப்பிரிக்கர்கள் போராட்டத்தில் குதித்தனர். மக்களை வழிநடத்தும் தலைவர்களில் ஒருவனாக கோர் இருந்தான். மண்டேலா தன்னையும் இந்தப் போராட்டத்தில் இணைத்துக்கொண்டார். கோர் ஒரு காரணம். ஆப்பிரிக்க மக்களின் பொதுவான பிரச்னை என்பது மற்றொரு காரணம்.

ஆனால், மண்டேலாவுக்குச் சந்தேகமாகவே இருந்தது. பேருந்து களைப் புறக்கணியுங்கள் என்கிறது ஏ.என்.சி. கேட்பதற்கு நன்றாகத்தான் இருக்கிறது. ஆனால், நடைமுறையில் இது சாத்தியமா? அத்தனைப்பேரும் கட்டுப்படுவார்களா? அப்படியே புறக்கணித்தாலும், ஏறிய கட்டணம் இறங்குமா? அரசாங்கம் இந்த சலசலப்புக்கு அஞ்சுமா? ஒன்பது தினங்கள் போராட்டம் தொடர்ந்தது. முடிவில், பேருந்து கட்டணம் குறைக்கப்பட்டது.

மண்டேலா தன் திகைப்பை வெளிப்படுத்தியபோது, சிடெல்ஸ்கி அவசரமாக மறுத்தார்.

'நெல்சன், நீ கோருடன் அதிகம் சுற்றுகிறாய் என்பது புரிகிறது. நான் ஏற்கெனவே சொல்லியிருக்கிறேன். அவனுடன் அதிகம் நெருங்காதே. போராட்டம், புரட்சி இதெல்லாம் நமக்கான தல்ல. நீ ஒரு வழக்கறிஞர் ஆகவேண்டும். நீ அரசியல் ஈடுபாடு கொண்டால், அரசாங்கத்தையும் காவல் துறையையும் பகைத்துக்கொள்ளவேண்டிவரும். அவர்கள் நம் நண்பர்கள். நீ வளமாகத் தொழில் செய்யவேண்டுமானால் அவர்கள் உதவி தேவை. அவர்களிடம் மோதினால், நீ உன் வாழ்க்கையைச் சிறையில்தான் கழிக்கவேண்டிவரும்.'

அது அறிவுரை மட்டுமல்ல. எச்சரிக்கையும்கூட. ஆனால், கோரின் அணுகுமுறையே சரி என்று மண்டேலா கருதினார். சிடெல்ஸ்கி சொல்வது உண்மை என்றால், பேருந்துப் போராட்டம் தோற்றுப்போயிருக்கவேண்டும். அரசாங்கத்தை எதிர்த்து,

அரசாங்கத்தின் ஆணையை மீறி நடந்த அந்தப் போராட்டம் மாபெரும் வெற்றியை அல்லவா ஈட்டியிருக்கிறது! எனில், அதுதானே சரியான பாதை?

கோர், மண்டேலாவை அழைத்தார். 'நீ பி.ஏ. பட்டம் பெற்ற பிறகும்கூட உன் பதவியை அவர்கள் உயர்த்தவில்லை, கவனித் தாயா? நியாயப்படி நீ இப்போது, சட்ட உதவியாளராக மாறி யிருக்கவேண்டும். நான் இருக்கும்வரை உனக்கு அந்தப் பதவி கிடைக்காது. என்னை தனிப்பட்ட முறையில் அவர்கள் விரும்ப மாட்டார்கள் என்றாலும், என்னைத் தேடி ஆப்பிரிக்கர்கள் நிறைய பேர் வருவது அவர்களுக்கு லாபகரமானது. எனவே, வேலையை விட்டுவிடலாம் என்று முடிவுசெய்துவிட்டேன். நீ முன்னேறி வா. ஒரு வழக்கறிஞராக நீ செய்வதற்கு நிறைய இருக்கிறது. காத்திருக்கிறேன், வா.'

சொன்னபடியே வேலையை துறந்தான் கோர். சொன்னபடியே, மண்டேலாவுக்குப் பதவி உயர்வு கிடைத்தது. இனி அவர் அங்கீ கரிக்கப்பட்ட சட்ட உதவியாளர். பி.எல். படித்துமுடித்துவிட்டால், தனியாக வழக்கறிஞர் தொழில் நடத்திக்கொள்ளலாம்.

விட்வாட்டர்ஸ்ட்ராண்ட் பல்கலைக்கழகத்தில் பகுதி நேர பி.எல். பட்டப்படிப்பில் சேர்ந்துகொண்டார் மண்டேலா. Braamfontein என்னும் பகுதியில் அந்தப் பல்கலைக்கழகம் அமைந்திருந்தது. இங்கே வெள்ளையின மாணவர்களே பெரும்பான்மையினராக இருந்தனர். சட்டப்பிரிவில் மண்டேலா மட்டும்தான் கறுப்பர். அதனால் என்ன என்று நினைத்துக்கொண் டார். சட்டம் படிக்கும் மாணாக்கர்கள், நீதி போதிக்கும் ஆசிரியர் கள், மதிப்புமிக்க அமைப்பு. ஏன் கவலைப்படவேண்டும்?

ஒரு நாள், வகுப்பு தொடங்கியபிறகு விரைந்து வந்த மண்டேலா அவசரத்தில் ஒரு வெள்ளையின மாணவனுக்கு அருகே உட்கார்ந்துவிட்டார். அவன் உடையை தீண்டியும்விட்டார். சட்டென்று வெட்டிக்கொண்டு எழுந்த அந்த மாணவன் வேறு இடத்தில் அமர்ந்துகொண்டான். மற்றொரு சமயம், பேராசிரியர் ஒருவர் மண்டேலாவிடம் வெளிப்படையாகவே நிறவெறியை உமிழ்ந்தார். உனக்கு சட்டப்படிப்பு ஒத்துவராது. எல்லோ ருக்கும் எல்லா விஷயங்களும் சுலபத்தில் வந்துவிடாது. என் நீண்ட அனுபவத்தின் அடிப்படையில் சொல்கிறேன். கறுப்பர் களும் பெண்களும் சட்டம் பயில்வது வீண்.

நல்ல நண்பர்களின் பரிச்சயமும் கிடைத்து. வெள்ளை மாணவர்களில் சிலர், கோரைப் போலவே புரட்சிகர சிந்தனைகள் கொண்டிருந்ததைப் பார்க்கும்போது மண்டேலாவுக்கு ஆறுதலாக இருந்தது. ஆப்பிரிக்கா மீது மதிப்பு வைத்திருந்த இந்தியர்கள் சிலரும் நண்பரானார்கள். பேருந்து வழிநடத்துனர் ஒரு முறை மண்டேலாவை கஃபிர் என்று அழைத்துவிட, அதெப்படி என் நண்பரை அப்படி அழைக்கலாம் என்று இந்தியர்கள் சண்டைக்குப் போனார்கள். இந்த வழக்கு நீதிமன்றம் வரை போனது.

மண்டேலா யோசித்துக்கொண்டிருந்தார். என் இனம் புறக்கணிக்கப்படுகிறது. என் இன மக்கள் ஒதுக்கப்படுகிறார்கள். என் அடையாளம் கேலிக்குரியதாக மாறுகிறது. என் தேசம் என் கண் முன்னே வெள்ளையர்களால் ஆளப்படுகிறது. சுயமரியாதை பறிபோகும்போது துணிச்சலுடன் எதிர்ப்பதுதான் அரசியல் என்றால், கறுப்பர்களை வெறுத்து ஒதுக்கும்போது திமிறி எழுவதுதான் அரசியல் என்றால், என் இன மக்களுக்காகக் குரல் கொடுப்பதுதான் அரசியல் என்றால், நான் ஏன் அரசியலில் பங்கெடுக்கக்கூடாது?

ஐரோப்பியர்கள் குகைகளில் இருந்தபோது, எகிப்தில் கலை வளர்ந்து, செழிப்படைந்திருந்தது. ஆப்பிரிக்கா பின்தங்கிய நாடு, ஆப்பிரிக்கர்கள் கல்வியறிவு, நாகரிகம் அற்றவர்கள் என்று ஆணித்தரமாக பேசித்திரியும் வெள்ளையர்கள் எகிப்துக்கும் எத்தியோப்பியாவுக்கு வரவேண்டும்.

4

வால்டர் ரூட்னி (Walter Rodney) 1973ல் எழுதி வெளியிட்ட How Europe Underdeveloped Africa என்னும் நூல் நான்கு முக்கிய கேள்விகளை எழுப்புகிறது. இந்தக் கேள்விகளுக்கு விடை கண்டறியாமல் ஆப்பிரிக்காவை நம்மால் புரிந்து கொள்ளமுடியாது.

1) ஐரோப்பியர்களின் வருகைக்கு முன்னால் ஆப்பிரிக்கா எவ்வாறு இருந்தது?

2) ஐரோப்பாவில் முன்னேற்றங்கள் எவ்வாறு ஏற்பட்டன?

3) ஐரோப்பாவின் இன்றைய வளமான நிலைமைக்கு ஆப்பிரிக்காவின் பங்கு என்ன?

4) ஆப்பிரிக்காவின் இன்றைய பின்தங்கிய நிலைக்கு ஐரோப்பாவின் பங்களிப்பு என்ன?

ஆப்பிரிக்காவின் வரலாறு என்பது மனித குலத்தின் ஆதி வரலாறு. பழைமையானது. வளமானது. ஆப்பிரிக்காவின் நிலப் பரப்புகளில், மலைகளில், நீர் நிலைகளில், அடர்ந்த கானகங்

வேர்கள்

களில் பல்வேறு விதமான உயிர்கள் தோன்றி, வளர்ந்து, செழிப் படைந்துள்ளன. மனித குலம் தோன்றியது இங்கேதான். இயற்கையை அறிந்துகொண்டு, இயற்கையோடு இணைந்து வாழ்ந்து மனிதர்கள் முன்னேற்றம் கண்டது இங்கேதான்.

ஆயிரத்துக்கும் அதிகமான மொழிகள் பேசும் மக்களைக் கொண்டிருக்கிறது ஆப்பிரிக்கா. பல விசித்திரமான சடங்கு களை, கடவுள் நம்பிக்கைகளை இவர்கள் கொண்டிருக்கி றார்கள். தங்கள் தொன்மத்தை, வரலாற்றை, பாரம்பரியத்தை தலைமுறைகள் கடந்து இவர்கள் பாதுகாத்து வருகிறார்கள். தொடர் ஆக்கிரமிப்புகளும், போர்களும், சுரண்டல்களும், கொள்ளைகளும், இனப்படுகொலைகளும், பாலியல் பலாத் காரங்களும், அவமரியாதைகளும் இவர்களை முடக்கி வைக்க வில்லை.

ஆப்பிரிக்கா குறித்து ஒரு பிரிவினர் கொண்டிருக்கும் பார்வை, கலாபூர்வமானது. கிளியோபாட்ரா. ஸ்பிங்ஸ். சஃபாரி பயணங் கள். குகை ஓவியங்கள். பிரமிடுகள், மம்மிகள், ஃபேரோக்கள். பழங்குடிகள். சடங்குகள், நடனங்கள். காண்டாமிருகங்கள், ஃபிளமிங்கோ பறவைகள், யானைகள், காட்டுயிர்கள். அனைத் தும் கொண்ட அதிசய உலகம், ஆப்பிரிக்கா. இன்னொரு பிரிவினர், ஆப்பிரிக்கா என்றதும் முகம் சுளிக்கிறார்கள். சோமாலியா. பசி, பஞ்சம், ஏழைமை. எய்ட்ஸ். பிற்போக்குத் தனம். கட்டுப்பெட்டித்தனம். தொற்று நோய்கள். வழிப்பறிக் கொள்ளை, இனக்குழு மோதல்கள், வெட்டு குத்து சண்டைகள். மரணம். ஐயோ வேண்டாம் ஆப்பிரிக்கா.

தோளில் புகைப்படக் கருவியை தொங்கவிட்டுக்கொண்டு, முதுகுப் பையுடன் ஆப்பிரிக்காவை வலம் வரும் மேற்கத்திய சுற்றுலா பயணிகள் ஆப்பிரிக்காவை இந்த இரு கோணத்தில் அணுகுகிறார்கள். நெருப்பு மூட்டி, சுற்றிலும் அமர்ந்து ஆடிப் பாடும் பழங்குடிகளின் பாரம்பரிய நடனத்தை ஆரவாரத்துடன் ரசிக்கிறார்கள். முகத்தில் சிறிதளவு வண்ணம் பூசிக்கொண்டு, தலையில் சில சிறகுகள் செருகிக்கொண்டு அவர்களுடன் கைகோர்த்துக்கொண்டு ஒரு சுற்று ஆடுகிறார்கள். திறந்த ஜீப்புகளில் கென்யாவை, காங்கோவை, நைஜீரியாவை வலம் வந்து பறவைகளையும் விலங்குகளையும் தாவரங்களையும் பார்த்து அதிசயிக்கிறார்கள்.

கிறிஸ்தவ அமைப்பாளர்களும், செஞ்சிலுவை சங்கத்தினரும், ஐ.நா. ஊழியர்களும், தன்னார்வத் தொண்டர்களும் ஆப்பிரிக்காவை சற்றே நெருங்கி வந்து தரிசிக்கிறார்கள். மருந்துகளும் உணவுப் பொருள்களும் வழங்குகிறார்கள். வெள்ளக்காடாக மிதக்கும்போது, பறந்துவந்து பொட்டலங்கள் போடுகிறார்கள். சில பன்னாட்டு நிறுவனங்கள், செல்வந்தர்கள் அளிக்கும் நன்கொடைகளைக் கொண்டு வளர்ச்சித் திட்டங்கள் சில மேற்கொள்ளப்படுகின்றன.

தன் பாவத்தை கழுவ மனித குலம் எடுத்த சில முயற்சிகள் இவை. மனித குலத்தின் தாயகமான ஆப்பிரிக்காவுக்கு மனித குலம் இழைத்த அநீதிகள் சரித்திரத்தில் ஆழாத ரணமாக பதிந்து போயுள்ளது. எத்தனை டன் டாலர் மூட்டைகளை அவிழ்த்துக் கொட்டினாலும் தீராத ரணம் அது.

★

ஒருவகையில், ஆப்பிரிக்கா ஒரு தீவும்கூட. மேற்கு ஆசியாவோடு ஆப்பிரிக்கா தொட்டு இணையும் பகுதி மிகவும் மெல்லியது. மேற்குலகம் ஆப்பிரிக்காவுக்குள் ஊடுருவியது இந்த நுழைவாயிலின் மூலமாகத்தான்.

கி.மு. நான்காம் நூற்றாண்டில் ஆப்பிரிக்காவில் எகிப்திய நாகரிகம் மலர்ச்சியடைந்தது. ஆப்பிரிக்கா குறித்த எழுத்துப் பூர்வமான வரலாறு இங்கிருந்துதான் தொடங்குகிறது. ஃபேரோக்களின் கீழ் எகிப்து செழிப்பாகவும் வளமாகவும் இருந்தது. அடுத்த பல நூற்றாண்டுகளில், நைல் நதிக்கரையில் ஆப்பிரிக்க சமூகம், பல்வேறு வளர்ச்சி நிலைகளை அடைந்தது. வளர்ச்சியுடன் சேர்த்து ஆக்கிரமிப்புகள் ஆரம்பித்துவிட்டன. கி.மு. 700ல், ஃபொனீஷியர்கள் (Phoenicians) வடக்கு ஆப்பிரிக்காவின் ஒரு பகுதியைக் கைப்பற்றினர். கார்த்தேஜ் என்னும் நகரம் நிறுவப் பட்டது. (ஃபொனீஷியா என்பது இன்றைய லெபனான். இப்போதைய இஸ்ரேல், பாலஸ்தீனம், சிரியா ஆகிய பகுதிகளை உள்ளடக்கியிருந்தது அன்றைய ஃபொனீஷியா). மத்திய தரைக்கடல் பகுதி முழுவதும் ஃபொனீஷியர்கள் கப்பல் வணிகம் செய்து தனி ராஜாங்கம் நடத்தி வந்தனர். கி.மு. 664ல் அசிரீரியர்கள் எகிப்தைக் கைப்பற்றினர்.

ஏழாம் நூற்றாண்டில் எகிப்தின் ஆட்சிமுறை மாறியது. ராணுவ ரீதியான ஒடுக்குமுறை ஆரம்பித்தது. அத்துடன், எகிப்தின்

வளங்கள் சிறிது சிறிதாக அபகரிக்கப்பட்டன. உணவு, கலைப் பொருள்கள், விலை மதிப்பற்ற கற்கள் என்று பலவும் எகிப்தில் இருந்து களவாடப்பட்டன. நிலத்தை நம்பி பிழைத்து வந்த ஆப் பிரிக்கர்கள் தடுமாறினார்கள். நிலப்பிரபுக்கள் கூட்டம் உருவானது. பூர்விக நிலங்கள் பறிக்கப்பட்டன. முன்னர், நிலங்கள் அரசாங்கத்தின் வசம் இருந்தன. வேளாண்மை செய்யும் குழுக்களுக்கு நிலம் குத்தகைக்கு அளிக்கப்பட்டிருந்தது. இப்போது, அதிகாரம் செலுத்தும் நிலப்பிரபுக்களிடம் நிலம் குவிந்து போனது. பதினைந்தாம் நூற்றாண்டு வாக்கில், எகிப்தின் நிலப் பரப்பு கிட்டத்தட்ட முழுமையாக எகிப்தியர்களிடம் இருந்து களவாடப்பட்டிருந்தது.

என்றால், நிலமற்ற விவசாயிகளின் எண்ணிக்கை பலமடங்கு பெருகிப்போனது என்று அர்த்தம். விவசாயிகள் இப்போது விவசாயக் கூலிகளாக மாற்றப்பட்டிருந்தனர். இவர்கள் fellahin என்று அழைக்கப்பட்டனர். ரஷ்யாவில் பண்ணையடிமைகள் பின்னாள்களில் பட்ட துன்பங்களைக் காட்டிலும் அதிக துன்பத்தை இந்த எகிப்திய ஃபெலாஹின்கள் அனுபவித்தனர். உற்பத்திக்காக மட்டுமே அவர்களைப் பயன்படுத்திக்கொண்டது ஆளும் வர்க்கம். அவர்கள் உருவாக்கும் விளைபொருள்களின் பெரும் பகுதி அவர்களிடம் இருந்து பறித்துக்கொள்ளப்பட்டது. அது தவிர, வரிகளும் சுமத்தப்பட்டன. வரி செலுத்தாத விவசாயிகள் துன்புறுத்தப்பட்டனர்.

விவசாயிகளுக்கும் நிலப்பிரப்புகளுக்கும் இடையில் பல மோதல்கள் வெடித்தன. எட்டாம் நூற்றாண்டின் முற்பகுதியில் ஏற்பட்ட சில மோதல்கள் குறித்த வரலாற்று சாட்சியங்கள் இன்று காணக்கிடைக்கின்றன. அதே சமயம், சமூகத்தில் சில சாதகமான மாற்றங்களும் ஏற்பட்டன. அறிவியலும், தொழில் துறையும் வளர்ச்சி காண ஆரம்பித்தது. பத்தாம் நூற்றாண்டில், பெர்ஷியாவில் இருந்து காற்றாலைகள் தருவிக்கப்பட்டன. காகித ஆலைகள், சர்க்கரை ஆலைகள் உருவாயின. முன்னரே செயல்பட்டுக்கொண்டிருந்த பருத்தி, தோல், இரும்பு ஆலைகள் முன்னேற்றம் கண்டன. Ayyubids, Mamluks சாம்ராஜ்ஜியங்கள் ஆட்சி செய்த காலத்தில், ஐரோப்பாவுடன் வர்த்தக உறவுகள் வளர்க்கப்பட்டன. தொழில்நுட்பங்கள் பலவற்றை எகிப்து ஐரோப்பாவுக்கு அளித்தது. பெற்றும்கொண்டது. பாலங்கள், அணைகள் கட்டப்பட்டன.

கிராமப்புறங்களை அழித்து, நகரங்கள் முன்னேற்றப்பட்டன. விவசாயிகள் சுருங்கியபோது, நகரவாசிகள் மேன்மையடைந்தனர். கெய்ரோ உருவாக்கப்பட்டது. உலகின் மிகப் பிரபலமான, நாகரிகமான நகரமாக கெய்ரோ புகழ் பெற்றது.

★

கி.மு.300ல், மேற்கு ஆப்பிரிக்காவில் வசித்து வந்த பண்டு (Bantu) என்று அழைக்கப்பட்ட மக்கள், தெற்கு, கிழக்கு பகுதிகளுக்குக் குடிபெயர ஆரம்பித்தனர். மேற்கு ஆப்பிரிக்கா வளமான பிரதேசம்தான். ஆனால், நிலப்பரப்பு சிறியதாக இருந்தது. பண்டு மக்களால் அங்கே நெருக்கியடித்து வாழ முடியவில்லை.

ஐரோப்பாவிலும் அப்போது அதே கதைதான். மக்கள் பெருகிக் கொண்டிருந்தனர். ஆனால், வசிப்பதற்கு வளமான பிரதேசங்கள் இல்லை. கி.மு.200ல் ரோமானியர்கள் வடக்கு ஆப்பிரிக்காவை ஆக்கிரமித்தார்கள். கார்தேஜ் ரோமானிய ஆக்கிரமிப்புக்கு எதிராக, சிரமப்பட்டு போராடியது. ஆனாலும், தோற்றுப் போனது. கார்தேஜ், எகிப்து உள்ளிட்ட வடக்கு ஆப்பிரிக்கா ரோமானியர்களிடம் சிக்கிக்கொண்டது.

ரோமானியர்களுடன் சேர்ந்து கிறிஸ்தவமும் உள்ளே நுழைந்தது. ஜெருசலேமில் இருந்து எகிப்தில் உள்ள அலெக்ஸாண்ட்ரியாவுக்குள் கிறிஸ்தவம் முதல் முதலாக காலடி எடுத்து வைத்திருக்கலாம் என்று சிலர் கணிக்கிறார்கள். அலெக்ஸாண்ட்ரியாவில் இருந்து மெல்ல மெல்ல பரவ ஆரம்பித்த கிறிஸ்தவம் எத்தியோப்பியா வரை ஊடுருவியது. நான்காம் நூற்றாண்டில், எத்தியோப்பிய அரசர் ஒருவர் கிறிஸ்தவத்தை அரசாங்க மதமாக அறிவித்தார். கல்வியிலும், வழிபாட்டு முறையிலும், பழங்குடியின பழக்க வழக்கங்களிலும் கிறிஸ்தவம் பெரும் மாற்றங்களை ஏற்படுத்தியது. இப்படியே தொடர்ந்தால் தங்கள் பாரம்பரியமும் கலாசாரமும் முற்றிலுமாக மறைந்து விடும் என்று அஞ்சிய ஆப்பிரிக்கர்கள், கிறிஸ்தவத்திடம் இருந்து பின்வாங்க ஆரம்பித்தனர்.

ஏழாம் நூற்றாண்டின் பிற்பகுதியில், இஸ்லாம் வடக்கு மற்றும் கிழக்கு ஆப்பிரிக்காவுக்குள் நுழைந்தது. வெவ்வேறு இன மக்களைக் கொண்டிருந்த ஆப்பிரிக்காவை இஸ்லாம் தழுவிக் கொண்டது. கிறிஸ்தவத்தை விடவும் வேகமாகவும் பரவலாகவும் இஸ்லாம் பரவியது. காரணம், அதன் கொள்கைகள்.

ஆப்பிரிக்க மக்களின் பாரம்பரியத்தை, கலாசாரத்தை, பழக்க வழக்கங்களை இஸ்லாம் புரிந்துகொண்டது. இஸ்லாத்தை ஏற்றுக்கொள்ளவேண்டுமானால் நீங்கள் உங்கள் வழக்கங்களை கைவிடவேண்டும் என்று இஸ்லாம் கோரவில்லை. ஒரு ஆப்பிரிக்கர் பல பெண்களை மணந்துகொள்வது ஆப்பிரிக்கா வில் சகஜம். இஸ்லாம் இந்த வழக்கத்தை ஆட்சேபிக்கவில்லை.

ஒப்பிட்டுப் பார்க்கும்போது, கிறிஸ்தவத்தைவிட இஸ்லாம் பல மடங்கு மேலானது என்னும் முடிவுக்கு ஆப்பிரிக்க மக்கள் வந்து சேர்ந்தனர். இன்னின்ன வழக்கங்களை இன்று முதல் கடை பிடித்தாகவேண்டும் என்று கையில் பிரம்புடன் அதட்டும் வாத்தியாரை கைவிட்டுவிட்டு, இஸ்லாத்தை அவர்கள் ஏற்றுக் கொண்டனர்.

இஸ்லாமிய ஆட்சியாளர்கள் ஆப்பிரிக்காவை சிறிது சிறிதாக தங்கள் கட்டுப்பாட்டின் கீழ் கொண்டுவந்தனர். அரசாங்க அமைப்புகள் பலம் பெற்றன. ஆட்சி முறை பலம் பெற்றது. சமூக மாற்றங்கள் நடைபெற்றன. புதிய அரசாங்கங்கள் உருவா யின. கிழக்கு ஆப்பிரிக்காவில் சுவாஹிலி பிரிவு மக்கள் தோன்றி னார்கள். மேற்கு பகுதியில் சொங்காய் (Songhai) சாம்ராஜ்ஜியம் உருவானது. எகிப்து, எத்தியோப்பியா தவிர ஏனைய பகுதிகளில் இருந்து கிறிஸ்தவம் காணாமல் போனது. எகிப்தில் ஆரம்பித்து வடக்கு ஆப்பிரிக்கா முழுவதையும் அராபியர்கள் கைப்பற்றினர்.

★

எகிப்தைப் போலவே எத்தியோப்பியா பிரபலமடைந்திருந்தது. பன்னிரண்டாம் நூற்றாண்டில் எத்தியோப்பியா Zagwe சாம்ராஜ்ஜியத்தின் ஆட்சியாளர்களால் ஒன்றுபடுத்தப்பட்டது. மோசஸின் வம்சாவளியைச் சேர்ந்தவர்களாக ஜாக்வே அரசர்கள் தங்களை அறிவித்துக்கொண்டனர். கற்களைக்கொண்டு பல பிரத்தியேகமான, பிரம்மாண்டமான தேவாலயங்களை இவர்கள் உருவாக்கினார்கள். அரசர்களின் கட்டளையை நிறைவேற்றும் பொருட்டு, பெரும் எண்ணிக்கையிலான தொழிலாளர்கள் திரட்டப்பட்டனர். கட்டாயப் பணியில் ஈடுபடுத்தப்பட்டனர். கலையும் இலக்கியமும் கிறிஸ்தவமும் வளர்ந்து செழிப்புற்றன.

பதினைந்தாம் நூற்றாண்டில், துருக்கிய கைவினை கலைஞர்கள் எத்தியோப்பியாவில் குடியேறினார்கள். எத்தியோப்பிய ராணு

வத்துக்கு ஆயுதங்கள் தயாரித்து கொடுக்கும் பணி இவர்களுக்கு அளிக்கப்பட்டு இருந்தது. தேவனுக்காவும் தேவனின் குமாரர்களான அரசர்களுக்காகவும் தொழிலாளர்கள் இரவு, பகலாக கடுமையாக உழைத்தனர். தேவாலயமும் அரசாங்கமும் கைகோர்த்துக் கொண்டன. கூடவே, நிலப்பிரபுத்துவம்.

இஸ்லாமிய ஆட்சியாளர்கள் வடக்கில் இருந்து தெற்கு ஆப்பிரிக்காவுக்குப் பரவினார்கள். பதினோறாம் நூற்றாண்டில் மத்திய தரைக்கடல் பகுதி கிட்டத்தட்ட இவர்கள் வசம் வந்துவிட்டது. பதினாறு தொடங்கி பத்தொன்பதாம் நூற்றாண்டு வரை, வடக்கு ஆப்பிரிக்கா ஒட்டமான் சாம்ராஜ்ஜியத்தின் கீழ் இருந்தது. மிகப் பெரும் சாம்ராஜ்ஜியமாக இருந்த துருக்கிய ஒட்டமான், தென் கிழக்கு ஐரோப்பா, கிழக்கு ஆசியா, வடக்கு ஆப்பிரிக்கா மூன்றையும் ஒரே சமயத்தில் ஆட்சி செய்து வந்தது. 1880களில், ஆப்பிரிக்காவில் மூன்றில் ஒரு பகுதியில் இஸ்லாம் நிறைந்திருந்தது. ஐரோப்பியர்களின் வருகை நிகழ்ந்தது அப்போதுதான். அப்போது அவர்கள் கண்டறிந்து வடக்கு ஆப்பிரிக்காவை.

★

ஆப்பிரிக்கா நிலப்பிரபுத்துவ சமூகத்தில் உழன்றுகொண்டிருந்த சமயம், ஐரோப்பா முதலாளித்துவ பாதையில் முன்னேறிக் கொண்டிருந்தது. பதினைந்தாம் நூற்றாண்டை சேர்ந்த சில வரலாற்றாளர்கள் அப்போதைய ஆப்பிரிக்காவையும் ஐரோப்பாவையும் சுற்றிப் பார்த்துவிட்டு தெரிவித்த கருத்துகள் முக்கியமானவை. 'ஐரோப்பாவுக்கும் ஆப்பிரிக்காவுக்கும் பெரிய அளவில் வித்தியாசம் இருப்பதாகத் தெரியவில்லை. தென்படும்

வித்தியாசங்கள் எதுவும், ஆப்பிரிக்காவை நாகரிகம் குன்றியதாக காட்டவில்லை.' கடல் வழியாக, மேற்கு, கிழக்கு ஆப்பிரிக்காவை முதல் முதலாக வந்தடைந்த ஐரோப்பியர்களும் இதையேதான் சொல்கிறார்கள். அவர்கள் இதுவரை அறிந்து வைத்திருந்த முன்னேற்றங்களை ஆப்பிரிக்காவிலும் அவர்கள் கண்டார்கள்.

ஆக, ஐரோப்பியர்களின் வருகைக்கு முன்னால் ஆப்பிரிக்கா, அப்போதைய ஐரோப்பாவையே ஒத்திருந்தது. முன்னேற்றம் ஒரு பக்கம். சுரண்டல் ஒரு பக்கம். செல்வம் ஒரு பக்கம். ஏழைமை ஒரு பக்கம். நிலவுடைமை ஒரு பக்கம். வறுமை ஒரு பக்கம். இருப்பவர்களையும் இல்லாதவர்களையும் பிரிக்கும் அதே அழுத்தமான கோடுதான் ஆப்பிரிக்காவையும் இரண்டாகப் பிரித்து வைத்திருந்தது. ஓரிடத்தில் முதலாளித்துவம். இன்னொரு இடத்தில் நிலப்பிரபுத்துவம் என்பது மட்டும்தான் வித்தியாசம்.

★

பதினைந்தாம் நூற்றாண்டின் பிற்பகுதியில், ஐரோப்பாவும் ஆப்பிரிக்காவும் தொழில் ரீதியாக ஒன்றையொன்று நெருங்கி வந்தன. முதல் முயற்சி ஐரோப்பாவால் மேற்கொள்ளப்பட்டது. உலகத்தின் பிற பகுதிகளுடன் வர்த்தகம் செய்வது தவிர்க்க இயலாதது என்பதை ஐரோப்பா உணர்ந்திருந்தது. புதிய நிலங்களைக் கண்டுபிடிக்கவேண்டும். புதிய சந்தைகளை உருவாக்க வேண்டும். புதிய முறையில் லாபத்தைப் பெருக்கவேண்டும். எனவே, சர்வதேச வர்த்தக உறவு அவசியம்.

கடலில் இருந்து தொடங்கினார்கள். உலகம் முழுவதும் சுற்றி வரவேண்டுமானால் கடல் பாதை கைகூடவேண்டும். உலகின் பெரும்பாலான கப்பல்கள் ஐரோப்பாவிடம் இருந்ததால் லட்சியம் விரைவில் கைகூடியது. மேற்கு மத்திய தரைக்கடல் தொடங்கி, வடக்கு ஆப்பிரிக்காவின் அட்லாண்டிக் கரை வரை வளைத்துப்போட்டுக் கொண்டார்கள். 1415ல் போர்த்துகீசியர்கள் கிப்ரால்டருக்கு அருகே உள்ள Ceuta என்னும் பகுதியை கைப்பற்றி, ஆப்பிரிக்காவின் வட மேற்கு பகுதியை தாக்க ஆரம்பித்தார்கள். அடுத்த அறுபது ஆண்டுகளில், Arzila, El-Ksar-es-Seghir, Tangier ஆகிய துறைமுகங்கள் கைப்பற்றப்பட்டன.

விரைவில், மொராக்கோவின் அட்லாண்டிக் கரையை போர்த்துகீசியர்கள் கையகப்படுத்தினார்கள். அதிகாரம் செலுத்தவும் ஆரம்பித்தனர். மொராக்கோவில் இருந்துகொண்டே,

மொராக்கோவின் வளங்களைக் கொண்டே, மேலும் முன்னேறி னார்கள். 1487ம் ஆண்டு போர்த்துசீசிய பயணி Bartolomeu Dias முதல் முறையாக ஆப்பிரிக்காவின் தெற்குமுனை வரை ஊடுருவினார். அவர் கால் பதித்த இடம் Cape of Storms என்று அழைக்கப்பட்டது. பின்னர், போர்த்துகலின் அரசர் இரண்டாம் ஜான், Cape of Good Hope (நன்னம்பிக்கை முனை) என்று பெயர் மாற்றினார்.

1652ம் ஆண்டு ஜான் வேன் ரைபெக் டச்சு கிழக்கிந்திய கம்பெனியின் சார்பில் இங்கே முகாம் அமைத்தார். கிழக்காசிய நாடுகளுக்கும் ஹாலந்துக்கும் கடல் வழியே செல்லும்போது, இடையில் ஓய்வெடுத்துக்கொள்ளவே கேப் டவுன் ஆரம்பத்தில் பயன்படுத்தப்பட்டது. நாளடைவில் அங்கே குடியேற்றங்கள் நிகழ ஆரம்பித்தன. நிரந்தரமாக அங்கே ஒரு காலனி உருவாக ஆரம்பித்தது.

டச்சு மக்கள் பலர் புதிய இடத்துக்குக் குடிபெயர்ந்தனர். அடைக் கலம் தேடி ஓடிவந்தவர்களே அதிகம். பிரான்ஸில் புராட்டஸ் டண்ட் மதத்தினர் தாக்கப்பட்டபோது அவர்கள் நன்னம்பிக்கை முனைக்கு தப்பி வந்தனர். French Huguenots பிரிவைச் சேர்ந்தவர்கள் இவர்கள். ஜெர்மனி உள்ளிட்ட பிற ஐரோப்பிய நாடுகளில் இருந்தும் பலர் இங்கே குடியேற ஆரம்பித்தனர். இவர்கள் அனைவரும் வெள்ளையர்களாக இருந்ததால், ஒரு சமூகமாக திரள முடிந்தது. இவர்கள் பொதுவாக தங்களை போயர்கள் (Boers) என்று அழைத்துக்கொண்டனர். பொதுப் பெயர் வந்துவிட்டாலும் மொழிகள் வெவ்வேறாக இருந்தன. எனவே, ஒரு பொது மொழியை உருவாக்கவேண்டிய அவசியம் ஏற்பட்டது. அப்படி உருவானதுதான் ஆப்பிரிக்கான்ஸ் (Afrikaans). ஆப்பிரிக்கான்ஸ் மொழி பேசுபவர்கள் ஆப்பிரிக்கானர்கள் (Afrikaaners) என்று அழைக்கப்பட்டனர்.

காடுகளைத் திருத்தியமைக்கும் பணியை ஆப்பிரிக்கானர்களால் செய்ய முடியாததால், செய்ய விரும்பாததால், இந்தியா, இந்தோ னேஷியா, மடகாஸ்கர் ஆகிய பகுதிகளில் இருந்து அடிமைகளை வரவழைத்தனர். நன்னம்பிக்கை முனையில் இருந்து கிழக்கு நோக்கி முன்னேறியபோது, கோசா இன மக்களை நேருக்கு நேர் சந்திக்கவேண்டிவந்தது. கோசா, கோய்கோய், ஜுலு போன்ற பழங்குடியின மக்கள் மீது நடத்தப்பட்ட தொடர் யுத்தங்கள் Cape Frontier Wars என்று அழைக்கப்படுகிறது. பழங்குடி மக்களின்

குடியிருப்புகள் தீ வைத்து அழிக்கப்பட்டன. அவர்கள் கால் நடைகள் அபகரிக்கப்பட்டன. பெண்கள் பாலியல் பலாத்காரம் செய்யப்பட்டனர். கொல்லப்பட்டனர். எஞ்சியவர்கள் அடிமை களாக மாற்றப்பட்டனர்.

1817ல் உலகையாளும் தேசமான பிரிட்டன் கேப் டவுனை தன்னகப்படுத்திக்கொண்டது. முதல் பாரிஸ் ஒப்பந்தம் இதைச் சாத்தியமாக்கியது. ஆப்பிரிக்கானர்களுக்கும் ஆப்பிரிக்கப் பழங் குடிகளுக்கும் நடந்த மோதல் போலவே பிரிட்டிஷ் வெள்ளையர் களுக்கும் தென் ஆப்பிரிக்க வெள்ளையர்களான ஆப்பிரிக்கானர் களுக்கும் இடையிலும் மோதல்கள் ஏற்பட ஆரம்பித்தன. ஆப்பிரிக்கானர்கள் நன்னம்பிக்கை முனையில் இருந்து சிதறிப்பிரிந்து தென் ஆப்பிரிக்காவின் உட்புறம் அடைக்கலம் தேடி ஓடினர். பழங்குடிகளின் இன்னல்கள் இரட்டிப்பாகின. ஒருபுறம் ஆப்பிரிக்க வெள்ளையர்கள். இன்னொருபுறம், பிரிட்டிஷ் வெள்ளையர்கள். இருவரிடம் அவர்கள் போரிட வேண்டிவந்தது. இருவரிடம் இருந்தும் தப்பியோடவேண்டி யிருந்தது. இருவரிடமும் குண்டடிப்பட்டு சாகவேண்டிவந்தது.

எதிரெதிர் மோதிக்கொண்டாலும் இரு வெள்ளை குழுக்களும் ஆப்பிரிக்கர்களை ஒன்றுபோலவே நடத்தின. கொள்ளை யடித்தன. அடிமைப்படுத்தின. கொன்றுபோட்டன. அடக்கு முறை சட்டங்கள் அப்போதிருந்து ஆரம்பித்தன. ஆப்பிரிக்க கறுப்பர்கள் தங்கள் வாழ்நாள் முழுவதும் வெள்ளைக்கார எஜமானர்களுக்கு அடிமைகளாக இருக்கவேண்டும். அவர் களுக்குப் பிறக்கும் குழந்தைகளும் அடிமைகளே. விலங்குகளை இனப்பெருக்கம் செய்வது போல் ஆப்பிரிக்கர்களை கொட்டடி யில் அடைத்து வைத்து இனப்பெருக்கம் செய்து லாபம் ஈட்டிய மிருகத்தனமான வெள்ளையர்களும் இருக்கவே செய்தனர்.

பிரிட்டிஷ் வெள்ளையர்கள், போயர்கள் தவிர்த்து Colored என்று அழைக்கப்பட்ட நிறத்தவர்களும் கணிசமாக தென் ஆப்பிரிக்கா வில் இருந்தனர். குடியேறிய டச்சுக்காரர்கள் ஆப்பிரிக்கப் பழங் குடிகளோடு உறவு கொண்டபோது தோன்றியவர்கள் நிறத்தவர் கள் என்று அழைக்கப்பட்டனர். இவர்கள் வெள்ளையர்களும் அல்லர், கறுப்பர்களும் அல்லர்.

ஓர் அடிமை ஓரிடத்தில் இருந்து இன்னொரு இடத்துக்குப் போகவேண்டுமானால் தன் எஜமானனிடம் இருந்து அனுமதி

பெற்றுக்கொள்ளவேண்டும். அனுமதிச் சீட்டு இல்லாதவர்கள் தப்பியோடுபவர்கள். சட்டப்படி அவர்கள் தண்டிக்கப்பட வேண்டியவர்கள். அடிமை சாம்ராஜ்ஜியத்தை வெற்றிகரமான நிறுவ வெள்ளையர்கள் சட்டம், காவல்துறை, நீதிமன்றங்கள் போன்ற அமைப்புகளை ஏற்படுத்திக்கொண்டார்கள். 1809ம் ஆண்டு தொடங்கி கடவுச்சீட்டு முறை அமலுக்கு வந்தது.

தொடர்ச்சியான போர்களுக்குப் பிறகு 1902ம் ஆண்டு போயர்களோடு பிரிட்டிஷ் சமாதானம் பேசி ஒப்பந்தம் போட்டுக் கொண்டது. தென் ஆப்பிரிக்கா போயர்களின் தேசமான மாறியது. பிரிட்டனுக்கும் தென் ஆப்பிரிக்காவுக்குமான உறவு முறிந்துவிடவில்லை. ஆப்பிரிக்கானர்களில் ஒரு பகுதியினர் பிரிட்டிஷ் வெள்ளையர்களின் கலாசாரத்தை, பழக்க வழக்கங்களை விரும்பி ஏற்றுக்கொண்டனர். 1910ம் ஆண்டு பிரிட்டன் தென் ஆப்பிரிக்காவுக்கு டொமினியன் தகுதி அளித்தது. தென் ஆப்பிரிக்க ஒன்றியம் (யூனியன் ஆஃப் சவுத் ஆப்பிரிக்கா) உருவானது. தென் ஆப்பிரிக்காவில் இருந்த வெள்ளையர்கள் அரசியல் அதிகாரம் பெற்றவர்களாக, செழிப்பானர்களாக இருந்தனர். அவர்களுக்கு அடுத்து ஆப்பிரிக்கானர்கள். பிறகு, நிறத்தவர்கள். அடிமட்டத்தில் கறுப்பர்கள். சமூக படிநிலையும் இப்படியே இருந்தது.

கறுப்பின பழங்குடி மக்கள் தங்கள் நிலங்களை, காடுகளை, பெருமிதத்தை, சுதந்தரத்தை, தன்மானத்தை பிரிட்டன் வெள்ளையர்களிடமும் ஆப்பிரிக்கானர்களிடமும் இழந்தனர். பிரிட்டன் வெளியேறியபோது, ஆப்பிரிக்கானர்கள் இயல்பாக முதலிடத்துக்கு வந்து சேர்ந்தனர். புதிய ஆட்சி நிர்வாகம் தொடங்கியது. புதிய அடக்குமுறைகள் உருவாயின. புதிய இனஒதுக்கல் வரலாறு தொடங்கியது.

ஆப்பிரிக்கர்களுக்கான பிராந்தியம், லொகேஷன் என்றும் டவுன்ஷிப் என்றும் ரிசர்வ்ஸ் என்றும் அழைக்கப்பட்டது. பணியாற்றுவதற்கு ஏற்ற உழைக்கும் ஆப்பிரிக்கர்கள் நகர்ப்புறங்களில் இருந்து அப்புறப்படுத்தப்பட்டு இங்கே குடியமர்த்தப்பட்டனர். இவர்கள் தப்பிவிடாமல் இருக்க, பலத்த பாதுகாப்பு வசதிகளுடன்கூடிய காவல் நிலையங்கள் அமைக்கப்பட்டன. தங்கச் சுரங்கங்களுக்குத் அளிக்கப்படும் பாதுகாப்பு ஏற்பாடுகளுக்குச் சற்றும் சளைத்ததல்ல இந்த ஏற்பாடு.

ஆப்பிரிக்காவின் வரலாறு என்பது பொதுவாக, வெள்ளை இனத்துக்கும் கறுப்பர் இனத்துக்கும் இடையிலான போராட்டங்களின் வரலாறாகவே தொகுக்கப்படுகிறது. இது தவறான அணுகுமுறை அல்ல. அதே சமயம், முழுமையான அணுகு முறையும் அல்ல. ஆப்பிரிக்காவில் நிறவெறி உச்சத்தில் இருந்தது நிஜம். உலகில் வேறு எங்கும் இல்லாத அளவுக்கு கறுப்பின மக்கள் ஒதுக்கிவைக்கப்பட்டனர். அடிமைப்படுத்தப்பட்டனர். அவமானப்படுத்தப்பட்டனர். தத்துவ ரீதியாகவும், அரசியல் ரீதியாகவும் இந்தப் பிரச்னையை அணுகும்போது, மற்றுமொரு கோணம் புலப்படுகிறது. அது, முதலாளித்துவம். நிறவெறியின் காரணமாக மட்டும் ஆப்பிரிக்கர்கள் ஒடுக்கப்படவில்லை. அவர்களது உழைப்புச் சக்தியும் களவாடப்பட்டது. எனவே, இதனை முதலாளி வர்க்கத்துக்கும் உழைக்கும் வர்க்கத்துக்கும் எதிரான போராட்டமாகவும் பார்க்கமுடியும்.

பொருளாதார மேம்பாட்டுக்காக வெள்ளையின முதலாளிகள், கறுப்பின தொழிலாளர்களின் உழைப்பை அபகரித்து, பொருள் சேர்த்தனர். முதலாளிகளின் தனிச்சொத்து வளர்ந்தது. முதலாளிகளின் தேசங்கள் செழுப்படைந்தன. ஆப்பிரிக்க உழைக்கும் மக்கள் தீரா ஏழைமையில் தள்ளப்பட்டனர்.

1910ம் ஆண்டில் தென் ஆப்பிரிக்க ஐக்கியம் உருவானது தொடங்கி, முதலாளித்துவம் வளர்ச்சியடைய ஆரம்பித்தது. முதலாளித்துவ உற்பத்தியைப் பெருக்க, சில தனிப்பட்ட சட்டங்கள் இயற்றப்பட்டன. உதாரணத்துக்கு, லேண்ட் பேங்க் சட்டம், வெள்ளை விவசாயிகளுக்கு மட்டும் மானியம் வழங்குமாறு பரிந்துரை செய்கிறது. மானியம் வழங்கும் பொறுப்பு இண்டஸ்ட்ரியல் டெவலப்மெண்ட் கார்ப்பரேஷன் என்னும் அமைப்புக்கு அளிக்கப்பட்டது.

அரசாங்கமும், அரசு சார்ந்த அமைப்புகளும் ஆப்பிரிக்கர்களுக்கு எதிராகவும், முதலாளிகளுக்குச் சாதகமாகவும் செயல்பட்டன. நோக்கம் ஒன்றுதான். தொழிலாளர்கள் எந்தவிதப் பிரச்னையையும் எழுப்பாமல் கடுமையாக உழைக்கவேண்டும். உற்பத்தியைப் பெருக்கவேண்டும். முதலாளிகள் திருப்தியடையும் வகையில் லாபத்தை பெருக்கவேண்டும். இந்த நோக்கத்தை நிறைவேற்ற, காவல்துறை, ராணுவம், சிறைச்சாலை, நீதி மன்றம் போன்ற நிறுவனங்கள் பயன்படுத்தப்பட்டன. வேலை செய்ய மறுக்கும் அல்லது தப்பியோட முயலும் தொழிலாளர்

களைக் காவல்துறையினர் கவனித்துக்கொண்டனர். நீதி மன்றங்கள் தொழிலாளர்களுக்கு எதிராக மட்டுமே தீர்ப் பளித்தன. தொழிலாளர்கள் ஒன்றுதிரண்டு, வேலை நிறுத்தம், போராட்டம் என்று துணிந்தபோது, படைகள் விரைந்து வந்து இரும்புக்கரம் கொண்டு நசுக்கின.

இங்கே ஒன்றைக் கவனிக்கவேண்டும். தொழிலாளர்கள் என்று இங்கே குறிப்பிடப்படுபவர்கள் கறுப்பினத்தவர் மட்டுமல்ல. வெள்ளையின தொழிலாளர்களும் இந்த அடக்குமுறைகளுக்கு ஆளாயினர். இங்கே நிறபேதம் கிடையாது. முதலாளிக்கு அடங்கி நடக்காத, சரியாகப் பணியாற்றாத வெள்ளையின தொழிலாளர்கள் கறுப்பின தொழிலாளர்களைப் போலவே தண்டிக்கப்பட்டனர்.

வெள்ளையின தொழிலாளர்கள் நிகழ்த்திய சில போராட்டங் களை இதற்கு உதாரணமாகச் சொல்லாம். *1914*ல் நடைபெற்ற வெள்ளையின சுரங்கத் தொழிலாளர்கள் வேலைநிறுத்தப் போாராட்டம். *1922*ல் நடைபெற்ற பொது வேலை நிறுத்தம் (Rand Revolt). *1946*ல் நடைபெற்ற ஆப்பிரிக்க சுரங்கத் தொழிலாளர்கள் வேலைநிறுத்தம். *1972*ல் நடந்த ஒவாம்போ (Ovambo) தொழிலாளர்கள் வேலைநிறுத்தம். இதுபோன்ற போராட்டங்களில் கறுப்பினத் தொழிலாளர்கள் மட்டுமல்ல, வெள்ளையினத் தொழிலாளர்களும் பங்கேற்றனர். தென் ஆப்பிரிக்க வெள்ளை அரசு அத்தனைப் போராட்டங்களையும் இரும்புக்கரம் கொண்டு நசுக்கியது.

தென் ஆப்பிரிக்கக் கறுப்பர்கள் நம்பிக்கைக்கும் நம்பிக்கை யின்மைக்கும் இடையே, மரணத்துக்கும் வாழ்வுக்கும் இடையே, கனவுக்கும் யதார்த்தத்துக்கும் இடையே, மிருகத் தனத்துக்கும் ஒடுக்குமுறைக்கும் இடையே ஊசலாடிக் கொண்டிருந்தார்கள்.

❝ தென் ஆப்பிரிக்காவில் இருக்கும் ஆப்பிரிக்கனுக்கு பிறப்பு என்பதே அரசியல்தான். பிறந்த அந்த நொடியில் இருந்து அவன் அரசியலாக்கப்படுகிறான். அவன் இதனை ஒப்புக் கொள்வதாக இருந்தாலும் சரி, மறுப்பதாக இருந்தாலும் சரி. ஒரு ஆப்பிரிக்கன், ஆப்பிரிக்கர்களுக்கு மட்டுமேயான மருத்துவமனையில் பிறக்கிறான். ஆப்பிரிக்கர்களுக்கு மட்டுமேயான பேருந்தில் அவன் வீட்டுக்கு அழைத்துச் செல்லப்படுகிறான். ஆப்பிரிக்கர்கள் மட்டுமே வாழும் பகுதியில் வாழ்கிறான். ஒருவேளை அவன் படிப்பதாக இருந்தால், ஆப்பிரிக்கர்கள் மட்டுமே அனுமதிக்கப்படும் பள்ளியில் படிக்கிறான்.

வளர்ந்த பிறகு, அவன் ஆப்பிரிக்கர்கள் மட்டுமே பணி யாற்றும் அலுவலகத்தில் சேர்ந்துகொள்கிறான். ஆப்பிரிக்கர் கள் மட்டுமே வாழும் குடியிருப்பில் வாடகைக்கு இருக் கிறான். இரவோ, பகலோ எப்போது வேண்டுமானாலும் எங்கே வேண்டுமானாலும் அவன் தடுத்து நிறுத்தப்படலாம். கடவுச்சீட்டைக் காட்டச் சொல்லி கேட்கப்பட்டலாம். ஒரு வேளை காட்டாவிட்டால், சிறையில் தள்ளப்படலாம். இதுதான் யதார்த்தம். ❞

5

அரசியலில் ஈடுபடவேண்டும் என்று முடிவானபிறகு, ஆப்பிரிக்க தேசிய காங்கிரஸில் இணைவதுதான் சரி என்று மண்டேலாவுக்குத் தோன்றியது. ஏ.என்.சி.யில் இணைவதற்கு இன்னொரு காரணமும் இருந்தது. வால்டர் சிசுலு ஏ.என்.சி.யில் இருந்தார். 1940ம் ஆண்டு அவர் கட்சியில் சேர்ந்திருந்தார். அவரை அடியொற்றி நடப்பதுதான் நல்லது. ஏ.என்.சி.யில்

அரசியலின் நிறம்

இருக்கிறேன் என்பதைவிட சிசுலுவின் அமைப்பில், அவருடன் இணைந்து இருக்கிறேன் என்பது பெருமைக்குரியது. ஏ.என்.சி. அனைவரையும் இன்முகத்துடன் வரவேற்று இணைத்துக் கொண்டது இன்னொரு காரணம். கறுப்பர்கள், பட்டம் பெற்றவர்கள், சிந்தனையாளர்கள், பத்திரிகையாளர்கள், கோர் போன்ற புரட்சியாளர்கள் என்று பலரும் இக்கட்சியில் உறுப்பினராக இருந்தது உத்வேகம் அளித்தது.

தென் ஆப்பிரிக்க வெள்ளையர்களிடமும் அந்நியர்களிடமும் சிக்கி ஆப்பிரிக்கர்கள் மூன்று நூற்றாண்டுகள் ஒடுக்குமுறைக்கு ஆளானதன் விளைவே ஆப்பிரிக்க தேசிய கட்சி (African National Congress). *1912*-ம் ஆண்டு ஜனவரி *8*-ம் தேதி கட்சி ஆரம்பிக்கப் பட்டது. அதற்கு முன்னால், South African Native National Congress (SANNC) என்னும் பெயரில் இயங்கிவந்தது. கல்வி கற்ற, மேல்தட்டு ஆப்பிரிக்கர்களின் அமைப்பாக அப்போது அது இருந்தது. ஆரம்பித்து வைத்தவர்கள் மூன்று பேர். முதலாமவர் ஜான் டூபே (John Dube). ஜுலு இன மக்களின் வாழ்க்கையைப் பதிவு செய்வதில் மிகுந்த ஆர்வம் காட்டியவர் ஜான் டூபே. கவிஞர், எழுத்தாளர், நாவலாசிரியர், பதிப்பாசிரியர். ஆப்பிரிக்காவிலிருந்து வெளிவந்த முதல் வாழ்க்கை வரலாறு இவர் எழுதியதே. ஜுலு இன அரசர் ஒருவரைப் பற்றியது அந்தப் புத்தகம். செல்வச் செழிப்புள்ள பின்புலம். காதி (Quadi) இன மக்களின் தலைவராக வந்திருக்கவேண்டியவர். திடீரென்று ஒரு நாள், அவர் தந்தை கிறிஸ்தவத்துக்கு மதம் மாறியதால், டூபேவால் இனத் தலைவராக பொறுப்பேற்க முடியவில்லை. அரசியல் ஆர்வம் அப்போது வந்ததுதான்.

இரண்டாவது நபர், பிக்ஸ்லே கா இஸாகா ஸெமே (Pixley ka Isaka Seme). ஜுலு இனத்தைச் சார்ந்தவர். ஆக்ஸ்போர்ட் பல் கலைக்கழகத்தில் சட்டம் பயின்றவர். *1911*ம் ஆண்டு பிக்ஸ்லே விடுத்த அறைகூவல் ஒன்று கட்சியின் உருவாக்கத்துக்கு அடிப் படையாக அமைந்தது. நமக்குள் உள்ள வேறுபாடுகளை ஆப் பிரிக்கர்கள் மறந்து, ஒரே இயக்கமாகத் திகழவேண்டும்! அடுத்து, சோல் ப்லட்ஜீ (Sol Plaatje). ஆப்பிரிக்க மக்களின் விடுதலைக்காகப் போராடுவதில் தீவிரமாக இருந்தவர். அடிப்படையில் ஒரு பத்திரிகையாளர். எழுதினால் மட்டும் போதாது, வீதியில் இறங்கி போராடவும் வேண்டும் என்பதில் நம்பிக்கை கொண்டவர். மூன்று தலைவர்களில் அதிக துடிப்பானவர் இவரே.

ஆரம்பிக்கப்பட்ட புதிதில் ஏ.என்.சி. பெட்டிஷன்கள் எழுதி அனுப்பும் அமைப்பாக மட்டுமே இருந்தது. பேச்சுவார்த்தையின் மூலம் அரசின் போக்கை மாற்றிவிடலாம் என்று நம்பினார்கள். 1919ல் ஏ.என்.சி. தனது பிரநிதிகள் அமைந்த ஒரு குழுவை லண்டனுக்கு அனுப்பிவைத்தது. தென் ஆப்பிரிக்கக் கறுப்பர்கள் வாழ்க்கை நிலையை விவரித்து, அவர்களுக்கு ஏதேனும் சிறப்பு ஏற்பாடுகள் செய்துதர முடியுமா என்று விண்ணப்பித்திருந்தார்கள். ஒரு கட்டத்தில், பேச்சுவார்த்தை பயன்படாது, நேரடி எதிர்ப்புதான் ஒரே வழி என்னும் முடிவுக்குக் கட்சி வந்து சேர்ந்தது.

1941ல் அட்லாண்டிக் சார்ட்டர் கையெழுத்தானது. ரூஸ்வெல்ட்டும் சர்ச்சிலும் கையெழுத்திட்டிருந்தனர். சுயமரியாதை, ஜனநாயக பண்புகள் ஆகியவற்றை வலியுறுத்தி இந்த சாசனம் உருவாக்கப்பட்டிருந்தது. ஐரோப்பாவில் பல பகுதிகளில், இந்த சாசனம் எந்த தாக்கத்தையும் ஏற்படுத்தவில்லை. அலங்காரமான வாய்ப்பேச்சு என்று வருணிக்கப்பட்டது. நிராகரிக்கப்பட்டது. ஆனால், ஆப்பிரிக்கா இதை நம்பிக்கையுடன் அணுகியது. அடலாண்டிக் சாசனம் போல் நாமும் ஓர் அடிப்படை சாசனத்தை உருவாக்கவேண்டும் என்று ஏ.என்.சி. விரும்பியது. ஆப்பிரிக்கர்களின் உரிமையை வலியுறுத்தும்படி இந்த சாசனம் அமைய வேண்டும் என்று விரும்பினார்கள். ஆப்பரிக்கர்களுக்கு எதிரான சட்டங்கள், கெடுபிடிக்கள், ஒடுக்குமுறைகள் நீக்கப்பட வேண்டும். எங்கே வேண்டுமானாலும் ஆப்பிரிக்கர்கள் நிலம் வாங்கலாம் என்று சட்டப்படி மாற்றம் கொண்டுவரவேண்டும். இந்த மாற்றங்களை வலியுறுத்தி சாசனம் உருவாக்கும்போது, ஆப்பிரிக்கர்களின் ஆதரவு கிடைக்கும் என்று ஏ.என்.சி. நினைத்தது.

ஆண்டன் லெம்பெடே என்னும் புகழ்பெற்ற வழக்கறிஞரின் அறிமுகம் மண்டேலாவுக்குக் கிடைத்தது. மார்கஸ் கார்வி, து போய் (W.E.B. Du Bois), ஹேலி செலேஸி ஆகியோரின் சிந்தனைகளை மண்டேலாவுக்கு அறிமுகம் செய்துவைத்தார் லெம்பெடே. ஆப்பிரிக்கா கறுப்பர்களின் கண்டம் என்று தெளிவாகக் கூறினார் லெம்பெடே. இதை நாம் ஆங்கிலேயர்களிடமிருந்து மீட்டெடுத்தாகவேண்டும். அதற்கு முதலில் நாம் சில மாற்றங்களை மேற்கொள்ளவேண்டும். ஆங்கிலேயர்களை எதிர்ப்பதற்கு முன்னால், நமக்குள்ளே இருக்கும் சில நச்சு எண்ணங்

களை எதிர்க்கவேண்டும். நமக்குக் குற்றவுணர்வு இருக்கக் கூடாது. நாம் ஆங்கிலேயர்களைவிட தாழ்ந்தவர்கள்தான் என்னும் குற்றவுணர்வை அகற்றவேண்டும். கறுப்பு என்பது ஆப்பிரிக்காவின் நிறம். நம் மண்ணின் நிறம். இதை நாம் பெருமையுடன் அறிவிக்கவேண்டும். உணரவேண்டும். ஆங்கிலேயர்கள் போதிக்கும் பாடங்களை துறக்கவேண்டும். அவர்களை கடவுளாகப் பார்க்கும் வழக்கத்தை ஒழிக்கவேண்டும். அவ்வாறு செய்தால்தான் நம் போராட்டம் வெற்றிபெறும். நாம் அனைவரும் ஆப்பிரிக்கர்கள் என்று நம்மவர்கள் உளப்பூர்வமாக உணர்ந்து ஒன்றுபட்டால்தான் விடியல் பிறக்கும்.

தான் பணியாற்றும் சட்ட நிறுவனமும், கல்வி கற்கும் பல்கலைக் கழகமும் தன்னை ஒரு ஆப்பிரிக்க வெள்ளைக்காரனாக மாற்றிக் கொண்டிருப்பதை மண்டேலாவால் இப்போது தெளிவாகப் புரிந்துகொள்ளமுடிந்தது. லெம்பெடே சொல்வது சரி. நாம் ஏன் அவர்களுக்காக மாறவேண்டும்? வெள்ளையர்கள் விரும்புவது போல் நாம் வாழவேண்டிய அவசியமில்லை, அவர்களைத் திருப்திபடுத்துவது நம் நோக்கமும் அல்ல.

சிசுலு, லெம்பெடே தவிர வேறு சிலரின் நட்பும் கிடைத்தது. பீட்டர் ம்டா, டாக்டர் லயோனில் மஜோம்போஸி, விக்டர் போபோ, வில்லியம் கோமோ, ஜோர்டன் குபானே, டேவிட் பொபாபே. இவர்களில் சிலர் ஆங்கில காலனியாதிக்கத்தை மட்டுமல்லாமல் ஏ.என்.சி.யின் நடவடிக்கைகளையுமேகூட விமரிசனம் செய்தனர். தலைமையகம் கண்டிப்புடன் இயங்க வில்லை. இளைஞர்களைப் போதிய அளவுக்கு ஈர்க்கவில்லை. வெள்ளையர்களுடன் அனுசரித்துப்போகும் அணுகுமுறையும் காணப்படுகிறது. இது இயக்கத்தின் வளர்ச்சிக்கு நல்லதல்ல. இதற்கு தீர்வாக அவர்கள் முன்வைத்தது, இளைஞர் அணியை.

ஏ.என்.சி.யின் தலைவரான, டாக்டர் ஜூமாவை (Xuma) சந்திப்பது என்று முடிவானது. மண்டேலாவும் உடன் சென்றார். ஜூமா செல்வாக்குள்ள ஒரு மருத்துவராகவும் தலைவராகவும் இருந்தார். கட்சியின் வளர்ச்சிக்கு இவர் பங்களிப்பு முக்கிய மானது. பல முக்கிய நபர்களுடன் இவருக்குத் தொடர்பு இருந்த தால், அந்தத் தொடர்புகளை கட்சிக்குச் சாதகமாக இவரால் திருப்பிக்கொள்ளமுடிந்தது. ஜூமா மீதான அதிருப்திக்குக் காரணமும் இந்தத் தொடர்புகள்தாம். வெள்ளையர்களிடம் அவருக்கு இருந்த நல்லபெயரால், அவரால் அவர்களை எதிர்க்க

முடியாமல் போனது. அவர்களுக்கும் இதயம் உண்டு, கொஞ்சம் மெனக்கெட்டு எடுத்துச்சொன்னால், நம் கோரிக்கைகள் நிறைவேறிவிடும் என்று பேச ஆரம்பித்திருந்தார். வெள்ளையர்களே பார்த்து அளிக்கும் உரிமைகள் வேண்டாம் என்றார்கள் மண்டேலாவின் நண்பர்கள். நமக்குத் தேவையானதை நாமே பெற்றுக்கொள்வோம். பேச்சுவார்த்தையின் மூலமாக அல்ல, போராட்டத்தின் மூலமாக.

மண்டேலாவும் நண்பர்களும் நேரில் சந்தித்தபோதும் ஜுமா இதையேதான் சொன்னார். இளைஞர் அணி தேவையில்லை. இப்போதிருக்கும் அணுகுமுறையே போதும். இதுவே நமக்குச் சுதந்தரத்தைப் பெற்றுத்தந்துவிடும். மூர்க்கமான இளைஞர்களைக் கொண்டு போராட்டம் நடத்துவதில் எனக்கு விருப்பமில்லை. நண்பர்கள் புதிதாக உருவாக்கியிருந்த சாசனத்தை முதல் பார்வையிலேயே அவர் நிராகரித்தார். இளைஞர் அணி, போராட்டம், புரட்சி என்று உறுப்பினர்கள் திசைமாறிவிட்டால் பிறகு கட்சியை மீட்கவே முடியாது என்று எச்சரித்தார். உச்ச கட்டமாக, ஆப்பிரிக்கர்களால் ஒழுங்கான ஓரணியை உருவாக்க முடியாது என்றும், அந்த அளவுக்கு அவர்கள் இன்னும் பக்குவப் படவில்லை என்றும் கிண்டலுடன் குறிப்பிட்டார்.

எதிர்ப்புகளை மீறி, 1944ல் இளைஞர் அணி உருவாக்கப்பட்டது. வில்லியம் கோனா அதன் தலைவராகத் தேர்ந்தெடுக்கப்பட்டார். ஹரே கோட்டையில் இருந்தும் பிரிட்டோரியாவில் இருந்தும் இன்னும் தொலைதூரத்தில் இருந்தும் மாணவர்கள் திரண்டனர். லெம்பெடே உணர்ச்சியூட்டும் பிரசாரங்களை மேற்கொண்டார். காலனியாதிக்கம் குறித்தும், ஆப்பிரிக்க மதிப்பீடுகள் குறித்தும் உரையாற்றினார். 1912ல் ஏ.என்.சி. உருவாக்கியிருந்த அடிப்படைக் கொள்கையை இளைஞர் அணி மாற்றவில்லை. ஆனால், அந்தக் கொள்ளைக்கு வலு சேர்க்கும் வகையில் சில அம்சங்களை சேர்த்துக்கொண்டனர். ஆப்பிரிக்க தேசியம்தான் எங்கள் கோரிக்கை. பல்வேறு இனக்குழுக்களைக் கொண்டு ஒரு தேசம் சமைக்கவேண்டும். ஆப்பிரிக்கர்களுக்கான சுதந்தரத்தை ஆப்பிரிக்கர்கள்தான் போராடி வெல்லவேண்டும்.

ஆப்பிரிக்கர்களை அடிமைப்படுத்தி வைத்திருந்த ஆட்சியாளர்களின் சட்டங்கள் குறித்தும் அந்த சாசனம் ஓர் அறிமுகத்தை வழங்கியது.

★ Land Act, 1913

> இந்தச் சட்டத்தின் மூலம், கறுப்பர்கள் தங்கள் வாழ்வாதார நிலங்களை இழந்தனர். கிட்டத்தட்ட 87 சதவீத நிலம், ஆப்பிரிக்கர்களிடம் இருந்து பிரித்து வைக்கப்பட்டது. இந்தப் பகுதிகளில் ஆப்பிரிக்கர்களால் நிலம் வாங்கமுடியாது.

★ The Urban Areas Act, 1923

> பூர்விக குடியிருப்புகள் என்னும் பெயரில், ஆப்பிரிக்கர்களுக்கான இருப்பிடம் தனியே ஒதுக்கப்பட்டது. நகர்ப் புறங்களில் இருந்து ஒதுங்கியிருந்த இந்தப் பூர்வகுடிப் பகுதிகள், சேரிகளாக உருவெடுத்தன. வெள்ளை முதலாளிகளுக்கு ஊழியம் செய்ய இந்தப் பகுதிகளில் இருந்த தொழிலாளர்கள் பயன்படுத்தப்பட்டனர்.

★ The Color Bar Act, 1926

> வெள்ளையர்கள் மேற்கொள்ளும் தேர்ச்சிபெற்ற, திறன் கொண்ட தொழில்களை கறுப்பர்கள் நடத்தக்கூடாது என்று இச்சட்டம் தடைசெய்கிறது.

★ The Native Administration Act, 1927

> இந்தச் சட்டத்தின் மூலம் உள்ளூர் பழங்குடியின தலைவர்களிடம் இருந்து அதிகாரம் பறிக்கப்பட்டது. முழு அதிகாரமும் பிரிட்டிஷ் அரசரிடம் சென்றது.

- The Representation of Natives Act, 1936

> வாக்காளர் பட்டியலில் இருந்து கறுப்பர்களின் பெயர்கள் அழிக்கப்பட்டன. இனி ஆப்பிரிக்க அரசாங்கம் மலர்வதற்கு சாத்தியமில்லை என்று இந்தச் சட்டம் அறிவித்தது.

இளைஞர் அணியின் சாசனம், கம்யூனிச சிந்தாந்தத்தை ஏற்றுக் கொள்ள மறுத்தது. நமக்கான வழிமுறைகளை நாமே உருவாக்கிக்கொள்வோம். அயல்நாட்டுச் சித்தாந்தங்கள் நமக்குப் பயன்பட மாட்டா. அவற்றை ஏற்றுக்கொள்வதில் பலனில்லை. கம்யூனிஸ்ட் கட்சியில் இருந்த நண்பர்கள் சிலருக்கு இதனால் மனக்குறை ஏற்பட்டது உண்மை.

கம்யூனிஸ்ட் கட்சியை இளைஞர் அணி நிராகரித்தற்கு இன்னொரு காரணம், அக்கட்சியில் பெரும்பான்மையினராக

வெள்ளையர்கள் இடம்பெற்றிருந்தனர். அவர்கள் புரட்சிகர கருத்துகள் கொண்டவர்களாக இருந்தாலும், வெள்ளையர்களுக்கு எதிரான போராட்டத்தில் அவர்களை எதற்கு இணைத்துக்கொள்ளவேண்டும் என்னும் கேள்வி எழுந்தது.

கம்யூனிஸ்டுகளை ஒதுக்கவேண்டிய அவசியம் இல்லை என்று அணியில் இருந்த சிலர் கருதினார்கள். நம் கருத்தோடு, கொள்கையோடு, உணர்வோடு ஒத்துப்போகும் வெள்ளையர்களையும் இணைத்துக்கொள்ளலாம். இப்படி ஒவ்வொருவரையும் ஒதுக்கிக்கொண்டே போனால் கட்சியின் பலம் மெலிந்து விடும் என்றும் அவர்கள் நம்பினர்.

ஒருமித்த கருத்தை எட்டமுடியவில்லை. கம்யூனிஸ்டுகளையும் வெள்ளையர்களையும் இணைத்துக்கொள்ளவேண்டாம் என்பதுதான் மண்டேலாவின் கருத்தும். வெள்ளையர்களுடன் பணிபுரியும்போது கறுப்பர்கள் இயல்பாக இருக்கமாட்டார்கள் என்று அவர் நினைத்தார். இது கறுப்பர்களின் போராட்டம். நாம் போதும். நாம் மட்டும் போதும்.

★

வால்டர் சிசுலுவின் சகோதரி, எவிலினை (Evelyn Ntoko Mase) சந்தித்த மண்டேலா அவர் மீது காதல் வயப்பட்டார். மண்டேலா பிறந்து வளர்ந்த ட்ரான்ஸ்கிதான் இவருக்கும் பூர்விகம். அமைதியானவர். குடும்பத்தினரால், நண்பர்களால் நேசிக்கப்பட்டவர். அவர் தந்தை சுரங்கத்தொழிலாளராக இருந்தவர். எவிலின் குழந்தையாக இருந்தபோதே அவர் இறந்துபோனார். பன்னிரண்டு வயதானபோது, தாயாரும் இறந்துபோனார். உயர் கல்வி பயில்வதற்காக ஜொகன்னஸ்பர்க் வந்து, தன் சகோதரன் சிசுலுவுடன் தங்கியிருந்தார். பழக ஆரம்பித்த சில மாதங்களில், 1944ல் இருவரும் திருமணம் செய்துகொண்டனர்.

1946ல் சுரங்கத் தொழிலாளர்களின் மாபெரும் வேலை நிறுத்தம் நடைபெற்றது. இந்தப் போராட்டத்தில் சுமார் எழுபதாயிரம் ஆப்பிரிக்கத் தொழிலாளர்கள் கலந்துகொண்டனர். 1940களின் தொடக்கத்தில் கோர், ஜே.பி. மார்க்ஸ் போன்றோரின் முன் முயற்சியால் ஆப்பிரிக்க சுரங்கத் தொழிலாளர் சங்கம் (AMWU) தொடங்கப்பட்டது. அதன் பிறகு நடைபெறும் மாபெரும் போராட்டம் இதுவே. ஒரு நாளைக்கு இரண்டு ஷில்லிங்

போதாது, குறைந்தபட்ச ஊதியம் வழங்கவேண்டும் என்பது தான் கோரிக்கை. நிர்வாகம் ஒப்புக்கொள்ளாததால், வேலை நிறுத்தம் தொடங்கியது.

ஜே.பி. மார்க்ஸ், ஏ.என்.சி., கம்யூனிஸ்ட் கட்சி இரண்டிலும் உறுப்பினராக இருந்தார். தேர்ந்த அரசியல் அறிவும் போராட்டக் குணமும் நிரம்பப்பெற்றவர். தொழிலாளர்களை ஒன்றுதிரட்டும் பணியில் அவருடன் இணைந்து பணியாற்றும் வாய்ப்பு மண்டேலாவுக்குக் கிடைத்தது. வாய்ப்பைப் பயன்படுத்தி அவரிடமிருந்து பாடங்கள் படித்துக்கொண்டார். தொழிலாளர் வர்க்கத்தை அணி திரட்ட, அவர்களைப் போராட்டத்தில் ஈர்க்க மார்க்ஸ் எடுத்துக்கொண்ட முயற்சிகள் ஒவ்வொன்றும் மண்டேலாவுக்குத் தனிப்பாடமாக மாறியது.

சுரங்கத்தில் சில காலம் பணியாற்றிய அனுபவம் மண்டேலா வுக்கு இருந்ததால், தொழிலாளர்களுடன் அவரால் இயல்பாக உரையாட முடிந்தது. அவர்கள் பிரச்னையைப் புரிந்துகொள்ள வும் முடிந்தது. தொடர்ச்சியாக அறுபதுக்கும் மேற்பட்ட போராட்டங்கள் அடுத்தடுத்து நடைபெற்றதைக் கண்டு மண்டேலா ஊக்கமடைந்தார். தொழிலாளர்கள் வெற்றி பெறும் தினத்தை ஆவலுடன் எதிர்நோக்கியிருந்தார். ஏமாற்றமே மிஞ்சியது. அரசாங்கம் மிகக் கடுமையாகப் போராட்டத்தை முடக்கியது. மார்க்ஸ் உள்ளிட்ட தலைவர்கள் தேடிப்பிடித்து கைது செய்யப்பட்டனர். தொழிற்சங்க உறுப்பினர்கள் தாக்கப் பட்டனர். தொழிலாளர்கள் மிரட்டப்பட்டனர். அப்பாவி ஆப்பிரிக்கர்கள் பலர் கொல்லப்பட்டனர். ஆப்பிரிக்கத் தொழி லாளர்களின் போராட்டம் தோல்வியடைந்தது. ஆப்பிரிக்கர்கள் மீது மட்டுமல்ல இந்தியர்கள் மீதும் அடக்குமுறையை ஏவி விட்டது அரசு.

தென் ஆப்பிரிக்காவின் பிரதம மந்திரியாக இருந்த ஜேன் கிறிஸ்டி யன் ஸ்மட்ஸ் (Jan Christiaan Smuts) மிகுந்த செல்வாக்கு கொண்டவர். யுனைட்டெட் கட்சியின் தலைவர். முன்னதாக, 1919 முதல் 1924 வரை பிரதமராக இருந்ததிருக்கிறார். முதல் உலகப் போரில் பணியாற்றியிருக்கிறார். செப்டம்பர் 1939ம் ஆண்டு மீண்டும் ஆட்சியைப் பிடித்தார். இரண்டாம் உலகப் போரில் நேச நாட்டுப் படையினரோடு தென் ஆப்பிரிக்காவை இணைத்துக்கொண்டு, பிரிட்டிஷ் ஃபீல்ட் மார்ஷலாக இருந் திருக்கிறார்.

கேப் மாகாணத்தைச் சேர்ந்த தென் ஆப்பிரிக்க வெள்ளையர். ஆப்பிரிக்காவில் குடியேறிய டச்சு நாட்டவரின் வழித்தோன்றல்கள் பிரிட்டிஷ் மற்றும் ஐரோப்பிய வெள்ளையர்களைப் போலவே இவர்களும் பூர்விக ஆப்பிரிக்க கறுப்பர்களை வெறுத்தொதுக்கினர். கடுமையான சட்டங்களால் அவர்களை அடக்கி ஒடுக்கினர். தென் ஆப்பிரிக்கா வெள்ளையர்களின் பூமி என்று வாதிட்டனர். ஆப்பிரிக்கானர்கள் வெள்ளையர்களாக இருந்தாலும், பொதுவாக ஐரோப்பியர்கள் இவர்களை தங்களுள் ஒருவராகப் பார்ப்பதில்லை. அந்த மனக்குறை ஆப்பிரிக்கானர்களுக்கும் இருந்தது.

ஸ்மட்ஸ் ஆட்சியில் Asiatic Land Tenure Act என்னும் சட்டவிதி (கெட்டோ சட்டம் என்றும் அழைக்கப்பட்டது) அமலுக்கு வந்தது. குறிப்பாக, இந்தியர்களுக்கு எதிராகக் கொண்டுவரப்பட்ட சட்டம் இது என்றாலும், ஒட்டுமொத்த ஆசியர்களையும் உள்ளடக்கியதாக அதன் அம்சங்கள் அமைக்கப்பட்டன. 19ம் நூற்றாண்டிலும், 20ம் நூற்றாண்டின் தொடக்கத்திலும் காலனிய இந்தியாவில் இருந்து தென் ஆப்பிரிக்காவுக்கு குடிபெயர்ந்த இந்தியர்கள், தென் ஆப்பிரிக்க இந்தியர்கள் என்று அழைக்கப்படலாயினர். இந்தியர்களில் முதல் பிரிவினர் 1860ம் ஆண்டு ட்ரூரோ என்னும் கப்பலில் வந்திறங்கினர். அவர்களைத் தொடர்ந்து பல ஒப்பந்த தொழிலாளர்கள் (Indentured labourers) நேட்டலில் உள்ள கரும்புத் தோட்டங்களில் பணியாற்ற அழைத்துவரப்பட்டனர். இவர்களில் பெரும்பாலானோர் ஆலை முதலாளிகளுடன் வாழ்நாள் கால ஒப்பந்தத்தில் பிணைந்திருந்தனர். இந்தியர்களையும் கறுப்பர்கள் என்று சில சமயம் அழைத்தது தென் ஆப்பிரிக்க அரசு.

குஜராத், ராஜஸ்தான் ஆகிய பகுதிகளில் இருந்து பல இந்திய வர்த்தகர்கள் தென் ஆப்பிரிக்காவுக்குள் குடிபெயர்ந்தனர். நேட்டலின் மிகப் பெரிய துறைமுக நரமான டர்பனில் இந்தியர்கள் உள்ளிட்ட ஆசியர்களின் எண்ணிக்கை கணிசமாக இருந்தது. ஆப்பிரிக்காவில், இந்திய வம்சாவளியினர் அதிகம் வசித்தது தென் ஆப்பிரிக்காவில்தான். தமிழ், இந்தி, தெலுங்கு என்று பல மொழிகள் பேசினாலும், தென் ஆப்பிரிக்க இந்தியர்களுக்கு ஆங்கிலமே பிரதான தொடர்பு மொழியாக இருந்தது. தெற்கு ஆசியாவில் இருந்து குடிபெயர்ந்தவர்களும் இந்தியர்கள் என்னும் பொதுப்பெயரிலேயே அழைக்கப்

பட்டனர். அல்லது ஆசியர்கள் என்று வகைப்படுத்தப்பட்டனர். இந்தியர்களைப் போலவே இவர்களிலும் பலர் கூலிகளாக வரவழைக்கப்பட்டவர்கள்தாம்.

ஸ்மட்ஸ் கொண்டு வந்த புதிய சட்டத்தின்படி, இந்தியர்கள் ஆப்பிரிக்காவில் நினைத்த பகுதிகளில் சுதந்தரமாக தொழில் நடத்தமுடியாது. விருப்பப்பட்ட பகுதியில் நிலம் வாங்கிப் போடமுடியாது. அவர்களுக்கென்று தனிப்பகுதி ஒதுக்கித்தரப் படும் (ஆப்பிரிக்கர்களுக்கு சேரிகள் ஒதுக்கப்பட்டது போல்). அவற்றில்தான் இந்தியர்கள் வசிக்கலாம், உழைக்கலாம்.

இந்தியர்கள் இச்சட்டத்தால் பொங்கி எழுந்தனர். டிரான்ஸ்வால் இந்தியன் காங்கிரஸ் என்னும் அமைப்பு அரசாங்கத்தை எதிர்க்கத் துணிந்தது. அமைப்பின் தலைவர், டாக்டர் டாடூ, இந்தியர் களைத் திரட்டத் தொடங்கினார். நேட்டால் இந்திய காங்கிரஸ் அமைப்பின் தலைவர், ஜி.எம். நாயக்கரும் போராட்டத்தில் இணைந்துகொண்டார்.

அடுத்த இரு ஆண்டுகளுக்கு இந்தியர்கள் இப்போராட்டத்தை கைவிடவில்லை. கட்சி உறுப்பினர்கள், அனுதாபிகள், இளைஞர்கள் என்று தொடங்கிய போராட்டத்தில், பெண்கள், ஆசிரியர்கள், பணியாளர்கள், மருத்துவர்கள், வழக்கறிஞர்கள் என்று பல்வேறு தரப்பினர் கலந்துகொண்டு வலுவேற்றினர். டாடூவும் நாயக்கரும் கைது செய்யப்பட்டனர். போராட்டத்தை ஆதரித்த ஏராளமான இந்தியர்கள் கைது செய்யப்பட்டனர்.

ஏ.என்.சி., இந்தியர்களின் போராட்டத்தை தார்மீக ரீதியில் ஆதரித் தது. தலைவர் ஜூமா, பொதுக்கூட்டங்களில் இந்தியர்களின் நிலைப்பாட்டை வெளிப்படையாக ஆதரித்தார். மண்டேலாவும் இளைஞர் அணியில் இருந்த மற்ற நண்பர்களும் போராட்டத்தின் ஒவ்வொரு கட்ட வளர்ச்சியையும் வியப்புடன் கண்காணித்தனர். மண்டேலா, தனிப்பட்ட முறையில் இந்தப் போராட்டத்தால் ஈர்க்கப்பட்டார். காந்தியின் 1913ம் ஆண்டு தென் ஆப்பிரிக்கப் போராட்டம் பற்றி அவர் வாசித்து அறிந்திருந்தார்.

மார்ச் 1913ல் உச்சநீதிமன்றம் இந்து மற்றும் இஸ்லாமிய திரு மணங்களை அங்கீகரிக்க முடியாது என்றொரு சட்டத்தைக் கொண்டு வந்தது. கோபமடைந்த இந்தியப் பெண்கள் காந்தியின் சத்தியாகிரகப் போராட்டத்தில் பெருமளவில் தங்களை

தாக்கியது. சிசுலுவுக்கும் மண்டேலாவுக்கும் அது தனிப்பட்ட துயரமாக இருந்தது.

லெம்பெடேவின் மரணத்துக்குப் பிறகு, ஏ.எம்.சியில் கம்யூனிஸ்டுகளின் ஆதிக்கம் மீண்டும் மலர்வதைப் போல் இருந்தது. மண்டேலாவுக்கு இது பிடிக்கவில்லை. ஆப்பிரிக்காவுக்குத் தேவை மார்க்ஸியம் அல்ல. ஏ.எம்.சி.க்கு நிச்சயம் கம்யூனிஸ்டுகள் தேவைப்படமாட்டார்கள். வெள்ளைத் தோல் நபர்களையும் கட்சிக்கூட்டங்களில் அதிகம் காணமுடிந்தது. மண்டேலாவுக்குச் சங்கடமாக இருந்தது. கம்யூனிஸ்ட் கட்சி உறுப்பினர்களையும், கம்யூனிஸ்ட் ஆதரவாளர்களையும் கட்சியில் இருந்து விலக்கிவிடலாம் என்று தீர்மானம் கொண்டுவந்த போது பலத்த எதிர்ப்புகள் கிளம்பின. செயல்படுத்தமுடியாமல் போனது. ஒருமுறை ஏ.என்.சி. கூட்டம் நடைபெற்றுக்கொண்டு இருந்தபோது, மண்டேலாவும் அவர் நண்பர்களும் மேடைக்குப் பாய்ந்து அங்கே தொங்கவிடப்பட்டிருந்த கம்யூனிஸ்ட் கட்சி அடையாளங்களை அகற்றி, பரபரப்பை உண்டாக்கினர்.

அதே போல், இந்தியர்களை இணைத்துக்கொள்வதிலும் மண்டேலாவுக்கு விருப்பமில்லை. அவர்களை அனுமதித்தால், கட்சி அவர்கள் வசமாகிவிடும் என்று அஞ்சினார். கம்யூனிஸ்டுகள், இந்தியர்கள் இருவரும் படித்தவர்கள், அனுபவம் மிக்கவர்கள். அவர்கள் பெரும்பான்மையினராகிவிட்டால், அவ்வளவாகப் படிக்காத, அனுபவமற்ற ஆப்பிரிக்கர்கள் அவர்கள் அதிகாரத்தின் கீழ் செயல்பட ஆரம்பித்துவிடுவார்கள் என்று மண்டேலா நம்பினார். இது அவருடைய கட்சி சார்பு முடிவு. தனிப்பட்ட முறையில், பல இந்தியர்களும் கம்யூனிஸ்டுகளும் மண்டேலாவுக்கு நெருக்கமாக இருந்தனர். ஆப்பிரிக்காவில் கம்யூனிஸ்ட் சித்தாந்தம் வெற்றி பெறுமா தோழரே என்று கேள்வி கேட்டு மணிக்கணக்கில் அவர்களுடன் விவாதிப்பதில் மண்டேலாவுக்குத் தயக்கம் எதுவும் இருந்ததில்லை.

1947ல் டிரான்ஸ்வால் ஏ.என்.சி. எக்ஸிக்யூடிவ் கமிட்டி உறுப்பினராக மண்டேலா தேர்ந்தெடுக்கப்பட்டார். கட்சியில் அவருக்குக் கொடுக்கப்பட்ட முதல் பெரும் பொறுப்பு இதுவே. அதே 1947ல், இந்திய மற்றும் ஆப்பிரிக்க அமைப்புகள் ஒன்றிணைந்து செயல்பட முடிவுசெய்தன. நோக்கம் ஒன்றே என்பதால், இந்தச் சேர்க்கை போராட்டத்தைப் பலப்படுத்தும் என்று நம்பினார்கள். இரு தரப்பிலும் தலைவர்களாக இருந்தவர்களில் பெரும்

இணைத்துக்கொண்டனர். 1893 தொடங்கி நேட்டால் மற்றும் ட்ரான்ஸ்வால் பகுதிகளில் வழக்கறிஞராகப் பணிபுரிந்து வந்தார் காந்தி. 1913 மற்றும் 1914ல் நடைபெற்ற போராட்டத்தில் பெண்கள் முக்கியப் பங்கு வகித்தனர். சட்டத்துக்குப் புறம்பான மனைவி என்று நீதிமன்றத்தால் கருதப்படுவதற்குப் பதில் சிறைக்குச் செல்ல தயராக இருக்கிறேன் என்று அறிவித்தார் கஸ்துர்பா காந்தி. காந்தியின் வழிகாட்டுதலில் இந்தியப் பெண்கள் டர்பன் ரயில்வே நிலையத்துக்கு அணிதிரண்டு வந்தனர். ட்ரான்ஸ்வால் பகுதிக்கு அவர்கள் ரயிலில் சென்றனர். காவல்துறை அவர்களைக் கைது செய்தபோது, நேட்டால் பகுதியில் இருந்த இந்தியர்கள் திரண்டு வந்து எதிர்த்தனர்.

ஒப்பந்தத் தொழிலாளர்கள் மீது சுமத்தப்பட்ட வரியை விலக்கிக் கொள்ளவேண்டும் என்னும் கோரிக்கையுடன் போராட்டம் அடுத்த கட்டத்தை அடைந்தது. விரைவில், சுரங்கத் தொழி லாளர்களும் போராட்டத்தில் கலந்துகொண்டனர். 1914ல் ஸ்மட்ஸ் காந்தி உடன்படிக்கை ஏற்பட்டது. மூன்று பவுண்ட் வரி விலக்கிக்கொள்ளப்படும், இந்திய திருமணங்கள் அங்கீகரிக்கப் படும், ஆப்பிரிக்கர்களை ஒடுக்கும் கறுப்பர்கள் சட்டம் விலக்கிக் கொள்ளப்படும், இந்தியர்கள் ட்ரான்ஸ்வாலுக்குள் சுதந்தரமாக நடமாடலாம் என்னும் கோரிக்கைகளை ஸ்மட்ஸ் ஏற்றுக் கொண்டார். காந்தியின் சத்தியாகிரகப் போராட்டம் தென் ஆப்பிரிக்கர்களை பெருமளவில் கவர்ந்தது. அகிம்சை வழியில் அமைதியாகப் போராடி பெரும் மாற்றங்களைக் கொண்டு வரலாம் என்று மண்டேலா நம்பினார்.

★

வடக்கு ஓர்லாண்டோவில் மண்டேலாவும் எவிலினும் அவர் களது முதல் மகன், மடிபா தெம்பிகிலியும் இடம்பெயர்ந்தனர். சேர்ந்து மூன்று ஆண்டுகள் கழிந்துவிட்டதால், சட்ட நிறுவனம் 1947ல் மண்டேலாவை விடுவித்தது. பி.எல். முடிந்துவிட்டால், வழக்கறிஞர் ஆகிவிடலாம். இரண்டாவது குழந்தை பிறந்தது. பெண். பிறந்ததும், இறந்தது. ஒரு துயரத்தில் இருந்து விடுபடு வதற்குள் மற்றொன்று தாக்கியது. வயிற்று வலி என்று முணகிய லெம்பெடே மருத்துவமனைக்குக் கொண்டு செல்லப்பட்ட அன்றே இறந்தும்போனார். அப்போது அவருக்கு இருபத்து மூன்று வயது மட்டுமே. லெம்பெடேவின் இழப்பு ஏ.எம்.சி.யை

பாலானோர் மருத்துவர்கள் என்பதால், இந்த ஒருங்கிணைப்பு, மருத்துவர்கள் ஒப்பந்தம் (டாக்டர்ஸ் பேக்ட்) என்று அழைக்கப் பட்டது.

நிறத்தவர் என்று வெள்ளையர்களால் அழைக்கப்பட்ட ஐரோப்பி யர் அல்லாவர்களும், இந்தப் போராட்டத்தில் தங்களை இணைத்துக்கொண்டனர். ஒவ்வொருவருக்கும் ஒவ்வொரு விதமான கோரிக்கை இருந்தது. இந்தியர்களின் ஆதிக்கத்தை முறியடிக்க கொண்டுவரப்பட்ட கெட்டோ சட்டம் ஆப்பிரிக்கர் களையும் ஐரோப்பியர் அல்லாதவரையும் தண்டிக்காது. அதே போல், ஆப்பிரிக்கர்களுக்காக இயற்றப்பட்ட எண்ணற்ற சட்டங் கள் இந்தியர்களுக்குப் பொருந்தாது. ஐரோப்பியர் அல்லாதாரின் பிரச்னை, இந்த இரண்டும் அல்ல. வேலைகளில் இடஒதுக்கீடு வேண்டும் என்பதுதான். என்றாலும், இந்த மூன்று பிரிவினரும் ஒரே குடையின் கீழ் திரண்டதன் நோக்கம், இந்த மூவரின் எதிரியும் ஒன்று என்பதுதான். வெள்ளை அரசாங்கம். வெள்ளை இனவெறி. வெள்ளை ஆதிக்கம்.

★

ஆப்பிரிக்கர்கள் ஓட்டுப்போடுவதில்லை. ஆனால், யார் வெற்றி பெறுகிறார்கள், யார் தோற்கிறார்கள் என்பதை கவனிக்கத் தவறுவதில்லை. யார் வெற்றி பெற்றாலும், ஆப்பிரிக்கர்களின் வாழ்நிலை மாறிவிடாது என்பது உண்மையே. வெள்ளையர்கள் ஆட்சியில் இருக்கும்போது, கறுப்பர்களுக்கு விடுதலை சாத்தியமில்லை என்பதும் உண்மையே. இருந்தாலும், துன்பம் இழைக்கும் ஒருவர் தோற்று அதிக துன்பம் இழைக்கும் ஒருவர் ஆட்சியில் அமரும்போது, நிலைமை மோசமடைகிறது. அதற்காகவேனும் தேர்தல் முடிவுகளை ஆப்பிரிக்கர்கள் கவனிப்பது வழக்கம்.

1948 தேர்தலில் ஸ்மட்ஸுக்கு எதிராகப் போட்டியிட்டவர், நேஷனல் கட்சியைச் சேர்ந்த டாக்டர் டானியல் மாலன். இவர் ஹிட்லரை வெளிப்படையாகவே ஆதரிப்பவர். செல்வாக்கு மிகுந்த ஸ்மட்ஸை வீழ்த்த இவர் ஹிட்லரின் வழியைத்தான் கையாளவேண்டியிருந்தது. அங்கே யூத வெறுப்பு, ஹிட்லரை உச்சத்தில் வைத்திருந்தது. இங்கே உச்சத்தை அடையவேண்டு மானால், ஒரு பொது எதிரியை உருவாக்கவேண்டும். கறுப்பர் களைவிட பெரிய எதிரி வேறு யார் இருக்கமுடியும்?

தேர்தல் பிரசாரத்தில் மாலன் கறுப்பின எதிர்ப்பை மிக வலுவாக முன்வைத்தார். கறுப்பு அபாயம் என்று பீதி கிளப்பினார். நிக்கர்களை (கறுப்பர்களைக் குறிக்கும் தரக்குறைவான சொல்) அவர்களுக்குண்டான இடத்தில் வைப்போம், கூலிகளை (இந்தியர்களைக் குறிக்கும் தரக்குறைவான சொல்) விரட்டி யடிப்போம் என்று அறைகூவல் விடுத்தார். முன்னதாக, மாலன் டச்சு சீர்திருத்த தேவாலயத்தில் அமைச்சராக இருந்தவர். பத்திரிகையாசிரியருங்கூட.

ஏற்கெனவே புரையோடிப்போயிருந்த கறுப்பின வெறுப்பை இவர் மேலும் வளர்த்தெடுத்தார். அபார்தெய்ட் (Apartheid) என்னும் இன ஒதுக்கல் முறையை ஊக்குவித்தார். வெள்ளை, கறுப்பைவிட உயர்ந்தது. கறுப்பு அடிமை நிறம். வெள்ளை ஆளும் நிறம். கறுப்பால் சுயமாகச் சிந்திக்கமுடியாது. அதிகாரம் ஈட்ட முடியாது. உயர் பதவிகள் வகிக்கமுடியாது. வெள்ளை என்பது மூலமாக, மாலன் உயர்த்திப்பிடித்தது பிரிட்டிஷ் வெள்ளையர்களை அல்ல. ஆப்பிரிக்கானர்களை. பிரிட்டிஷ் வெள்ளையர்களை இவர் எதிர்த்தார்.

ஆப்பிரிக்கர்களுக்கு ஸ்மட்ஸையும் பிடிக்கவில்லை, மாலனை யும் பிடிக்கவில்லை. என்றாலும், இருவரில் ஒருவர்தான் ஆட்சியைப் பிடிப்பார் என்னும் நிலை. மாலனின் நிறவெறுப்புக் கொள்கைக்கு டச்சு தேவாலயத்தின் ஆசிர்வாதம் இருந்தது. கறுப்பர்களைப் பிடிக்காத ஆப்பிரிக்க வெள்ளையர்களின் ஆதர வும் இருந்தது. எனவே, 1948 தேர்தலில் மாலனின் நேஷனல் கட்சி வெற்றி பெற்றது. பிரிட்டிஷ் வெள்ளையர்களின் மேலா திக்கம் முடிவுக்கு வந்து, ஆப்பிரிக்க வெள்ளையர்களின் ஆதிக் கம் தொடங்கியது. அந்த வெள்ளைக்குப் பதில் இந்த வெள்ளை. ஆப்பிரிக்க வெள்ளையர்களுக்கு இது முக்கியமான வெற்றி. தங்கள் மொழி, தங்கள் இனம், தங்கள் நிறம் வென்றுவிட்டது என்று ஆரவாரத்துடன் கொண்டாடினார்கள். இனி, ஆப்பிரிக்கா பிரிட்டிஷ் ஆதிக்கத்துக்கு உட்படாது என்று உறுதிபூண்டார்கள். ஆப்பிரிக்கா, ஆப்பிரிக்க வெள்ளையர்களுக்கே!

தேர்தல் முடிவுகள் நெல்சன் மண்டேலாவை ஆச்சரியப்பட வைத்தன. ஆனால், ஆலிவர் டாம்போ தோள்களைக் குலுக்கிக் கொண்டார். 'இதுவும் ஒரு வகையில் நல்லதுக்குத்தான். இப் போது நம் எதிரி யார் என்பது துல்லியமாகத் தெரிந்துவிட்டது.'

> அமைதிப் போராட்டத்தின் காலம் முடிந்துவிட்டது. அகிம்சை பயனற்ற உத்தி. வெள்ளை அரசை கவிழ்க்க அகிம்சையைப் பயன்படுத்தமுடியாது. வன்முறைதான் எஞ்சியிருக்கும் ஒரே ஆயுதம். இனஒதுக்கலை வீழ்த்த வன்முறையை மட்டுமே நாம் பயன்படுத்தவேண்டும். அதற்காக விரைவில் நாம் நம்மை தயார்படுத்திக் கொள்ளவேண்டும்.

6

வெள்ளையர்களை ஒரு பொட்டலமாகக் கட்டி கடலில் தூக்கிப்போட்டுவிடவேண்டும் என்று மண்டேலா நினைக்கவில்லை. வெள்ளையர்கள், கூடாரங்களைக் கலைத்துவிட்டு தாங்களாகவே கப்பல் ஏறி வெளியேறிவிடவேண்டும் என்று விரும்பினார். இளைஞர் அணி இந்தியர்களையும் கட்சியில் இணைத்துக்கொண்டதை மண்டேலா தயக்கத்துடன்தான் ஏற்றுக்கொண்டார். இந்தியர்களுக்கு இந்தியா என்றொரு தாய்நாடு இருக்கிறது. ஆப்பிரிக்கர்களுக்கும் நிறத்தவர்களுக்கும் ஆப்பிரிக்காவை விட்டால் வேறு கதி கிடையாது. இந்தியர்களுக்கு விடுதலை தேவை என்பதைவிட ஆப்பிரிக்கர்களுக்கு விடுதலை தேவை என்பது கூடுதல் முக்கியத்துவம் பெறுகிறது. இந்த முக்கியத்துவத்தை உணர்ந்து இந்தியர்கள் எங்களுடன் ஒத்துழைத்தால் அவர்களை ஏற்றுக்கொள்கிறேன் என்றார் மண்டேலா.

மாலன் தனது ஆட்சியைத் தொடங்கியிருந்தார். தொழிற்சங்கங்களைக் கலைப்பதற்கான முயற்சிகள் முன்னெடுத்துச்செல்லப்பட்டன. சட்டப்படி இதை செய்துமுடிக்கமுடியுமா என்று ஆராயப்பட்டது. நிறத்தவர்களுக்கு இருந்த வாக்களிக்கும்

ஆயுதம் தேவை

உரிமை ரத்து செய்யப்பட்டது. 1949ம் ஆண்டு கொண்டுவரப் பட்ட ஒரு சிறப்புச் சட்டப் பிரிவு கலப்பின மணத்தைத் தடை செய்தது. உடனுக்குடன் இம்மார்டாலிட்டி ஆக்ட் அமல் படுத்தப்பட்டது. வெள்ளையினத்தாரோடு வெள்ளையினம் அல்லாதோர் உடலுறவு கொள்வதைத் தடை செய்யும் சட்டம்.

பிறகு, Population Registration Act இனத்தின் அடிப்படையில் மக்களைப் பிரித்து வைத்து பதிவு செய்யும் சட்டம். கறுப்பர் களை வெள்ளையர்களிடம் இருந்து பிரிக்கவேண்டும். வெள்ளையர்களை நிறத்தவர்களிடம் இருந்து பிரிக்க வேண்டும். பல சமயங்களில் ஒரே குடும்பத்தைச் சேர்ந்தவர் கள் நிறத்தின் அடிப்படையில் பிரித்து தனித்தனியே வாழ நிர்ப்பந்திக்கப்பட்டனர். உதாரணத்துக்கு, தந்தையும் கறுப்பு, தாயும் கறுப்பு ஆனால் பிறக்கும் குழந்தை மாறுபட்ட நிறத்தில் (வெள்ளையும் அல்ல) இருந்தால், அந்தக் குழந்தை நிறத்தவர் என்று அடையாளம் குத்தப்பட்டு தனியே பிரித்தெடுக்கப் பட்டது. ஒருவர் எங்கே வாழவேண்டும், யாரைத் திருமணம் செய்துகொள்ளவேண்டும், எங்கே வேலை செய்யவேண்டும் போன்ற விஷயங்கள் ஒருவரது நிறத்தின் அடிப்படையில் அமைந்தன.

தங்களை வெள்ளையர்கள் என்று கருதியிருந்த சிலர் திடீரென்று நிறத்தவர் என்று அடையாளம் காணப்பட்டனர். அவர்கள் இது வரை பெற்று வந்த சலுகைகள் நிறுத்தப்பட்டன. பார்ப்பதற்கு ஒருவர் வெள்ளையாக இருந்தாலும், அவரது தந்தையோ தாயோ கறுப்பராகவோ நிறத்தவராகவே இருக்கும் பட்சத்தில் அவரும் கறுப்பராகவோ நிறத்தவராகவோதான் கருதப்படுவார். வெள்ளையராக அல்ல.

பார்த்து நிறத்தைக் கண்டுபிடிக்க முடியவில்லை என்றால் பென்சில் பரிசோதனை நடத்தப்படும். ஒரு பென்சிலை எடுத்து தலைமுடியில் செருகிவிடுவார்கள். அந்தப் பென்சில் நழுவி கீழே விழுந்துவிட்டால் அவர் கறுப்பர் அல்ல. நிறத்தவராகவே இருப்பார். காரணம் கறுப்பர்களின் முடி கடினமாக இருக்கும். பென்சில் விழாது. இது அவர்களாகவே உருவாக்கிக்கொண்ட கணக்கு. அப்படியும் குழப்பம் வந்தால் உயர் அதிகாரிகள் முன்னால் கொண்டுவந்து நிறுத்துவார்கள். அவர் கண்களால் எடைபோட்டு அறிவித்துவிடுவார்.

எல்லாவற்றையும்விட மிக முக்கியமானது என்று மாலன் கருதியது க்ரூப் ஏரியாஸ் ஆக்ட். அபார்தெய்டின் முதுகெலும்பு என்று இந்தச் சட்டத்தை அவர் கருதினார். இதன்படி, ஒவ்வொரு இனத்துக்கும் தனித்தனி வாழ்விடம் அமைக்கப்படவேண்டும். இந்தச் சட்டம் வருவதற்கு முன்பும் கறுப்பர்கள் நகரங்களுக்கு வெளியேதான் ஒதுக்கி வைக்கப்பட்டிருந்தனர் என்றாலும் இந்த ஒதுக்கலுக்கு அதிகாரபூர்வமான, சட்டப்பூர்வ உரிமை கிடைத்தது மாலனின் இந்தப் புதிய சட்டத்தால்தான். இனி, கறுப்பர்களின் நிலங்களை வெள்ளையர்கள் வன்முறையை பிரயோகித்துப் பிடுங்கிக்கொள்ளவேண்டிய அவசியமில்லை. சட்டம் அதனைக் கவனித்துக்கொள்ளும்.

நிலைமையின் விபரீதத்தை உணர்ந்து மண்டேலா, வால்டர் சிசுலு, ஆலிவர் டாம்போ மூவரும் டாக்டர் ஜூமாவை சந்தித்தனர். ஏ.எம்.சி.யின் நிலைப்பாட்டில் மாற்றம் தேவை. தீவிரமான நடவடிக்கைகள் மூலம் மாலனுக்கு எதிர்ப்பு காட்ட வேண்டும். காந்தியை நமக்கு முன்னுதாரணமாக ஏற்பதே சரி. வன்முறை கூடாது. அதே சமயம், எல்லா மக்களையும் திரட்டி பலமாக எதிர்க்கவேண்டும். தடியடி படவும், சிறை செல்லவும் தயாராகவேண்டும்.

ஏ.என்.சி. அவசரமாகக் கூடியது. இந்தச் சந்தர்பத்தில் போராட்டத்தைத் தீவிரமாக்காவிட்டால் மக்களிடம் இருந்து அந்நியப்பட்டுவிடுவோம் என்பதை மண்டேலா தெளிவாக உணர்ந்திருந்தார். இதுவரை மேற்கொண்ட போராட்ட முறைகளில் இருந்து விடுபட்டு புதிய உத்திகளைக் கண்டறியவேண்டியது அவசியம் என்று முடிவானது. சட்டப்படியே இதுவரை இயங்கி வந்திருக்கிறோம். சட்டத்தை மதித்து, சட்டத்தின் வரையறைக்கு உட்பட்டே இதுவரை நம் நடவடிக்கைகள் அமைந்திருக்கின்றன. சட்டங்கள் நம்மை அடிமைப்படுத்தவே செய்கின்றன என்னும் நிலையில், அந்தச் சட்டங்களுக்கு மதிப்பு அளிக்க வேண்டிய அவசியமில்லை.

வழக்கம்போல் ஜூமா ஒத்துழைக்க மறுத்தார். காந்தியம், தடியடி, சிறை வாசம் போன்றவை நமக்கு ஒத்துவராது. நாம் அரசாங்கத்தைப் பகைத்துக்கொள்ளவேண்டிய அவசியமில்லை. சட்டத்தைத் தூக்கியெறியவும் வேண்டியதில்லை. ஜூமாவால் இந்த முறை அவர்களைச் சமாதானப்படுத்தமுடியவில்லை. எங்கள் கோரிக்கையை நீங்கள் ஏற்காவிட்டால் தலைவர்

பதவிக்கு உங்களை நாங்கள் ஆதரிக்கமுடியாது என்று தெளிவாக சொல்லிவிட்டது இளைஞர் அணி. ஜூமா பிடிவாதத்தை விட்டுக் கொடுக்கவில்லை. அடுத்த தேர்தலில் ஜூமா முறியடிக்கப் பட்டார். டாக்டர் ஜே.எஸ். மொரோக்கா புதிய தலைவரானார். வால்டர் சிசுலு பொதுச்செயலாளர். ஆலிவர் டாம்போ, தேசிய செயற்குழு உறுப்பினர். மொத்தத்தில், இளைஞர் அணி, ஏ.என்.சி.யின் தலைமையைக் கைப்பற்றிக்கொண்டது. புதிய வேகத்துடன் செயல்பட கட்சி உறுதிபூண்டது.

ட்ரான்ஸ்வாலில் மார்ச் 1950ல் பேச்சுரிமை பாதுகாப்பு மாநாடு நடத்தப்பட்டது. ஏ.என்.சி., இந்திய காங்கிரஸ், கம்யூனிஸ்ட் கட்சி மூன்றும் இணைந்து இந்த மாநாட்டை நடத்தியது. மே 1 அன்று பொது வேலை நிறுத்தம் நடத்தப்பட்டது. ஆப்பிரிக்கத் தொழிலாளர்கள் பெருமளவில் பங்கேற்ற இந்த வேலை நிறுத்தம் மிகுந்த கவனம் பெற்றது. மூன்று அமைப்புகள் இணைந்து நடத்திய போராட்டம் என்றாலும் மாலன் கம்யூனிஸ்ட் கட்சி மீது தனித்து சினம் கொண்டார். போராட்டம், மக்கள் பேரணி என்றாலே கம்யூனிஸ்ட் கட்சிதான் என்று அவர் கருதியிருக்கக்கூடும். கம்யூனிஸ்ட் கட்சிக்குக் கையோடு அவசர தடை கொண்டுவந்தார். கம்யூனிஸ்ட் கட்சிக்காக யார் ஒருவர் செயல்பட்டாலும் அவருக்குப் பத்தாண்டுகள் சிறைத்தண்டனை விதிக்கப்படும். தடை கம்யூனிஸ்ட் கட்சிக்குதான் என்றாலும், இது அனைவருக்கும் பொதுவான வாய்ப்பூட்டுச் சட்டமாகவே கருதப்பட்டது.

தேசிய செயற்குழு உறுப்பினராக மண்டேலா தேர்ந்தெடுக்கப் பட்டிருந்தார். ஒரு தனியார் சட்ட நிறுவனத்தில் பணிபுரிந்து கொண்டே கட்சி வேலைகளிலும் ஈடுபட்டுவந்ததால், வீட்டுக்கு அரிதாகவே செல்லமுடிந்தது. எதையெல்லாம் ஆதரிக்க வேண்டும் என்பதில் அல்ல, எதையெல்லாம் எதிர்க்கவேண்டும் என்பதில் தீர்மானமாக அவர் இருந்த காலகட்டம் அது. கம்யூனிஸ்ட் கட்சி ஏ.என்.சி.யோடு இணைந்து செயல்படுவதில் தவறில்லை. ஆனால், போராட்டத்தை முன்னெடுத்துச் செல்பவர்களாக நாம்தான் இருக்கவேண்டும். போராட்டத்தின் வெற்றி நம்மைதான் சேரவேண்டும். இறுதி முடிவு எடுப்பவர்கள் நாமாகத்தான் இருக்கவேண்டும்.

துடிப்பாகப் பணியாற்றுகிறார்கள், கூர்மையான அறிவுத்திறன் கொண்டிருக்கிறார்கள் என்றாலும் கம்யூனிஸ்டுகளை இன்னமும்

அவரால் முழுமையாக ஏற்றுக்கொள்ளமுடியவில்லை. கம்யூனிஸ்ட் கட்சியின் பொதுச் செயலாளர், மோஸஸ் கெடானே மண்டேலாவை இழுத்துப் பிடித்து உலுக்கினார். எதற்காக எங்களைக் கண்டு அஞ்சுகிறீர்கள்? உங்களால் ஏன் எங்களை ஏற்றுக்கொள்ளமுடியவில்லை? பொதுவான எதிரியை எதிர்த்து தானே நாம் அனைவரும் போராடிக்கொண்டிருக்கிறோம்? எந்தவொரு கேள்விக்கும் மண்டேலாவிடம் பதில் இல்லை. மோஸஸ் அவரைச் சமாதானப்படுத்தினார். நாங்கள் ஏ.என்.சி. மீது ஆதிக்கம் செலுத்துவோம் என்று அஞ்சவேண்டாம். அவ்வாறு செய்வது எங்கள் நோக்கம் அல்ல.

மார்க்சியம் பற்றி தெரிந்துகொண்ட பிறகுதான் மேற்கொண்டு விவாதிக்க முடியும் என்பதை உணர்ந்த மண்டேலா, மார்க்ஸ், எங்கெல்ஸ், லெனின், ஸ்டாலின் ஆகியோரின் படைப்புகளை வாசிக்க ஆரம்பித்தார். கம்யூனிஸ்ட் கட்சி அறிக்கை அவரை கவர்ந்தது. உடனே அத்துடன் ஒன்றிப்போகவும் முடிந்தது. ஆனால், மார்க்ஸின் மூலதனம் அவரை களைப்படையச் செய்தது. கம்யூனிச கொள்கை ஏற்றுக்கொள்ளக்கூடியதாகவே அவருக்கு இருந்தது. வர்க்கப் பிரிவினை குறித்தும் உபரி மதிப்பு குறித்தும் உழைப்பின் மதிப்பு குறித்தும் அறிந்துகொண்டார். தொழிலாளி வர்க்கத்தின் அரசியல், பொருளாதார, சமூக காரணிகளைத் தெரிந்துகொண்டார். ஆப்பிரிக்க கம்யூன் முறைக்கும் கம்யூனிஸ்ட் அமைப்புக்கும் உள்ள ஒற்றுமைகள் அவரை உற்சாகப்படுத்தின. கம்யூனிஸம் என்பது ஆப்பிரிக்காவுக்கு அந்நியமான சித்தாந்தம் என்று இதுவரை நினைத்திருந்தது; தவறு என்பதை உணர்ந்துகொண்டார். ஒவ்வொருவருக்கும் அவரவர் திறமைக்கு ஏற்ப, ஒவ்வொருவருக்கும் அவரவர் தேவைக்கு ஏற்ப என்னும் மார்க்ஸின் விதி அவருக்குப் பிடித்துப்போனது.

இயக்கவியல் பொருள்முதல்வாதத்தின் உண்மை பொருள் புரிந்தபோது இனவெறுப்பின் பின்புலம் புரிந்தது. கறுப்பு, வெளுப்பு என்று மட்டுமே இதுவரை அவர் கண்டிருந்த ஆப்பிரிக்கப் போராட்டத்தின் புதிய பரிமாணம் கிட்டியது. அடிமைப்பட்டு கிடக்கும் இச்சமூகம் விடுதலை அடைய கறுப்பு, வெள்ளை என்பதைத் தாண்டி சிந்திக்கவேண்டியது அவசியம். மார்க்ஸியம் அளிக்கும் அறிவியல்பூர்வமான பார்வையை மண்டேலா ஏற்றுக்கொண்டார். ஒரு பொருளின் மதிப்பு, அந்தப் பொருளை உற்பத்தி செய்வதற்கான உழைப்பின்

மதிப்பைப் பொறுத்தே அமைகிறது என்னும் உண்மையை அவர் தென் ஆப்பிரிக்க சமூகத்தோடு பொருத்திப் பார்த்துக்கொண் டார். ஆப்பிரிக்க முதலாளிகள், தொழிலாளர்களுக்குக் குறைந்த கூலியை அளித்துவிட்டு பொருளுக்கு அதிக விலை கூட்டி லாபம் மொத்தத்தையும் தானே அனுபவிப்பதை கண்டுகொண்டார். விவசாயிகள் முதல் சுரங்கத் தொழிலாளர்கள் வரை அனை வருக்கும் இதுவே நிலைமை.

புரட்சிகரமான மாற்றம் தேவை என்னும் கம்யூனிசத்தின் அறைகூவல் மண்டேலாவுக்கு இப்போது புரிந்தது. அடித்தளம் முதற்கொண்டு முழுமையான மாறினால்தான் மாற்றம். ஸ்மட்ஸ் போய் இப்போது மாலன் வந்திருக்கிறார். இது மாற்றமா? இல்லையே!

ஆட்சிமுறை மாற்றம் வேண்டும். மாலன் இப்போது இருக்கும் இடத்தில் இதுவரை ஒடுக்கப்பட்டுவந்த தொழிலாளர் வர்க்கம் இருக்கவேண்டும். மக்களின் ஆட்சி. உழைக்கும் மக்களின் சர்வாதிகாரம். இதைத்தானே இத்தனை காலமும் தோழர்கள் சொல்லி வந்திருக்கிறார்கள்!

விடுதலைப் போராட்டங்களுக்கு கம்யூனிசம் ஏன் ஓர் உந்துசக்தி யாக இருக்கிறது என்பது இப்போது புரிந்தது. சோவியத் யூனியன் உலகெங்கும் உள்ள ஒடுக்கப்பட்ட இனங்களுக்கு தார்மீக, ராணுவ ஆதரவு அளித்துவருவதன் அவசியத்தை அவரால் உணர முடிந்தது. கம்யூனிஸ்டுகளோடு இணைந்து பணியாற்றவேண்டிய அவசியத்தை மண்டேலா தெளிவாகக் கண்டார். ஏ.என்.சி.யின் நிலைப்பாட்டை பரிபூரணமாக ஏற்றுக்கொண்டார். நெருங்கி உறவாடிய தோழர்களை இத்தனை காலம் சரியாகப் புரிந்துகொள்ளாமல் விட்டுவிட்டோமே என்னும் வருத்தம் மேலோங்கியது.

மண்டேலாவுக்குத் தத்துவார்த்த தெளிவு கிடைத்தது. நான் முதலில் ஒரு ஆப்பிரிக்க தேசியவாதி. என் இனம் விடுவிக்கப் படவேண்டும் என்பது என் முதற்கண் லட்சியம். அந்த வகையில் தென் ஆப்பிரிக்காவின் விடுதலைப் போராட்டம் எனக்கு முக்கியம். அதே சமயம், தென் ஆப்பிரிக்கா என்பது அகண்ட ஆப்பிரிக்க கண்டத்தின் ஓர் அங்கம் என்பதையும், ஆப்பிரிக்கா உலகத்தின் ஒரு பகுதி என்பதையும் நான் உணர்கிறேன். கறுப்பின மக்களின் போராட்டம் தனித்தன்மை வாய்ந்தது

என்றாலும், ஒட்டுமொத்த ஆப்பிரிக்காவின் போராட்டத்தை வர்க்கப் போராட்டமாக பார்க்க முடிகிறது. இங்கே நிறம் மட்டுமல்ல, வர்க்கமும் முக்கியத்துவம் பெறுகிறது.

★

செஸில் ரோட்ஸ் என்னும் பிரிட்டிஷ் காலனியாதிக்கவாதி 1877ம் ஆண்டு முத்து ஒன்றை உதிர்த்திருந்தார். கறுப்பர்களை என்றென்றும் வெள்ளையர்கள்தான் ஆளவேண்டும். கறுப்பு அடிமை நிறம். இதுதான் என் கொள்கை. இதுதான் தென் ஆப்பிரிக்காவின் கொள்கையும்கூட. மிருகத்தனத்துக்குப் பெயர் போனவர் இந்த ரோட்ஸ். பிரிட்டிஷ் பாராளுமன்றம் இவர் பெயரை ஒரு நிலப்பரப்புக்குச் சூட்டி, ரொடேஷியா என்று அழைத்து மகிழ்ந்தது. ரோட்ஸின் கொள்கை பிரிட்டனின் கொள்கையாகவும் மாறிப்போனது என்பதை தனியே சொல்ல வேண்டியதில்லை. வெள்ளையர்களின் தேசமாக தென் ஆப்பிரிக்காவை உருமாற்றவேண்டும் என்பதே என் விருப்பம். இதை பைத்தியக்காரர்கள் தவிர மற்றவர்கள் ஒப்புக்கொள் வார்கள். தென் ஆப்பிரிக்க யூனியனின் பிரதமர் ஸ்மட்ஸின் முழக்கம் இது. வெள்ளையர்களின் நான்கு நூற்றாண்டுகால கனவு இது.

இந்தக் கனவை நிறைவேற்ற கிடைத்த ஆயுதமே, இன ஒதுக்கல். அறிவியல் பார்வையில் தவறான, அறத்தின் பார்வையில் அநீதியான, சமூகவியல் பார்வையில் மிகவும் ஆபத்தான சித்தாந்தம் இது. மாலன் கொண்டுவந்த க்ரூப் ஏரியாஸ் ஆக்ட் போன்ற சட்டங்களை இதன் தொடர்ச்சியாகவே காண வேண்டும். கறுப்பர்கள் அவர்களுக்கென்று ஒதுக்கப்பட்ட பகுதிகளில் மட்டுமே வாழலாம். நிறத்தவர்கள் அவர்களுக்கான பகுதிகளில். கறுப்பர்கள் தங்களுக்குள்ளும் நிறத்தவர்கள் அவர்களுக்குள்ளும் மட்டுமே வர்த்தகம் செய்துகொள்ளலாம்.

இதன்படி, ஜொகன்னஸ்பர்க்கின் பழைமையான கறுப்பின பகுதி யான சோஃபியா டவுனில் வசித்து வந்த ஐம்பதாயிரத்துக்கும் அதிகமான ஆப்பிரிக்கர்கள் வெளியேற்றப்பட்ட வேண்டும். சோஃபியா டவுன் ஆப்பிரிக்கர்களின் விருப்பத்துக்குரிய மைய மாக திகழ்ந்தது. வெள்ளையர்கள் பொறாமை கொள்ளத்தக்க வகையில் அங்கே கறுப்பர்கள் வண்ணமயமான வாழ்க்கையை நடத்தி வந்தனர். கடைகளும் வணிக வளாகங்களும்

ஜொலித்துக்கொண்டிருந்தன. கறுப்பின மக்களில் ஓரளவு ஆடம்பரமாக வாழ்ந்தவர்கள் இங்கிருந்தவர்களே. அரசாங்கத்தின் கண்ணை உறுத்துவதற்கு இந்த ஒரு விஷயம் போதாதா?

1951ம் ஆண்டு The Separate Representation of Voters Act கொண்டுவரப்பட்டது. இந்தச் சட்டம் நிறத்தவர்களை குறி வைத்து அவர்களது வாக்குரிமையை பறித்தது. கேப் பகுதியை தவிர பிற பகுதிகளில் வாழும் நிறத்தவர்களுக்கு வாக்குரிமை மறுக்கப்பட்டது. ஆங்காங்கே சிதறிகிடக்காமல் ஒரே இடத்தில் அவர்களை முடக்குவதற்கும், பின்னால் ஒடுக்குமுறையை ஏவிவிடுவதற்கும் வசதியாக இந்தச் சட்டம் பயன்படுத்தப்பட்டது.

அடுத்து, ஆப்பிரிக்கப் பழங்குடி மக்களிடையே மோதலை மூட்டி விடுவதற்காக, பண்டு அதாரிட்டி ஆக்ட் என்னும் சட்டம் கொண்டுவரப்பட்டது. பழங்குடி மக்கள் பிரதிநிதித்துவ கவுன்சில் கலைக்கப்பட்டது. இனி, பழங்குடி இன தலைவர்கள் சிலரை அரசாங்கமே நேரடியாக நியமிக்கும். குறிப்பிட்ட பழங்குடி இனத்தில் இருந்து தலைவர்கள் தேர்ந்தெடுக்கப்பட்டால், மற்ற பழங்குடி இனங்கள் அவர்களோடு மோதலில் ஈடுபடும், இதன் மூலம் அவர்களுடைய குலப்பகை மேலும் வளரும் என்று அரசாங்கம் நம்பியது.

மக்களைத் தனித்தனியே பிரித்து வைக்கும் மாலன் அரசின் திட்டத்தைத் தகர்க்கவேண்டுமானால், தனித்தனியே அல்லாமல் ஒன்றுபட்டு ஒரே குடையின் கீழ் எதிர்க்கவேண்டும் என்று ஏ.என்.சி. முடிவுசெய்தது. இத்திட்டத்தை உருவாக்கியவர் வால்டர் சிசுலு. ஆப்பிரிக்கர்கள், இந்தியர்கள், நிறத்தவர்கள், கம்யூனிஸ்டுகள் என்று பலரும் கூடி விவாதித்தார்கள்.

1951 டிசம்பர் 15 முதல் 17 வரை Bloemfontein-ல் நடைபெற்ற சந்திப்புகளில் ஏ.என்.சி. ஒரு முடிவுக்கு வந்தது. 1952, மார்ச் 1ம் தேதிக்குள் அரசு அடக்குமுறைச் சட்டங்களைத் திரும்பப் பெறாவிட்டால் ஏப்ரல் 6ம் தேதி, ஜான் வேன் ரைபெக்கை தென் ஆப்பிரிக்கா உயர்த்திப் பிடித்துக் கொண்டாடும் தினத்தில் சட்டமறுப்பு, ஒத்துழையாமை போராட்டங்களை நடத்தலாம் என்று முடிவு செய்தார்கள். அறிவிப்பு வெளியானது.

தென் ஆப்பிரிக்காவை தன் தாய்நாடாக நினைக்கும் அனைவரும் இங்கே சுதந்தரமாக வாழலாம். அவர்கள் எந்த தேசிய இனத்தைச்

சேர்ந்தவர்களாகவும் இருக்கலாம். அவர்கள் எந்த நிறத்தவர்களாகவும் இருக்கலாம்.

ஒவ்வொரு தென் ஆப்பிரிக்கருக்கும் முழு ஜனநாயக உரிமைகள் அளிக்கப்படவேண்டும் அனைவருக்கும் வாக்களிக்கும் உரிமை அளிக்கப்படவேண்டும்.

இந்தப் போராட்டத்தின் எந்தவொரு தனிப்பட்ட தேசிய இனத்துக்கும் எதிரானது அல்ல. பெரும்பான்மையான மக்களை வாட்டி வதைக்கும் அநியாயமான சட்டங்களுக்கு எதிரானது. ஒவ்வொரு தென் ஆப்பிரிக்கருக்கும் சமத்துவமும் சுதந்தரமும் கிடைக்கவேண்டும் என்பதுதான் போராட்டத்தின் நோக்கம்.

மண்டேலா, ஏ.என்.சி.யின் தொடண்டர் படைத்தலைவராகவும் நடவடிக்கைக் குழுவின் தலைவராகவும் நியமிக்கப்பட்டார். காந்தியின் மகன் மணிலால் காந்தி, தென் ஆப்பிரிக்க இந்திய காங்கிரஸில் பணியாற்றிக்கொண்டிருந்தார். இண்டியன் ஒப்பீனியன் என்னும் செய்தித்தாளை நடத்திக்கொண்டிருந்தார். ஏ.என்.சி. மணிலாலின் வழிகாட்டுதலையும் பெற்றுக்கொண்டது.

மக்களுக்கு அழைப்பு விடுக்கும் வகையில் துண்டு பிரசுரங்கள் விநியோகிக்கப்பட்டன.

ஜான் வேன் ரைபெக் தலைமையில் வெள்ளையர்கள் முதல் முதலாக தென் ஆப்பிரிக்கா வந்து 300 ஆண்டுகள் ஆனதை குறிக்கும் 1952ம் ஆண்டு இது.

இந்த ஆக்கிரமிப்பை, அடிமைத்தனத்தை, ஐரோப்பியர் அல்லா தாரை ஒடுக்கும் அராஜகத்தை, பெரிய அளவில் கொண்டா மாலன் அரசு முடிவு செய்திருக்கிறது.

தென் ஆப்பிரிக்கா உழைக்கும் மக்களின் வியர்வையாலும் ரத்தத்தாலும்தான் கட்டமைக்கப்பட்டிருக்கிறது என்பதை யாரும் இங்கே குறிப்பிடவில்லை. ஐரோப்பியர் அல்லாதவர்கள் பற்றி, அவர்களுடைய தலைவர்கள் பற்றி யாரும் வாய் திறக்கவில்லை.

ஐரோப்பியர் அல்லாதாருக்கு இந்த ஜான் வேன் ரைபெக் விழா கொண்டாட்டமான நிகழ்வாக இருக்கமுடியாது.

தென் ஆப்பிரிக்காவில் அடிமைத்தனத்தை முடிவுக்குக் கொண்டு வருவதற்கான நேரம் கனிந்துவிட்டது.

ஜான் வேன் ரைபெக்கின் பெயரை முன்வைத்து தென் ஆப்பிரிக்க வெள்ளையர்கள் கொண்டாட்ட மனோநிலையில் இருந்த போது, அடிமைத்தனத்தை முன்வைத்து தென் ஆப்பிரிக்கக் கறுப்பர்கள் போராட காத்திருந்தார்கள். மக்களின் ஆதரவோடு சர்வதேச அளவிலும் இந்தப் போராட்டத்துக்கு ஆதரவு குவிந்தது. நூற்றுக்கணக்கான உலகத் தலைவர்கள் தங்கள் ஆதரவை நல்கினர். சீனாவில் இருந்து சோ என் லாய், கோல்ட் கோஸ்டில் இருந்து நிக்ருமா, இரானில் இருந்து டாக்டர் மொஸாடெக் என்று பலரும் போராட்டத்துக்கு வாழ்த்துகளைத் தெரிவித்தனர்.

இதுவரை இல்லாத அளவுக்கு, தென் ஆப்பிரிக்காவில் ஒவ்வொரு நகரிலும் ஒவ்வொரு ஊரிலும் கூட்டங்கள் நடைபெற்றன. ஜொகன்னஸ்பர்க்கில் 15000 பேர் திரண்டார்கள். கேப்டவுனிலும் டர்பனிலும் தலா 10,000 பேர். போர்ட் எலிஸபெத்தில் 20,000. கிம்பர்லி, பிரிட்டோரியா, கிழக்கு லண்டன் என்று பல பகுதிகளில் வரலாறு காணாத அளவுக்கு கறுப்பின மக்கள் திரண்டு வந்தனர். போராட்டத்தில் கலந்து கொள்வோம், சட்டத்துக்குப் புறம்பான சட்டங்களை மீறுவோம் என்று அனைவரும் முழங்கினர்.

இந்தப் போராட்டத்தைத் தடுத்து நிறுத்த முடிவு செய்தது மாலன் அரசு. வழக்கமான கறுப்பின எதிர்ப்பாக இதனைக் கொள்ள முடியாது, இதுவரை இல்லாத அளவுக்கு அரசு எதிர்ப்பு பெருகியிருக்கிறது என்பதை அவர் புரிந்துகொண்டார். கறுப்பின இயக்கங்களின் பட்டியலை எடுத்து வைத்துக்கொண்டு, அவற்றின் தலைவர்களுக்குத் தடை உத்தரவு போட்டார். தொழிற் சங்கங்க தலைவர்களும் தப்பவில்லை. நகரில் எங்கும் கூட்டங்கள் நடத்தக்கூடாது என்றார். ஏ.என்.சி. மற்றும் இந்திய காங்கிரஸ் தலைவர்களான ஜே.பி. மார்க்ஸ், டாடூ, மோஸஸ் கொடானே, டேவிட் பொபாபே ஆகியோருக்குத் தடை விதிக்கப்பட்டது. போராட்டத்தை ஆதரித்து எழுதிய கார்டியன் என்னும் பத்திரிகை தடை செய்யப்பட்டது.

ஏ.என்.சி. போராட்ட தேதியை ஜூன் 26, 1952க்கு மாற்றியமைத்தது. போராட்டம் திட்டமிட்டபடி நடக்கும் என்றும் அறிவித்தது. கூட்டங்களும் வழக்கம்போல் நடந்துகொண்டிருந்தன. அரசு கைது படலத்தை ஆரம்பித்தது. மோஸஸ் கொடானே,

ஜே.பி. மார்க்ஸ், டேவிட் பொபாபே, டாடூ ஆகியோர் கைது செய்யப்பட்டனர். கார்டியன் தன் பெயரை க்ளேரியன் என்று மாற்றிக்கொண்டு போராட்டத்துக்கு ஆதரவு அளித்தது.

ஜூன் 26, 1952 அன்று (தென் ஆப்பிரிக்காவின் சுதந்தர தினமாக ஜூன் 26 இன்று கொண்டாடப்படுகிறது) நகர்ப்புறப் பகுதிகளில் கட்சி தொண்டர்கள் அடக்குமுறை சட்டத்தை மீறும் நடவடிக்கைகளைத் தொடங்கினார்கள். போக்ஸ்பர்க் பகுதியில் 53 ஆப்பிரிக்கர்களும் இந்தியர்களும் கடவுச் சீட்டு இல்லாமல் வெள்ளையர்கள் மட்டும் பிரதேசங்களில் நுழைந்தனர். போர்ட் எலிஸபெத்தில் 30 பேர் ரயில்வே நிலையங்களில் வெள்ளையர்களுக்கான காத்திருக்கும் அறைக்குள் நுழைந்து கைதாயினர். வோர்ஸெஸ்டரில் ஒன்பது பேர் தபால் அலுவலகத்தில் வெள்ளையர்கள் நிற்கும் வரிசையில் நின்று சட்டத்தை மீறினர்.

போராட்டம் புது வேகம் எடுத்தது. தென் ஆப்பிரிக்க வரலாற்றில் முதல் முறையாக, கறுப்பர்களும் நிறத்தவர்களும் இந்தியர்களும் ஒரே அணியில் திரண்டனர். வெள்ளையர்கள் மட்டும் பகுதிகளில் வலுக்கட்டாயமாக நுழைந்தார்கள். வேலை நிறுத்தங்களில் ஈடுபட்டார்கள். பேரணி சென்றார்கள். கோஷமிட்டார்கள். நாடு முழுவதிலும் போராட்டம் பரவி, 250 பேர் சிறைபிடிக்கப்பட்டனர். கைது செய்யப்படுவதற்கு தயாராக இருக்கும் போராளிகள் ஏ.என்.சி.யில் இணையலாம் என்று அறிவிக்கப்பட்டது. மண்டேலா ஊர் ஊராகச் சென்று தெரு முனை கூட்டங்கள் நடத்தி, மக்களிடம் பேசினார். அராஜகமான சட்டங்களை எதிர்க்காமல் விட்டால் என்றென்றைக்கும் நாம் அடிமைகளாகத்தான் இருப்போம் என்பதைப் புரியவைத்தார். மக்கள் பெரும் திரளாக வந்து கட்சியில் இணைந்துகொண்டனர். ஜூலை 30ம் தேதி சிசுலுவும் மண்டேலாவும் வேறு சில தலைவர்களும் கம்யூனிச அடக்குமுறை சட்டத்தின் கீழ் கைது செய்யப்பட்டனர். கலகம் செய்யும் எவரோருவரும் கம்யூனிஸ்ட்டே!

கைதாவதற்கு மக்கள் போட்டி போட்டார்கள். அபராதம் கொடுத்துவிட்டு விடுபட்டுவிடலாம் என்று ஒருவரும் நினைக்கவில்லை. நீதிமன்றத்துக்கு அழைத்துச் செல்லப்பட்டவர்கள் தங்கள் எதிர்ப்பை நீதிபதியிடம் துணிச்சலாக எடுத்துரைத்தனர். மண்டேலா, வால்டர் சிசுலு, ஜே.பி. மார்க்ஸ், டாக்டர் மொரோக்கோ உள்ளிட்ட இருபத்தோரு பேர் மீது வழக்குத் தொடரப்பட்டது. விசாரணை நடைபெற்ற நீதிமன்றத்துக்கு

ஆயிரக்கணக்கான தொண்டர்கள் ஊர்வலமாக, கோஷங்கள் எழுப்பியபடி வந்து திரண்டனர்.

பின்வாங்குவதைத் தவிர வேறு வழி தெரியவில்லை அரசாங் கத்துக்கு. அதிர்ந்துதான் போனார்கள். தனித்தனியே பிரிந்து கிடக்கவேண்டியவர்கள் எப்படி ஒன்று சேர்ந்தார்கள்? கம்யூ னிஸ்டுகளின் தூண்டுதல் இல்லாமல் இதுபோன்ற அசம்பா விதங்கள் நிகழுமா? விசாரணை முடிந்து தீர்ப்பானது. அனை வரும் குற்றவாளிகளே. அனைவருக்கும் ஒன்பது மாத கடுங் காவல் தண்டனை. ஆனால், எதிர்ப்புகள் காரணமாக இந்த தண்டனை இரண்டாண்டு காலத்துக்கு ஒத்திவைக்கப்பட்டது.

அலுவலகக் கட்சியாக மட்டுமே இருந்துவந்த ஏ.என்.சி., போராடும் மக்கள் கட்சியாக மாறியது இந்த சமயத்தில்தான். Defiance Campaign என்று அழைக்கப்பட்ட அந்த தொடர் போராட்டங்கள் ஏ.என்.சி.யை பிரபலப்படுத்தியது. அடுத்த ஐந்து மாதங்களில் 8500 பேர் கைது செய்யப்பட்டனர். ஒரு லட்சம் பேர் கட்சியில் இணைந்திருந்தனர். தங்கள் அணியின் சார்பாக ஒரே ஒரு அசம்பாவிதம் கூட நிகழவில்லை என்பதில் மண்டேலா பெருமிதம் அடைந்தார். எதிர்பார்த்தபடியே, மக்கள் காந்திய வழியில் போராட்டத்தை எதிர்கொண்டார்கள். சிறைக்குச் செல்வது பெருமைக்குரிய விஷயமாக மாறியது.

ஆனால், போராட்டத்தின் இறுதி கட்டத்தில் கிழக்கு கேப் பகுதியில் உள்ள போர்ட் எலிஸபெத், கிழக்கு லண்டன் ஆகிய பகுதிகளில் கலவரம் வெடித்து நாற்பது பேர் கொல்லப்பட்டனர். ஏ.என்.சி.யும் இந்திய காங்கிரஸும் மக்களுக்கு இந்த உத்தியைப் புரியவைத்தது. காவல்துறை உங்களை கலகம் செய்யும்படி தூண்டும். வன்முறையை பிரயோகிப்பதற்கான வாய்ப்புகளை உருவாக்கித்தரும். ஏமாந்துவிடாதீர்கள். கட்டுப் பாட்டை இழக்கவேண்டாம். அமைதி வழியில் மட்டுமே போராடவேண்டும். கலவரம் அதிகமாகிவிட்டால் இதைச் சாக்காகக் கொண்டு அவசர நிலைப் பிரகடனத்தை அறிவித்து விடுவார்கள். பிறகு ராணுவ ஒடுக்குமுறைதான். தப்பமுடியாது.

போராட்டத்தை ஆரம்பித்து ஆறு மாதங்களுக்கு மேலாகி விட்டது. எப்போது முடித்துக்கொள்வது? மண்டேலா உள்பட யாராலும் முடிவெடுக்கமுடியவில்லை.

கட்சிக்குள் பலர் ஆர்வத்துடன் யோசனை கூறினார்கள்

'காலவரையின்றி தொடர்ந்து, மக்களின் ஆதரவுடன் ஆட்சியைக் கவிழ்த்துவிடலாம். மக்கள் ஆதரவு பெருகிக்கொண்டிருக்கிறது. இதுபோல் இன்னொரு சந்தர்ப்பம் கிடைக்காது. அராஜக ஆட்சியை தூக்கியெறிவோம்.'

மண்டேலா இடைமறித்தார்.

'அது சாத்தியமில்லை. இந்தப் போராட்டத்தின் நோக்கம், நம் பிரச்னைகளை மக்களுக்கு வெளிச்சம் போட்டு காட்டுவது. அதை நாம் சரியாகவே செய்துவிட்டோம்.'

'உங்களுக்கு நம் கட்சியின் மீது நம்பிக்கையில்லையா மண்டேலா?'

'அதுவல்ல காரணம். மாலன் அராஜகத்துக்குப் பெயர் பெற்றவர். தன் பதவிக்குக் கேடு வரும் என்று தெரிந்தால் பயங்கரமான வன்முறையை ஏவிவிட அவர் தயங்கமாட்டார். நாம் போராடிக்கொண்டிருப்பது அமைதி வழியில். நம்மால் எப்படி ஆயுதம் தாங்கிய அரசு இயந்திரத்தை வீழ்த்தமுடியும்?'

'எனில், போராட்டத்தை முடிவுக்குக் கொண்டுவந்து விடலாமா?'

ஆம், இல்லை என்று மண்டேலாவால் தெளிவாகச் சொல்ல முடியவில்லை. பிரம்மாண்டமான மக்கள் அணிவகுப்பை, நகர வீதிகள் முழுவதும் ஒலித்த புரட்சிகர கோஷங்களை முடிவுக்குக் கொண்டுவர சிறிதும் விருப்பமில்லை அவருக்கு. அதே சமயம், காலவரையன்றி இப்படியே தொடர்ந்துகொண்டிருப்பது சாத்தியமில்லை என்பதும் புரிந்தது.

'இந்த விஷயத்தில் உறுப்பினர்களின் முடிவை அறிந்துகொள்ள விரும்புகிறேன்.'

பெரும்பாலானோர் போராட்டத்தைத் தொடரவே விரும்பினார். டாக்டர் ஜூமா உள்ளிட்ட வெகு சிலரே மாற்று கருத்துகள் கொண்டிருந்தனர். மண்டேலா பெரும்பாலானோரின் முடிவை ஏற்றுக்கொண்டார். வழக்கம்போல், டாக்டர் ஜூமாவுக்கு இது பிடிக்கவில்லை.

‘இது சரியான முடிவு அல்ல. இந்தத் தருணத்தில் நாம் சட்டென்று போராட்டத்தை முடித்துக்கொள்வதுதான் நன்றாக இருக்கும். அப்போதுதான் நம் மீதான பயம் தொடரும். மீண்டும் இவர்கள் திரும்பி வரக்கூடும் என்று அஞ்சுவார்கள். ஒரு எதிர்பார்ப்பும் இருக்கும். மேலும், மக்கள் தொடர்ந்து இதுபோன்ற போராட்டங்களில் ஈடுபடுவார்கள் என்று சொல்ல முடியாது. குறிப்பிட்ட காலம் வரை மட்டுமே அவர்களால் ஒத்துழைக்கமுடியும். சரி போதும் என்று அவர்கள் பின்தங்கி விட்டால் போராட்டம் பிசுபிசுத்துவிடும்.’

பிற்போக்குவாதியாகக் கருதப்பட்ட ஜூமாவின் விருப்பத்துக்கு மாறாக முடிவெடுப்பதை பொதுவிதியாகக் கொண்டிருந்த ஏ.என்.சி. ஜூமாவின் வார்த்தைகளை அசட்டை செய்து போராட்டத்தைத் தொடர்ந்தது. அது எத்தனை பெரிய தவறு என்பது மண்டேலாவுக்குப் பின்னரே தெரிய வந்தது. மக்கள் வருகை குறைய ஆரம்பித்து ஒரு கட்டத்தில் நின்றும்போனது. மண்டேலா எதிர்பார்த்ததைப் போல் கிராமப்புற மக்களின் ஆதரவு கிடைக்கவில்லை. போராட்டம் கிராமங்களைச் சென்றடையாததே அதற்குக் காரணம். கிழக்கு கேப் தவிர பிற பகுதிகளுக்குப் போராட்டம் பரவவில்லை. ஜூமா சொன்னது போல் ஆறு மாதங்கள் கழிந்தபோது, எல்லோரும் வியப்புடன் பார்த்துக்கொண்டிருந்தபோதே, சட்டென்று நிதானித்து வெற்றிச் சுவையுடன் திரை போட்டிருக்கவேண்டும்.

காந்தியின் தென் ஆப்பிரிக்க சத்தியாகிரகம்தான் இந்தப் போராட்டத்தின் உந்துசக்தி. மக்களுக்கு அரசியல் விழிப்புணர்வு ஊட்ட இந்தப் போராட்டத்தைக் கையில் எடுத்துக்கொண்டது ஏ.என்.சி. போராட்டம் ஒரு சுற்று முழுவதுமாக முடிவதற்குள், நாடு முழுவதும் பரவுவதற்குள், முழுமையடைவதற்குள் தடுத்து நிறுத்தப்பட்டுவிட்டது. ஒன்பது மாதங்களுக்குக் குறைவான காலகட்டமே போராட்டம் நடந்தது. ஆனாலும் பரவலாக மக்களை ஈர்த்த விதத்தில், தேசம் எங்கும் ஒரு சலசலப்பை உருவாக்கிய விதத்தில், போராட்டம் வெற்றி பெற்றது. ஏ.என்.சி.யைப் போலவே இந்திய காங்கிரஸ் பலமும் செல்வாக்கும் பெற்றது. பிரிட்டன் தொழிலாளர் கட்சியும் தொழிற்சங்க காங்கிரஸும் தென் ஆப்பிரிக்க அரசை எதிர்த்து தீர்மானங்களைக் கொண்டு வந்தது. உலகம் முழுவதும் பல அரசியல், அரசாங்க, தொழிற்சங்கங்கள் தென் ஆப்பிரிக்காவைக் கண்டித்தன.

ஏ.என்.சி.யின் தலைவர் டாக்டர் மொராக்கோ விசாரணையின் போது, பின்வாங்கிவிட்டதால் 1952 இறுதியில் நடைபெற்ற கட்சி ஆண்டு மாநாட்டில், ஆல்பர்ட் லுதுலி (Albert Lutuli) என்பவர் தலைவராக முன்னிறுத்தப்பட்டார். ஜுலு பழங்குடி யின தலைவராக அரசாங்கத்தால் நியமிக்கப்பட்டிருந்தவர். ஏ.என்.சி.யில் இணைவதற்காக அரசாங்கப் பதவியையும் சம்பளத்தையும் சலுகைகளையும் உதறித்தள்ளியிருந்தார். ஏ.என்.சி.யில் அவரது பங்களிப்பு கணிசமானது, துடிப்பானது. வெள்ளையின அரசை மிகத் தீவிரமாக எதிர்த்து வந்திருக்கிறார். தெற்கு ரொடேஷியாவில் பிறந்து நேட்டாலில் படித்தவர். ஆசிரியர். வன்முறையற்ற வழி மூலம் கறுப்பர்களின் உரிமை வென்றெடுக்கப்படவேண்டும் என்று நம்பியவர். துணைத் தலைவராக மண்டேலா தேர்ந்தெடுக்கப்பட்டார். ட்ரான்ஸவால் வட்டார தலைவராகவும் மண்டேலாவே நீடித்தார்.

மண்டேலா அரசு கண்காணிப்பின் கீழ் இருந்தார். நன்கு அறியப் பட்ட ஒரு நபராக, ஏ.என்.சி.யின் முக்கிய சக்தியாக மண்டேலா மாறிக்கொண்டிருப்பதை அரசாங்கம் கவனித்துக்கொண்டிருந் தது. நடந்து முடிந்த போராட்டங்களையும் மண்டேலா பெற் றிருந்த கட்சி மற்றும் மக்கள் ஆதரவையும் அரசாங்கம் குறித்து வைத்துக்கொண்டது. அரசியல் பணிகளில் ஈடுபடுவது நல்ல தல்ல என்று நேரடியாகவும் மறைமுகமாகவும் அரசாங்கத்தால் மிரட்டப்பட்டார். சட்ட மறுப்புப் போராட்டம் உச்சத்தில் இருந்த போது, அவருக்குப் பல தடைகள் விதிக்கப்பட்டன. பொது இடங்களில் உரையாடக்கூடாது. கூட்டத்துடன் பேசக்கூடாது. அரசியல் கோஷங்கள் எழுப்பக்கூடாது. இன்னும் பல.

எனவே, மண்டேலா எழுத ஆரம்பித்திருந்தார். டிரம் என்னும் இதழிலும், லிபரேஷன், Fighting Talk போன்ற கட்சி பத்திரிகை களிலும் அரசியல் கட்டுரைகள் எழுதினார். ஆகஸ்ட் 1952ல் டிரம்மில் அவர் எழுதிய கட்டுரை ஒன்றில் போராட்டத்தின் நோக்கத்தை அழுத்தமாகப் பதிவு செய்தார். தனிப்பட்ட வெள்ளைக்காரர்களை எதிர்த்து நாங்கள் போராடவில்லை. அது ஏ.என்.சி.யின் கொள்கையும் அல்ல. பல நூற்றாண்டுகளாக கறுப்பின மக்களை அடிமையாக வைத்திருக்கும் ஓர் ஆதிக்க இனத்தை நாங்கள் எதிர்த்துக்கொண்டிருக்கிறோம். மெய்யான அர்ப்பணிப்புணர்வுடன் போராட வரும் அனைவரையும் நாங்கள் வரவேற்கிறோம். நிறம், இனம், மதம் பேதமின்றி அனைவரும் எங்களுடன் இணையலாம்.

இந்தக் காலகட்டத்தில் ஆப்பிரிக்காவிலும் உலகின் பிற பாகங்களிலும் நடைபெற்ற காலனி எதிர்ப்புப் போராட்டங்களால் மண்டேலா கவரப்பட்டிருந்தார். இந்தியாவுக்குக் கிடைத்த சுதந்தரம் மண்டேலாவுக்கு வெளிச்சத்தைத் தந்தது. இரண்டாம் உலகப் போருக்குப் பிறகு பிரிட்டன் சந்தித்த வீழ்ச்சியை அவர் குறித்து வைத்துக்கொண்டார். இந்தியாவைவிட்டு விலகியதைப் போல் ஆப்பிரிக்க நாடுகளில் இருந்தும் பிரிட்டனும் பிற காலனி யாதிக்க நாடுகளும் விலகிக்கொள்ளும் என்று மண்டேலா நம்பினார்.

செப்டம்பர் 21, 1953 அன்று ஏ.என்.சி. கூட்டத்தில் மண்டேலா ஆற்றிய உரை மிகவும் பிரசித்தி பெற்றது. சுதந்தரத்துக்கான பாதை சுலபமானதல்ல என்பதுதான் அந்த உரையின் தலைப்பு. ஜவாஹர்லால் நேரு எழுதிய ஒரு கட்டுரையில் இருந்து எடுத்தாளப்பட்ட தலைப்பு அது. மண்டேலா உணர்ச்சிபொங்க ஆற்றிய அந்த உரை, பலரது உள்ளங்களைக் கவர்ந்தது. 'சுதந்தரத்துக்கான பாதையை சுலபமாக கடந்து சென்றுவிடமுடியாது. இருளையும் மரணத்தையும் மீண்டும் மீண்டும் கடந்துதான் நாம் சுதந்தரம் என்னும் மலையுச்சியை அடையமுடியும்.' இதுவரை நாம் பேசிய மொழிகள் எதுவும் அவர்களுக்குப் புரியவில்லை. இனி நாம் செயல் என்னும் மொழி கொண்டுபேசுவோம் என்று ஒருமுறை எழுதினார் மண்டேலா.

1945 முதல் அமெரிக்காவுக்கும் சோவியத் யூனியனுக்கும் இடையே புகைந்துகொண்டிருந்த பனிப்போர் ஆப்பிரிக்காவையும் பாதித்தது. கென்யா, இன்றைய டான்ஸானியா, அல்ஜீரியா, வியட்நாம் ஆகிய நாடுகளில் நடைபெற்று வந்த காலனியாதிக்கத்துக்கு எதிரான போராட்டங்களை ஆதரித்து எழுதினார் மண்டேலா. ஐம்பதுகளின் தொடக்கம் முதலே ஆப்பிரிக்காவில் வீசிய விடுதலை வேட்கை அலையையும் அவர் கவனித்துப் பாராட்ட தவறவில்லை.

1952 முதல் 1960 வரை கென்யா பிரிட்டிஷ் காலனியாதிக்கத்துக்கு எதிராக ஆயுதப் போராட்டங்கள் நடத்தியது. நடத்தியவர்கள் கிகுயு என்னும் பழங்குடிப் பிரிவைச் சேர்ந்தவர்கள். பிரிட்டன் இந்தப் போராட்டங்களை மிகக் கடுமையாக ஒடுக்கியது. பல பழங்குடிகளைப் படுகொலை செய்தது. பின்னர் (1963ல்) கென்யா சுதந்தரம் பெற இந்தப் போராட்டம் அடித்தளம் அமைத்துக்கொடுத்தது. பிரிட்டனின் அராஜகத்தை எதிர்த்து

மண்டேலா குரல் கொடுத்தார். அதேபோல், ஆப்பிரிக்க விடுதலைக் குரலைப் புறக்கணித்து பிரான்ஸ், போர்த்துகல் போன்ற காலனியாதிக்க நாடுகளுடன் கைகோர்த்துக்கொண்ட அமெரிக்காவையும் பிரிட்டனையும் கடுமையாக விமரிசனம் செய்தார்.

கம்யூனிஸ்ட் கட்சிக்குத் தடை விதிக்கப்பட்டது போல் ஏ.என்.சி. மீதும் தடை விதிக்கப்படலாம் என்று மண்டேலா நினைத்தார். அவ்வாறு தடை விதிக்கப்பட்டால், ஏ.என்.சி.யின் தலைவர்கள் கைது செய்யப்படுவார்கள். இயக்கம் கிட்டத்தட்ட செயலிழந்து விடும். இந்த அபாயத்தைத் தடுக்க மாற்று ஏற்பாடு செய்யப் படவேண்டும் என்று அவர் விரும்பினார். மண்டேலா திட்டம் அல்லது எம்-பிளான் என்னும் பெயரில் திட்டம் ஒன்று உருவானது.

ஒவ்வொரு தெருவுக்கும் ஒரு பிரதிநிதி தேர்ந்தெடுக்கப்படுவார். ஒவ்வொரு மண்டலத்துக்கும் ஒரு தலைமைப் பிரதிநிதி. பல தெருக்கள் ஒன்றிணைந்து ஒரு மண்டலமாக மாறும். இந்த தலைமைப் பிரதிநிதி ஏ.என்.சி.யின் கிளையோடு தொடர்பு கொண்டு செயல்படுவார். பிரதிநிதி யார், தலைமைப் பிரதிநிதி யார் என்பது ரகசியமாக வைத்துக்கொள்ளப்படும். ஊரில் மக்கள் செல்வாக்கு மிகுந்த கட்சி ஈடுபாடு கொண்ட நபர்களே இந்தத் திட்டத்துக்குத் தேர்ந்தெடுக்கப்படுவார்கள். கட்சி எடுக்கும் முடிவுகளை இவர்கள் மக்களிடம் கொண்டு சேர்ப்பார்கள். மக்களின் எண்ணங்களை கட்சிக்குப் பிரதிபலிப்பார்கள்.

★

1952ம் ஆண்டு ஜொகன்னஸ்பர்க்கில் மண்டேலா புதிய சட்ட அலுவலகம் ஒன்றை ஆரம்பித்தார். தனது பழைய நண்பர் ஆலிவர் டாம்போவையும் உடன் இணைத்துக்கொண்டு, மண்டேலா அண்ட் டாம்போ என்று நிறுவனத்துக்குப் பெயரிட் டார். மாஜிஸ்ட்ரேட் நீதிமன்றத்துக்கு நேர் எதிரே அமைந்திருந்த இந்த நிறுவனம் வெகு விரைவில் பிரபலமடைந்தது. நகரில் கறுப்பர்களின் ஒரே சட்ட அலுவலகம் அதுதான் என்பதால் ஏராளமான வழக்குகள் வந்து குவிந்தன. கிட்டத்தட்ட அனைத் துமே வெள்ளையர்களால் பாதிக்கப்பட்ட கறுப்பின மக்களின் பிராதுகள். கறுப்பர்கள் எது செய்தாலும் அதை வெள்ளையர்கள் எதிர்க்கவே செய்தனர். தகுந்த ஆவணம் இல்லை, பதிவு

செய்யப்படவில்லை, உரிமையாளரின் அனுமதி இல்லை, அந்தச் சட்டத்தை மீறிவிட்டாய், இந்த விதிமுறையை அலட்சியம் செய்துவிட்டாய் என்று வாய்க்கு வந்த காரணத்தைச் சொன்னார்கள். எல்லோரும் மண்டேலாவிடம் தான் ஓடிவந்தார்கள்.

அவர்களுக்காக வழக்குகளை எடுத்து நடத்துவதில் மண்டேலா ஆர்வமாகத்தான் இருந்தார் என்றாலும் ஒரு பக்கம் வேதனையும் மிகுந்தது. இவர்கள் என்ன பாவம் செய்தார்கள் என்று இத்தனை வழக்குகள் சுமத்தப்படுகின்றன? வெள்ளையர்களின் சாலையைப் பயன்படுத்தக்கூடாது. வெள்ளையர்களின் கதவுகளைத் திறந்து கொண்டு வெளியேறக்கூடாது. வெள்ளையர்களின் பேருந்துகளில் ஏறக்கூடாது. வெள்ளையர்களின் உணவகங்களில் உணவருந்தக் கூடாது. வெள்ளையர்களின் கடற்கறையில் காற்று வாங்கக் கூடாது. உட்கார்ந்தால் தடை. நின்றால் தடை.

வழக்குகளுக்குப் பஞ்சமேயில்லை. சில சமயம், ஒரு நாளைக்கு ஆறு, ஏழு வழக்குகளைக்கூட இருவரும் எடுத்துக்கொள்வதுண்டு. அலுவலகத்தின் நடைபாதையில்கூட கண்ணீரோடும் கவலையோடும் ஆப்பிரிக்கர்கள் நிறைந்துகிடந்தார்கள். அவர்களில் பலர் நூறு மைல்கள் கடந்து வந்திருக்கிறார்கள். சட்டப் புத்தகங்களில் இருந்து மட்டுமல்லாமல் சமயோசிதத்தையும் பயன்படுத்தி வழக்குகளைத் தீர்க்கவேண்டியிருந்தது.

அரசியல் வாழ்க்கை. அலுவலக வாழ்க்கை. இரண்டிலும் மண்டேலாவால் ஒரே சமயத்தில் பிரகாசிக்க முடிந்தது. முப்பதுகளில் இருந்த மண்டேலா இரண்டிலும் கிட்டத்தட்ட உச்சத்தைத் தொட்டிருந்தார். ஆப்பிரிக்கர்களின் ஆதர்சன தலைவராக அவர் உருவாகியிருந்தார். பிரச்னை என்றதும் அவரிடம்தான் ஓடினார்கள். அரசாங்கத்தின் கவனத்தையும் மண்டேலா கவர்ந்திருந்தார். தன் கண்முன்னால் மண்டேலா வளர்ச்சி பெற்றுவந்ததை மாலனின் அரசு எரிச்சலுடன் கவனித்துவந்தது. இன ஒதுக்கல் சட்டத்தை மண்டேலா வெற்றிகரமாகவும் தொடர்ச்சியாகவும் முறியடித்துக்கொண்டு வந்ததை கண்டு ஆத்திரமடைந்தது அரசு.

டிரான்ஸ்வால் சட்ட மையம் தென் ஆப்பிரிக்க உச்ச நீதி மன்றத்தைத் தொடர்பு கொண்டது. மண்டேலாவை வழக்கறிஞர் பட்டியலில் இருந்து நீக்கிவிடும்படி கேட்டுக்கொண்டது. மண்டேலா எதிர் வழக்குப் போட்டு வாதாடி, வென்றார். ஆனாலும், அவர் ஏற்று நடத்தும் வழக்குகள் தொடர்ந்து பல

FOR USE BY WHITE PERSONS
THESE PUBLIC PREMISES AND THE AMENITIES THEREOF HAVE BEEN RESERVED FOR THE EXCLUSIVE USE OF WHITE PERSONS.
By Order Provincial Secretary
VIR GEBRUIK DEUR BLANKES
HIERDIE OPENBARE PERSEEL EN DIE GERIEWE DAARVAN IS VIR DIE UITSLUITLIKE GEBRUIK VAN BLANKES AANGEWYS.
Op Las Provinsiale Sekretaris

முட்டுக்கட்டைகளைச் சந்தித்தன. அவருக்கும் பல தடைகள் போடப்பட்டன. ஜோகன்னஸ்பர்க் தாண்டி பயணம் செய்யக் கூடாது என்று தடையுத்தரவு போடப்பட்டது.

என்னதான் பிரசித்தி பெற்ற வழக்கறிஞராக, அரசியல் தலைவராக இருந்தாலும், நிற வேறுபாடு தொடரத்தான் செய்தது. விசாரணையின்போது மண்டேலா நீதிமன்றத்தில் எழுப்பிய கேள்விகளுக்குப் பதிலளிக்க வெள்ளையர்கள் மறுத்தனர். ஒரு கறுப்பன் என்னிடம் கேள்வி கேட்பதா என்று சினம் கொண்டனர். வேண்டுமானால் நீதிபதியிடம் நேரடியாக வந்து சொல்கிறேன் என்று முரண்டு பிடித்தார்கள். நீதிபதியும் அவர்களை ஊக்குவித்தார். ஒரு நீதிபதி, வழக்காட வந்த மண்டேலாவை சந்தேகத்துடன் தடுத்து நிறுத்தினார். 'நீ உண்மையிலேயே வழக்கறிஞன் பட்டம் பெற்றுவிட்டாயா என்பது எனக்குத் தெரியவேண்டும். எங்கே, உன் சான்றிதழைக் காட்டு பார்ப்போம்.' அட, ஒரு கறுப்பன் எத்தனை ஜோராக கோட் போட்டு வாதாடுகிறான் பார் என்று ஆச்சரியம் பொங்க வெள்ளைக்காரக் கூட்டம் அவரை வேடிக்கைப் பார்க்கத் திரண்டது. அதெப்படி

இது சாத்தியமானது, கறுப்பர்களால் சட்டத்தைப் புரிந்து கொள்ளமுடியுமா என்ன என்று பலர் வாயைப் பிளந்தார்கள்.

சம்பளம் கொடுக்கவேண்டுமே என்பதற்காக வேண்டுமென்றே ஏதாவதொரு பொய் காரணம் காட்டி கறுப்பு பணியாளர்களை வேலையைவிட்டு துரத்துபவர்கள் அதிகம் இருந்தனர். சம்பளம் கொடுக்கவேண்டாம் என்பது மட்டுமல்ல, நீதிமன்றத்தின் மூலம் அபராதப் பணமும் கிடைக்கும். கறுப்பர்களுக்காக யார் வாதாடப்போகிறார்கள் என்னும் அலட்சியம் இதுபோன்ற ஏராளமான பொய் வழக்குகளை உற்பத்தி செய்தது. எனவே, மண்டேலா மிகக் கவனமாகத் தன் வழக்குகளைப் பரிசீலனை செய்தார்.

ஒருமுறை, ஒரு வெள்ளைக்கார மேடம் தன் ஆப்பிரிக்கப் பணியாளர் மீது நீதிமன்றத்தில் வழக்கு ஒன்றைத் தொடுத்திருந்தார். தன் ஆடைகளை அந்தப் பணியாளர் திருடிவிட்டார் என்பது புகார். மண்டேலா அந்தப் பணியாளரின் சார்பாக வாதாட வந்தார். திருடப்பட்ட ஆடைகள் சாட்சியத்துக்காக ஒரு மேஜையில் வைக்கப்பட்டிருந்தன.

மண்டேலா அந்த மேடத்தை விசாரித்தார்.

'இவர்தானே உங்கள் ஆடைகளைத் திருடியதாகச் சொன்னீர்கள்?'

'ஆமாம்.'

மண்டேலா அந்த மேஜையை நெருங்கினார். ஆடைகளைப் பார்வையிட்டார். பிறகு, அந்தக் குவியலில் இருந்து உள்ளாடையை மட்டும் வெளியில் எடுத்து எல்லோருக்கும் தெரியும்படி உயர்த்திக் காட்டினார்.

'மேடம், இது உங்களுடையதா?'

ஆம் என்று சொல்வது கவுரவத்துக்குக் களங்கம் ஏற்படுத்தும் செயல்.

அந்த வெள்ளைக்கார மேடம் தலையைக் குனிந்துகொண்டார். பிறகு, மெல்லிய குரலில் சொன்னார். என்னுடையது இல்லை. வழக்கு ரத்து செய்யப்பட்டது. மண்டேலாவின் உதடுகளில் புன்னகை.

> ஒரு போராட்டம் எப்படி அமையவேண்டும் என்பதை ஒடுக்குபவரே தீர்மானிக்கிறார். அவர் எந்த வழியைப் பின்பற்றுகிறாரோ அதே வழியைத்தான் ஒடுக்கப்பட்டவனும் பின்பற்றுகிறான். ஒரு கட்டத்துக்கு மேல், நெருப்பை நெருப்பால்தான் வெல்லமுடியும் என்னும் நிலை ஏற்பட்டுவிடுகிறது.

7

1954ம் ஆண்டு மாலன் விடைபெற, அவர் கட்சியைச் சேர்ந்த (நேஷனல் கட்சி) ஸ்ட்ரிஜ்டோம் (Johannes Gerhardus Strijdom) பிரதம மந்திரியானார். ஆட்சிதான் மாறியதே தவிர இனஒதுக்கல் கொள்கை மாறவில்லை. விட்டுக்கொடுக்காத, கடுமையான ஆப்பிரிக்கானராக இருந்தார் ஸ்ட்ரிஜ்டோம். மாலன் ஆட்சியில், விவசாயம் மற்றும் வேளாண்துறை அமைச்சராக இவர் இருந்திருக்கிறார். ஸ்ட்ரிஜ்டோம் பிரதமராவதை மாலன் விரும்பவில்லை என்றாலும் அவர் கட்சி விரும்பியது.

மாலனால் சாதிக்க முடியாத விஷயங்களை இவர் சாதிப்பார் என்று தென் ஆப்பிரிக்க வெள்ளையர்கள் நம்பினார்கள். பிரிட்டனுடனான தொடர்பை தென் ஆப்பிரிக்கா முற்றிலுமாக முறித்துக்கொள்ளும் என்று ஸ்ட்ரிஜ்டோம் உறுதியளித்தபோது அதற்கு நல்ல வரவேற்பு இருந்தது. கறுப்பர்களை எதிர்ப்பதைப் போலவே ஐரோப்பிய வெள்ளையர்களையும் எதிர்ப்போம் என்று அவர் முழங்கியபோது கூட்டம் ஆர்ப்பரித்தது. அதே போல், தென் ஆப்பிரிக்காவை குடியரசாக மாற்ற ஸ்ட்ரிஜ்டோம் காட்டிய ஆர்வம் அவர் செல்வாக்கை உயர்த்தியது.

விடுதலை வேட்கை

மண்டேலா ஊசலாட்டத்தில் இருந்தார். இந்தத் தடுமாற்றத்தை அவ்வப்போது அவர் வெளிக்காட்டிக்கொண்டிருந்தார். மேற்கு ஜொகன்னஸ்பர்க்கில் உள்ள சோஃபியா டவுன், மார்ட்டின்டேல், நியூகிளேர் ஆகிய பகுதிகளில் இருந்த சுமார் ஒரு லட்சம் கறுப்பர்களை வெளியேற்றும் முயற்சியில் தொடர்ந்து ஈடுபட்டு வந்தது அரசு. ஏ.என்.சி.யும் தொடர்ந்து இந்த முயற்சிகளுக்கு எதிராகப் போராடிக்கொண்டிருந்தது. சோஃபியா டவுனில் உள்ள ஃப்ரீடம் ஸ்கொயர் என்னும் பகுதியில் உரையாற்றிக்கொண்டிருந்தார் மண்டேலா.

'பல்வேறு சட்டங்களை இயற்றி நம்மை அடிமைப்படுத்த, நம்மைப் பிரித்து வைக்க அரசாங்கம் பல முயற்சிகளை எடுத்துக் கொண்டிருக்கிறது. அதன் தொடர்ச்சியாகத்தான் இந்தப் பகுதியை அபகரித்துக்கொள்ள அவர்கள் முயற்சி செய்துவருகி றார்கள். நாம் விடாமல் போராடினால்தான் வெற்றி பெற முடியும். நாம் ஒற்றுமையாக, ஒருங்கிணைந்து போராடினால் தான் எதிரியை வீழ்த்தமுடியும். உங்களுக்குப் புரிகிறதா?'

கூட்டம் பெரும் ஆரவாரத்துடன் ஆமோதித்தது. தன் வாதத் திறமையை மயக்கும் விதத்தில் வெளிப்படுத்தி மக்களின் உணர்ச்சிகளைத் தூண்டிவிடுவதில் வல்லவராக இருந்தார் மண்டேலா. அது போன்ற சந்தர்பங்களில், மண்டேலா தன் நிதா னத்தை இழந்துவிடுவதும் உண்டு. அன்றைய தினம், வெடித்து விட்டார்.

'நாம் அமைதியாக பேரணி, ஊர்வலம், வேலை நிறுத்தம் என்று நத்தை போல் நகர்ந்துகொண்டிருந்தால், நசுக்கிவிடுவார்கள். அமைதிப் போராட்டத்தை முடித்துக்கொண்டு இனி ஆயுதம் தாங்கி போராட ஆரம்பிக்கவேண்டும். அப்போதுதான் இவர் களுக்கு நம் பலம் புரியும்.'

காதை அடைக்கும் கைத்தட்டல் சத்தம் மண்டேலாவை உசுப் பேத்தியது. ஆம், இதை நான் சொல்லவில்லை. என் வாயில் இருந்த வந்த வார்த்தைகள் அல்ல இவை. இதோ, இவர்கள் கேட்கிறார்கள். இவர்கள் ஆன்மா இதனை விரும்புகிறது. அந்த ஆன்மாவின் விருப்பத்தைதான் நான் பிரதிபலிக்கிறேன்.

'வன்முறைதான் ஒரே வழி. எந்த வன்முறை நம்மை ஒடுக்கு கிறதோ அதே வன்முறையை நாமும் கையாளவேண்டும். இன ஒதுக்கலை வேறு எந்த ஆயுதத்தைக் கொண்டும் தகர்க்க

முடியாது. எல்லோரும் தயாராக இருங்கள். கூடிய விரைவில் நாம் ஆயுதங்களைக் கையாளப்போகிறோம். வெகு விரைவில்.'

ஆப்பிரிக்க விடுதலைக்கான அறைகூவலாக கூட்டம் அதனை எடுத்துக்கொண்டது. இளைஞர்கள் எழுந்து நின்று இரு கைகளையும் உயர்த்தி ஆரவாரம் செய்து கொண்டிருந்தார்கள். மண்டேலா மீண்டும் ஒருமுறை அறிவித்தார்.

'ஆயுதத்தை கையில் எடுப்போம். நீங்கள் தயாரா?'

ஆமாம், ஆமாம். நாங்கள் தயார். அவர்கள் முஷ்டியை மடக்கி கோஷமிட்டார்கள். அங்கே மின்சாரம் பாய்ந்து கொண்டிருந்தது. மண்டேலா ஒரு வித மயக்கத்தில் இருந்தார். ஆரவாரம் அடங்கும் வரை காத்திராமல், ஆப்பிரிக்க விடுதலைப் பாடல் ஒன்றை பாட ஆரம்பித்தார்.

'இதோ நம் எதிரிகள் பரவியிருக்கிறார்கள். ஆயுதங்களை எடுப்போம். அவர்களைத் தாக்குவோம்.'

கூட்டத்தினர் மண்டேலாவுடன் சேர்ந்து அந்தப் பாடலை பாட ஆரம்பித்தனர். அங்கு ஒலித்தது ஒரே குரல். ஒரே பாடல். ஒரே செய்தி.

கட்சிக்குள் இருந்து மண்டேலாவுக்கு கண்டனங்கள் வந்து சேர்ந்தன. கட்சியில் உயர்ந்த பொறுப்பில் இருக்கும் தாங்கள் இதுபோன்ற கலக வார்த்தைகளை உதிர்த்திருக்க வேண்டாம். அது கட்சியின் அணுகுமுறையைப் பாதிக்கும். மண்டேலாவால் திட்டவட்டமான ஒரு முடிவுக்கு வரமுடியவில்லை. காந்தி அகிம்சையைப் பயன்படுத்தி இந்தியாவில் வெற்றி பெற்றார் என்பதற்காக அகிம்சையை தொழுது கொண்டிருக்க முடியுமா? எல்லா இடங்களிலும் எல்லா சமயங்களிலும் செல்லுபடியாகும் அணுகுமுறையா அது? எனில், தென் ஆப்பிரிக்காவில் ஏன் இதுவரை எந்த மாற்றமும் நிகழவில்லை? இந்தியாவில் இருந்து பிரிட்டன் வெளியேறியதுபோல் இங்கிருந்து வெள்ளை அரசு ஏன் வெளியேறவில்லை?

ஏன் என்றால் பிரிட்டன் வேறு, தென் ஆப்பிரிக்கா வேறு. காந்தி எதிர்கொண்ட எதிரிக்கு அகிம்சை என்னும் ஆயுதத்தின் பலம் புரிந்திருந்தது. தென் ஆப்பிரிக்க அரசுக்கு அது புரியவில்லை. அமைதி வழியில் சென்றாலும், மிருகத்தனமாக உதைக்கி

றார்கள். மொழி தெரியாத எதிரியுடன் எப்படி உரையாடிக் கொண்டிருக்கமுடியும்?

காந்தியைப் போல் அறத்தையும் அகிம்சைப் போராட்டத்தையும் அவர் தொடர்புபடுத்திப் பார்க்கவில்லை. அமைதி வழி என்பது அறம் சார்ந்த வழி, வன்முறை என்பது அநீதியான வழி என்பதை யும் அவர் ஏற்றுக்கொள்ளவில்லை. அமைதி வழிப் போராட்டம் என்பது ஓர் உத்தி. வன்முறை பாதை என்பது இன்னொரு உத்தி. என்றாலும், இரண்டில் எது சரியான பாதை? அதை முடிவு செய்யவேண்டியவர்கள் மக்கள்தான் என்னும் முடிவுக்கு வந்தார் மண்டேலா.

ஏ.என்.சி., மக்கள் காங்கிரஸ் கவுன்சில் ஒன்றை உருவாக்கியது. உங்களுக்கு ஒரு வாய்ப்பு அளிக்கப்பட்டால் நீங்கள் எப்படிப் பட்ட சட்டங்களை விரும்புவீர்கள்? இந்தக் கேள்வியுடன்கூடிய துண்டுப் பிரசுரங்கள் பொது மக்களுக்கு விநியோகிக்கப்பட்டது. மக்களின் கருத்துகளை திரட்டி புதிய சாசனத்தை உருவாக்கலாம் என்று முடிவு செய்தார்கள். ஆயிரக்கணக்கான யோசனைகள் குவிந்தன. சட்டம் இயற்றும் வாய்ப்பு கிடைத்த மகிழ்ச்சியில் மக்கள் தங்கள் கனவுகளை ஆர்வத்துடன் எழுதித் தள்ளினார்கள். துண்டு காகிதங்களில். நீண்ட வெள்ளைத் தாள்களில். சிகரெட் பெட்டிகளில். மண்டேலாவுக்கு உற்சாகமாக இருந்தது. நமக்கான சட்டத்தை நாம் இயற்றுவோம். புதிய அரசியல் அமைப்பை உருவாக்குவோம். புதிய தென் ஆப்பிரிக்காவை உருவாக்குவோம்.

ஜொகன்னஸ்பர்குக்குத் தென்மேற்கே அமைந்துள்ள கிளிப்டவுன் என்னும் கிராமத்தில் ஜூன் 25, 1955 அன்று மாநாடு தொடங்கியது. கிட்டத்தட்ட மூன்றாயிரம் பேர் திரண்டு வந்தனர். பெரும்பாலான கறுப்பர்கள் தவிர முன்னூறு இந்தியர்கள், இருநூறு நிறத்தவர், நூறு வெள்ளையர்கள் ஆர்வத்துடன் கலந்துகொண்டனர். மண்டேலா, வால்டர் சிசுலுவுடன் கூட்டத்தோடு கூட்டமாக நின்று கொண்டிருந்தார். மேடையேற, உரையாற்ற தடை விதிக்கப் பட்டிருந்தது. சீருடை அணிந்த தன்னார்வலர்கள் கூட்டத்தை ஒழுங்குபடுத்திக் கொண்டிருந்தனர். கொட்டை எழுத்துகளில் பதாகைகள் பளிச்சென்று தென்பட்டன. நம் வாழ்நாளில் சுதந்தரம்! வாழ்க போராட்டம்! முதலில், சில பாடல்கள் இசைக்கப்பட்டன. பிறகு, உரையாற்றும் நிகழ்ச்சி. மதியம் அனைவருக்கும் உணவு வழங்கப்பட்டது. உணவு இடைவேளைக்குப் பிறகு, தீர்மானங்கள்

ஒவ்வொன்றாக வாசிக்கப்பட்டன. பெரும் முழக்கத்துடன் மக்கள் அதனை வழிமொழிந்தார்கள். மாநாட்டின் முதல் நாள், வெற்றிகரமாக முடிவுக்கு வந்தது. இரண்டாவது நாள், காவலர்கள் அதிக எண்ணிக்கையில் திரண்டு நிகழ்ச்சியைத் தடைசெய்தனர்.

மாநாடு நடைபெறவில்லை என்றாலும் அங்கே உருபெற்ற விடுதலை சாசனம் (Freedom Charter) சரித்திரத்தில் பதிந்து போனது. அமெரிக்க சுதந்தரப் பிரகடனம், பிரெஞ்சு மனித உரிமைப் பிரகடனம், கம்யூனிஸ்ட் கட்சி அறிக்கை ஆகிய வற்றின் வரிசையில் இந்த விடுதலை சாசனமும் முக்கியத்துவம் பெற்றது. கறுப்பின மக்களின் கனவை, வேட்கையை, நம்பிக்கையைப் பிரதிபலிக்கும் சாசனமாக அது அமைந்தது.

தென் ஆப்பிரிக்காவின் சமூக, அரசியல் சூழலை முதல் முறை யாக முகத்தில் அறைந்து பறைசாற்றிய ஆவணமும் இதுவே தான். பல நூறு கோரிக்கைகள் வந்து குவிந்தன என்றாலும் அனைத்துக்கும் அடிப்படை, தயவு செய்து எங்களையும் மனிதர் களாக நடத்துங்கள் என்னும் கெஞ்சல்தான். கோரிக்கைகள் என்னும் பெயரில் ஆப்பிரிக்கர்கள் முன்வைத்த யோசனைகள் வாசித்தவர்களை உலுக்கியெடுத்தன. உலகில் மிகச் சாதாரணமாக அனைவருக்கும் கிடைக்கும் வாய்ப்புகளைக்கூடவா இவர்கள் இறைஞ்சி கோரவேண்டும்? இவற்றை அளிக்கவா தென் ஆப் பிரிக்க அரசு மறுத்து வருகிறது? மனிதத்தன்மையே இல்லாமல், நெஞ்சில் ஈரமே இல்லாமல் இப்படியும் ஒரு சமூகம் இருக்குமா?

விடுதலை சாசனம்

முன்னுரை

தென் ஆப்பிரிக்க மக்களாகிய நாங்கள் எங்கள் தேசத்துக்கும் உலகத்துக்கும் தெரிவிக்க விரும்புவது யாதெனில்:

- இங்கே வாழும் அனைவருக்கும் சொந்தமான நாடு தென் ஆப்பிரிக்கா. கறுப்பு, வெள்ளை என்னும் வித்தியாசம் இல்லை. மக்களின் விருப்பத்துக்கு மாறாக, எந்த அரசும் இந்த தேசத்தின் மீது உரிமை கொண்டாடமுடியாது.

- எங்கள் பிறப்புரிமை, நிலவுரிமை, சுதந்தரம், அமைதி அனைத்தையும் அநீதியான, சமத்துவமற்ற அரசாங்கத் திடம் இழந்துவிட்டோம்.

- சகோதரத்துவமும் சமமான உரிமைகளும் வாய்ப்புகளும் பெற்று எங்கள் மக்கள் வாழும்வரை எங்கள் நாடு வளர்ச்சியடையாது. சுதந்தரமும் பெறாது.
- நிறம், இனம், பால், மத வேறுபாடு இல்லாமல் அனை வருக்கும் உரிமைகள் பெற்றுத்தரும் சக்தி அனைத்து மக்களின் விருப்பத்தின்படி அமைந்த அரசாங்கத்திடம் மட்டுமே இருக்கிறது.
- தென் ஆப்பிரிக்க மக்களாகிய நாங்கள் (வெள்ளையின, கறுப்பின மக்கள்) இந்த விடுதலை சாசனத்தை ஏற்றுக் கொள்கிறோம். ஜனநாயக மாற்றம் இங்கே ஏற்படும் வரை நாங்கள் அனைவரும் ஒன்றுதிரண்டு உழைப்போம் என்று உறுதியளிக்கிறோம்.

ஆட்சி மக்களிடமே!

- வேட்பாளராக நிற்பதற்கும் விருப்பப்பட்டவரைத் தேர்ந்தெடுப்பதற்கும் ஒரு ஆணுக்கும் பெண்ணுக்கும் சம உரிமை உண்டு.
- நாட்டின் நிர்வாகத்தில் அனைவருக்கும் பங்கு உண்டு.
- உரிமைகள் அனைவருக்கும் பொதுவானவை. இனம், மொழி, நிறம், பால் பாகுபாடுகள் கிடையாது.
- ஜனநாயக சுயாட்சி அமைப்பு உருவாகும். தற்போது நடைமுறையிலுள்ள ஆலோசனைக் குழுக்கள், கவுன் சில்கள், நிர்வாகங்கள் ஆகியவை மாற்றியமைக்கப் படும்.

தேசிய குழுக்களுக்குச் சம உரிமைகள்!

- அரசு அமைப்புகள், நீதிமன்றங்கள், கல்விக்கூடங்கள் என்று அனைத்து அமைப்புகளிலும் அனைத்து தேசிய குழுக்களுக்கும் சம அங்கீகாரம் அளிக்கப்படும்.
- மக்கள் தங்கள் மொழியைப் பயன்படுத்த, தங்கள் பாரம்பரிய கலாசாரத்தை கடைபிடிக்க, தங்கள் பழக்க வழக்கங்களைத் தொடர எந்தத் தடையும் இருக்காது.
- இனத்துக்கும் தேசிய பெருமிதத்துக்கும் பங்கம் ஏற் படாமல் அனைவரும் பாதுகாக்கப்படுவார்கள்.

- தேசிய, இன, நிற பேதங்கள் தண்டணைக்குரிய குற்றங் களாகக் கருதப்படும்.
- இனஒதுக்கல் சட்டங்கள், நடைமுறைகள் முற்றிலுமாக ரத்து செய்யப்படும்.

அனைவருக்கும் நாட்டின் செல்வம்!

- நாட்டின் பாரம்பரிய, தேசிய செல்வங்கள் மக்களுக்குத் திருப்பி அளிக்கப்படும்
- நிலத்தடி கனிமங்கள், வங்கிகள், ஏகபோகத் தொழில்கள் ஆகியவை மக்களுக்குச் சொந்தமாக்கப்படும்
- பிற தொழில்கள் மக்களின் நலன் சார்ந்தே இயங்கும்.
- எந்த வர்த்தகத்தையும் தொழிலையும் அவரவர் விருப்பப் படி யாரும் எங்கும் மேற்கொள்ளலாம். அனைவருக்கும் சம தொழில் உரிமைகள் வழங்கப்படும்.

நிலம் பங்கிடப்படும்!

- தேசத்தின் அனைத்து நிலங்களும் பணியாற்றுவோருக்குப் பகிர்ந்து அளிக்கப்படும்.
- உற்பத்தி கருவிகள், விதைகள், டிராக்டர்கள் ஆகியவை விவசாயிகளுக்கு அளிக்கப்படும். புதிய அணைகள் கட்டித்தரப்படும்.
- நிலத்தில் வேலை செய்பவர்கள் சுதந்தரமாக எங்கும் குடிபெயரலாம்.
- நிலத்தை அவரவர் விருப்பப்படி பயன்படுத்தலாம்.
- கால்நடைகள் அபகரிக்கப்படமாட்டாது. பண்ணைச் சிறைச்சாலைகள் மூடப்படும்.

பொதுவான சட்டம்!

- விசாரணைகள் அனைவருக்கும் பொதுவாகவும் நியாய மான முறையிலும் நடைபெறும். தேவையின்றி ஒருவரை நாடு கடத்தவோ சிறைப்படுத்தவோ முடியாது.
- அரசாங்க அதிகாரியால் தன்னிச்சையாக தண்டனைகள் அளிக்கமுடியாது.

- நீதிமன்றம் அனைத்து மக்களுக்கும் பொதுவானது.
- சிறை தண்டனை பழி வாங்கும் நோக்கில் அல்லாமல், மறுவாழ்வு அளிக்கும் நோக்கத்தோடு அளிக்கப்பட வேண்டும். மக்களைப் பாதிக்கும் மோசமான குற்றங் களுக்கே சிறைத்தண்டனை.
- காவல்துறையிலும் ராணுவத்திலும் சம அடிப்படையில் பணிகள் நிரப்பப்படும்.
- ராணுவம், மக்களின் பாதுகாவலனாக செயல்படும்.
- இனஒதுக்கல் சட்டங்கள் ரத்து செய்யப்படும்.

சம உரிமைகள்!

- பேச்சுரிமை, ஒன்றிணையும் உரிமை, சந்திக்கும் உரிமை, கருத்துகளை வெளியிடும் உரிமை, வழிபாட்டு உரிமை, பிள்ளைகளுக்குக் கல்வி புகட்டும் உரிமை ஆகியவை அனைவருக்கும் அளிக்கப்படும்.
- காவல்துறை காரணமின்றி வீடுகளைச் சோதனையிட முடியாது.
- கிராமப்புற மக்களும் நகர்ப்புற மக்களும் எந்தத் தடையும் இல்லாமல் ஓரிடத்தில் இருந்து இன்னொரு இடத்துக்குச் செல்லலாம். வெளிநாடுகளுக்கும் செல்லலாம்.
- கடவுச்சீட்டுகள் ஒழிக்கப்படும்.

பணி உத்தரவாதம்!

- பணியாற்றுபவர்கள் தொழிற்சங்கம் அமைத்துக்கொள்ள லாம். முதலாளிகளுடன் அவர்கள் சம்பள ஒப்பந்தம் போட்டுக்கொள்ளலாம்.
- வேலை செய்யும் உரிமை அனைவருக்கும் உண்டு.
- சமவேலைக்கு சம ஊதியம் அளிக்கப்படும். இன, பால் வித்தியாசம் இல்லை.
- வாரத்துக்கு 40 மணி நேர பணி, சம்பளத்துடன் கூடிய ஆண்டு விடுமுறை, மருத்துவ விடுப்பு ஆகியவை அனைத்து பணியாளர்களுக்கும் பொதுவானவை. பிரசவ

காலத்தில் பெண்களுக்கு சம்பளத்துடன்கூடிய விடுப்பு அளிக்கப்படும்.

- சுரங்கத் தொழிலாளர்களும் வீட்டுப் பணியாளர்களும் விவசாயிகளும் இதே உரிமைகளைப் பெறுவார்கள்.
- ஒப்பந்தப் பணி, சிறுவர் வேலை, கூட்டு வேலை ஆகியவை ஒழிக்கப்படும்.

அனைவருக்கும் கல்வி!

- திறமைகள் அடையாளம் காணப்படும், ஊக்குவிக்கப் படும்.
- மற்ற நாடுகளுடன் அறிவு பரிமாற்றம் செய்துகொள்ள லாம். நூல்கள், சிந்தனைகளைப் பரிமாறிக்கொள்ளலாம்.
- மக்களை நேசிக்கவும், சகோதரத்துவத்தைப் பேணு வதற்கும், சுதந்தரத்தை மதிக்கவும் கல்வி இளைஞர் களைத் தயார்படுத்தும்.
- அனைவருக்கும் கட்டாயக் கல்வி. இலவசக் கல்வி. பொதுவான கல்வி.
- திறமை அடிப்படையில் நிதி உதவிகள், உயர் கல்வி வாய்ப்புகள், தொழில்நுட்பப் பயிற்சிகள் ஆகியவை அளிக்கப்படும்.
- எழுத்தறிவின்மை ஒழிக்கப்படும்.
- ஆசிரியர்கள் மற்ற குடிமகன்களைப் போல் அனைத்து உரிமைகளையும் பெறுவர்.
- கல்வியில், விளையாட்டில், கலாசாரத்தில் நிறபேதம் இருக்காது.

பாதுகாப்பு வசதிகள்

- விரும்பும் இடத்தில் வசிக்கலாம். வீட்டை அமைத்துக் கொள்ளலாம். குடும்பத்தை பாதுகாக்கலாம்.
- தரிசு இடங்கள் மக்களுக்குப் பிரித்து அளிக்கப்படும்.
- வாடகை குறையும். விலைவாசி குறையும். பட்டினி, பஞ்சம் இராது.

- சுகாதாரம் பேணப்படும்.
- இலவச மருத்துவ சேவை, மருத்துவமனை வசதி அளிக்கப்படும்.
- குடிசைகள் அகற்றப்பட்டு கட்டுமானங்கள் செய்யப் படும். சாலைகள், போக்குவரத்து, மின்சாரம், விளை யாட்டு அரங்கங்கள், குழந்தைகள் காப்பகம், சமூக மையங் கள் ஆகியவை அனைவருக்கும் பொதுவாக அமைக்கப் படும்.
- வயதானவர்களை, ஆதரவற்றவர்களை, ஊனமுற்றோரை, நோயாளிகளை அரசாங்கம் கவனித்துக்கொள்ளும்.
- ஓய்வு நேரத்தை விருப்பம் போல் அமைத்துக்கொள்ளவும் பொழுதுபோக்குகளில் ஈடுபடவும் அனைவருக்கும் உரிமை.
- குடும்பங்கள் பிரிக்கப்படமாட்டாது. கெட்டோக்கள் ஒழிக்கப்படும்.

அமைதி நிச்சயம்!

- பிற நாடுகளின் இறையாண்மை, உரிமைகள் மதிக்கப்படும்.
- உலக சமாதானத்தை பாதுகாக்கும் நாடாக, உலக பிரச்னைகளைப் பேச்சுவார்த்தை மூலம் தீர்த்துவைக்கும் நாடாக தென் ஆப்பிரிக்கா திகழும்.
- அனைத்து உரிமைகளும் அனைவருக்கும் வழங்கப்படு வதன்மூலம், சமாதானமும் சகோதரத்துவமும் தென் ஆப்பிரிக்காவில் பரவும்.
- புரொடெக்டொரேட்ஸ் என்னும் பாதுகாக்கப்பட்ட பகுதி களான பாசுட்டோலேண்ட், பச்சுனாலேண்ட், சுவாஸி லேண்ட் ஆகியவை தம் எதிர்காலத்தை தாமே முடிவு செய்துகொள்ளும். (தற்போது இவை லெஸோத்தோ, போட்ஸ்வானா, ஸ்வாஸிலேண்ட் ஆகிய பெயர்களில் சுதந்தர நாடுகளாக திகழ்கின்றன).

இந்த சுதந்தரம் கிடைப்பதற்காக, இந்த உரிமைகள் கிடைப்பதற் காக, நாங்கள் எங்கள் வாழ்நாள் முழுவதும் பாடுபடுவோம் என்று உறுதியளிக்கிறோம்.

தேசத்தின் வளம் அனைவருக்கும் பகிர்ந்தளிக்கப்படும் என்னும் வாசகம் இடது சாரி சிந்தனையின் துளி என்று கொள்ளலாம். இந்த அறிக்கை, ஏ.என்.சி. யார் பக்கம் என்பதை ஐயமின்றி அறிவித்தது. நிலச்சுவான்தார்கள், கறுப்பர்களில் வளமானவர்கள், வெளிநாடுகளில் உள்ள வசதியான சில கறுப்பர்கள், பிற்போக்காளர்கள் இந்த சாசனத்தை வெறுத்தனர். மற்ற கறுப்பர்கள் கவரப்பட்டனர். எதிர்வரும் காலங்களில், விடுதலை சாசனம் தென் ஆப்பிரிக்காவின் மிக முக்கிய நிறபேத எதிர்ப்பு ஆவணமாக மாறிப்போனது. போராட்டக்காரர்கள் இந்த சாசனத்திடம் இருந்து உத்வேகம் பெற்றனர். சர்வதேச அளவில், மனித உரிமைகள் குறித்த முக்கிய ஆவணமாகவும் மாறியது.

விடுதலை சாசனம் தென் ஆப்பிரிக்காவில் சுதந்தர வேட்கை கொண்டிருந்தவர்களை ஒரே குடையின் கீழ் கொண்டுவந்தது. ஏ.என்.சி., தென் ஆப்பிரிக்க இந்திய காங்கிரஸ் (SAIC), தென் ஆப்பிரிக்க நிறத்தவர்கள் காங்கிரஸ் (SACPO), South African Congress of Democrats (SACOD), South African Congress of Trade Unions (SACTU) ஆகியவை ஒன்று திரண்டு, நிறபேதமற்ற ஒற்றை அமைப்பு உருவாக வழிவகுத்தது. காங்கிரஸ் கூட்டணி (Congress Alliance) என்று அந்த அமைப்புக்குப் பெயரிடப்பட்டது.

★

ட்ரான்ஸ்கியில் இருந்தபோது, காவலாளி ஒருவர் மண்டேலாவை நெருங்கினார்.

‘நீ நெல்சன் மண்டேலாவா?’

‘இந்தக் கேள்வியை கேட்பது யார்?’

‘செக்யூரிட்டி போலீஸ். டிடெக்டிவ் சர்ஜெண்ட்.’

‘உங்களிடம் வாரண்ட் இருக்கிறதா?’

வாரண்ட்டை அவர் காட்டிய பிறகு மண்டேலா வாய் திறந்தார்.

‘ஆம், நான் நெல்சன் மண்டேலாதான்.’

‘கமாண்டிங் ஆபிஸர் உன்னைப் பார்க்கவேண்டுமாம்.’

‘ஓ, தாராளமாக வந்து பார்க்கட்டுமே.’

'நீ அங்கே வரவேண்டும்.'

'என்னைக் கைது செய்யப்போகிறீர்களா?'

'இல்லை.'

'அப்படியானால் நான் வருவதாக இல்லை. என்னை அழைத்துச் செல்லவேண்டுமானால் அதற்காக ஆவணங்களைத் தயாரித்து எடுத்து வாருங்கள். இப்போது நீங்கள் போகலாம்.'

மூத்த மகன் தெம்பி தாயார் எவிலினிடம் கேட்டுக்கொண்டே இருந்தான். அம்மா, அப்பா எங்கே வசிக்கிறார்? அரசியல், வழக்குகள் என்று இருபத்து நான்கு மணி நேரமும் வீட்டுக்கு வெளியில் இருந்ததால், மகனுக்குக் குழப்பம். இரண்டாவது மகன், மக்காதோ லெவானிக்கா 1950ல் பிறந்தான். 1954ல் பும்லா மகாஸிவி என்னும் பெண் பிறந்தாள். போதிய நேரத்தை வீட்டில் கழிக்காதது தவறுதான் என்று மண்டேலா பிற்காலத்தில் வருந்தியிருக்கிறார்.

மனைவி, குழந்தைகளைவிட மக்களே மேலானவர்கள் என்று முடிவுசெய்து வீட்டைப் புறக்கணிக்கவில்லை மண்டேலா. போராட்டங்களுக்கு ஒதுக்கிய நேரத்தை, கவனத்தை வீட்டுக்கு ஒதுக்கமுடியவில்லை. ஒரு தந்தையாக, கணவனாக அவரால் பொருந்தி போக முடியவில்லை. காவல்துறை கெடுபிடிகள் இன்னொரு பக்கம். குழந்தையின் பிறந்த நாள் விழாவில் கலந்துகொள்வதற்கும் தடை விதிக்கப்பட்டிருந்தது. வீட்டில் இருந்தால் அகப்பட்டுவிடுவோம் என்பதற்காகவே பல சமயங்களில், வீட்டைவிட்டு விலகியிருக்கவேண்டியிருந்தது. இடையில் ஒரு முறை ட்ரான்ஸ்கிக்குச் சென்று அம்மாவையும் சகோதரியையும் சந்தித்தார். பழைய தெம்பு இன நண்பர்களைச் சந்தித்தபோது அவர்கள் மண்டேலாவைக் கட்டியணைத்து ஆனந்தமடைந்தனர்.

நான் மாணவனாக இருந்தபோது, தென் ஆப்பிரிக்காவில் சட்டம் அனைவருக்கும் பொதுவானது என்று சொல்லிக் கொடுத் திருந்தார்கள். சட்டம் அனைவருக்கும் சமமான நீதியை வழங்கும் என்று நானும் நீண்ட காலம் நம்பியிருந்தேன். வகுப்பறை பாடத்துக்கும் நிஜ நீதிமன்றத்துக்கும் நிறைய வித்தியாசம் இருந்ததைப் பிறகு புரிந்துகொண்டேன். விரும்பியபடி சமூகத்தை மாற்றியமைத்துக்கொள்ள ஆளும் வர்க்கம் பயன்படுத்தும் கருவிதான் சட்டம். நீதிமன்றத்தில் நீதி கிடைக்கும் என்று இனியும் நான் எதிர்பார்ப்பதில்லை.

8

நிற ஒதுக்கலுக்கு எதிராகப் போராடிய அத்தனை பேரையும் கைது செய்யும் திட்டத்தை மண்டேலாவிடம் இருந்தே ஆரம்பித்தார்கள். டிசம்பர் 5, 1956 அதிகாலை ஒரு சிறு படை மண்டேலாவின் வீட்டுக்குள் நுழைந்து அவரைக் கைது செய்தது. ஒரு மூட்டைப் போல் அவரைப் பிடித்துக்கொண்டு காருக்குள் இழுத்துச் சென்று தள்ளினார்கள். வெவ்வேறு இன, அரசியல், தொழிற்சங்க பின்புலத்தைக் கொண்ட 156 பிரமுகர்கள் கைது செய்யப்பட்டனர். அனைவர் மீதும் தேச துரோகக் குற்றச்சாட்டு சுமத்தப்பட்டிருந்தது. ஜோகன்னஸ்பர்க்கில் உள்ள ஃபோர்ட் சிறையில் பதினாறு தினங்கள் அவர்கள் அடைக்கப்பட்டனர். பல்வேறு வகைகளில் அவர்களை அவமானப்படுத்தினார்கள். சமூதாயத்தில் முக்கிய அடையாளமாக இருந்த அவர்களது உடை களைக் களைந்து ஒரு மணி நேரம் பனியில் நிற்க வைத்தார்கள். சோதனை செய்கிறோம் என்று சாக்கு சொன்னார்கள்.

ஓயாத போர்

பிறகு, ஜாமீன் கிடைத்தது. ஆனாலும், ஏகப்பட்ட தடைகள் விதிக்கப்பட்டிருந்தன. அரசியல் பேசக்கூடாது. அரசை விமரிசித்து கட்டுரைகள் எழுதக்கூடாது. பொதுக்கூட்டங்களில் உரையாற்றக்கூடாது. விடுதலை சாசனம் உள்ளிட்ட ஆவணங்கள் அலுவலகங்களில் இருந்து கைப்பற்றப்பட்டன. முக்கியத் தலைவர்களின் இல்லங்கள் சோதனையிடப்பட்டன. பொய் வழக்குகள் புனைந்து நீதிமன்றத்துக்கு அலைக்கழித்தார்கள். அபராதம் விதித்தார்கள். பொது வாழ்வில் அவர்கள் ஈடுபடக் கூடாது என்பதுதான் திட்டம். மண்டேலா இந்தக் கெடுபிடிகளில் இருந்து தொடர்ந்து தன்னை விடுவித்துக்கொண்டே இருந்தார்.

மக்களைப் பிரித்தாளும் சூழ்ச்சியை தொடர்ந்து அமல்படுத்திக் கொண்டிருந்தது அரசு. 1951ல் இயற்றப்பட்ட பண்டு அதாரிட்டி ஆக்ட், பின்னர் 1959ல் இயற்றப்பட்ட ப்ரமோஷன் ஆஃப் பண்டு செல்ஃப் கவர்ன்மெண்ட் ஆக்ட் இரண்டும் கறுப்பர்களுக்கு இருந்த தென் ஆப்பிரிக்க குடியுரிமையையும் அபகரித்துக் கொள்ள முயன்றது. இன வாரியாக கறுப்பர்களைப் பிரித்து தனித்தனியே குடியமர்த்த அரசு துடித்தது. அடுத்த முப்பது ஆண்டுகளில் இந்தத் திட்டம் மெல்ல மெல்ல உருபெற ஆரம்பித்தது. வலுக்கட்டாயமாக கறுப்பர்கள் அவர்களது வாழ்விடங்களில் இருந்து பிரித்து அவர்கள் இனத்துக்காக ஒதுக்கப்பட்டிருந்த பகுதிகளில் திணிக்கப்பட்டனர். Bophuthatswana, KwaZulu போன்ற ஒதுக்கப்பட்ட பகுதிகள் பண்டுஸ்தானங்கள் என்று அழைக்கப்பட்டன. பொதுவாக இந்தப் பகுதிகள் வளர்ச்சி குன்றி, வறட்சியாக இருந்தன. நகரங்களில் இருந்து துண்டிக்கப்பட்டு கிடந்தன. பண்டுஸ்தானங்களை நிர்வகிக்க, அரசாங்கம் சில பழங்குடி தலைவர்களைத் தேர்ந்தெடுத்திருந்தது.

ஆகஸ்ட் 1956ல் ஏ.என்.சி.யின் பெண்கள் பிரிவு, தென் ஆப்பிரிக்கப் பெண்கள் கூட்டமைப்பு (1954ல் தொடங்கப்பட்ட அமைப்பு) இரண்டும் இணைந்து பிரிட்டோரியாவில் உள்ள அரசாங்க நிர்வாகம் செயல்படும் யூனியன் கட்டடத்துக்கு எதிரே போராட்டம் ஒன்றை நடத்தினார்கள். மொத்தம் இருபதாயிரம் பெண்கள் இதில் கலந்துகொண்டனர். இந்த இரு அமைப்புகளின் தலைவர்கள், ஹெலன் ஜோசப், லிலியன் கோயி இருவரும் ஒரு லட்சம் பேரிடம் இருந்து கையெழுத்து பெற்று மனு ஒன்றை தயாரித்திருந்தனர். ஆப்பிரிக்கப் பெண்களுக்கு எதிரான சட்டங்களை திரும்பப் பெறச் சொல்லி வலியுறுத்தும் மனு அது.

ஆனால், பிரதம மந்திரி அவர்களைச் சந்திக்க மறுத்துவிட்டார். போராட்டம் தீவிரமடைந்து நாடு முழுவதும் பரவியது. தென் ஆப்பிரிக்காவின் ஆகப் பெரும் பெண்கள் போராட்டமாக இது பதிவாகியுள்ளது.

ஏ.என்.சி.யோடு நெருங்கிய தொடர் கொண்டு இயங்கிய மற்று மோர் அமைப்பு தென் ஆப்பிரிக்க தொழிற்சங்க கூட்டமைப்பு. தொழிற்சங்க தலைவர்கள் பலரை அரசாங்கம் கைது செய்த போதும் பின்வாங்காமல் ஏ.என்.சி.யோடு ஒட்டிக்கொண்டிருந் தது இந்த அமைப்பு. மண்டேலாவும் பிற தலைவர்களும் சிறை வைக்கப்பட்டபோது தொழிற்சங்கத்தைச் சேர்ந்த பலர் நீதி மன்றத்தின் முன் திரண்டு ஆர்ப்பாட்டம் செய்தனர். தேச துரோகக் குற்றச்சாட்டு விசாரணை தென் ஆப்பிரிக்க சமுதா யத்தை அழுத்தமாகவே பாதித்தது. பல்வேறு அமைப்புகள் ஒன்று திரண்டு மண்டேலாவுக்கும் மற்ற தலைவர்களுக்கும் ஆதரவு அளித்தன. இன ஒதுக்கலுக்கு எதிரான ஒரு வலுவான அணி உருவாக ஆரம்பித்தது. மண்டேலா இந்த வாய்ப்பை நன்றாகவே பயன்படுத்திக்கொண்டார். பாருங்கள், உங்களைச் சுற்றி எத்தனை கைதுகள், எத்தனை அடக்குமுறை, இதுதான் நீங்கள் விரும்பிய சமூகமா என்று கேள்வி எழுப்பினார். ஜனநாயகம் தொலைந்துவிட்டது என்று அறிவித்தார்.

அரசியல் களத்தில் வேகமாக முன்னேறிக்கொண்டிருந்த மண் டேலாவின் தனிப்பட்ட வாழ்க்கை சில சரிவுகளைச் சந்தித்தது. எவிலினுக்கும் அவருக்குமான இடைவெளி இட்டு நிரப்ப முடியாதபடி அதிகரித்திருந்தது. எவிலினுக்கு ஜொகன்னஸ்பர்க் பிடிக்கவில்லை. மண்டேலாவின் தீரா அரசியல் வேட்கை பிடிக்கவில்லை. குழந்தைகளுக்கு நல்ல தகப்பனாக, தனக்கு நல்ல கணவனாக மண்டேலா இருந்ததில்லை என்னும் ஏக்கமும் வருத்தமும் அதிகரித்திருந்தது. காலம் தணிந்தால் அரசியல் ஆர்வம் குறைந்துவிடும் என்றுதான் அவர் கருதியிருந்தார். ஆனால், அது நடக்கவில்லை. ஊருக்குத் திரும்பிவிடலாம், வழக்கறிஞர் தொழில் பார்த்து எந்தப் பிரச்னையும் இன்றி குடும்பம் நடத்தலாம் என்று மண்டேலாவுடன் பலமுறை சொல்லிப் பார்த்தார்.

விரக்தி அடைந்த மனத்தை திசை திருப்ப ஜெகோவின் சாட்சி என்ற பிரிவைச் சேர்ந்த வாட்ச் டவர் அமைப்பில் ஈடுபட ஆரம் பித்தார். ஈடுபாடு தீவிரம் அடைந்தது. இறை ஊழியத்துக்காக

தன் முழு நேரத்தையும் செவிட ஆரம்பித்தார். மதம் மாறச் சொல்லி மண்டேலாவை வற்புறுத்தவும் ஆரம்பித்தார். எதற்கும் மண்டேலா ஒத்துக்கொள்ளவில்லை. உங்களுக்கு நான் வேண்டுமா அல்லது கட்சி வேண்டுமா என்பதை முடிவு செய்துகொள்ளுங்கள் என்று கோபமாகச் சொன்னார் எவிலின்.

மார்ச் 1958ல் இருவருக்கும் விவாகரத்து ஆனது. இரு குழந்தைகளையும் தன்னுடன் அழைத்துச் சென்றுவிட்டார் எவிலின். விவாகரத்துக்கான காரணத்தை மண்டேலா தன் சுயசரிதையில் இவ்வாறு குறிப்பிடுகிறார். 'போராட்டங்களில் இருந்து என்னால் விடுபடமுடியவில்லை. என் அக்கறையும் ஈடுபாடும் அவளையும் குடும்பத்தையும் தவிர பிற விஷயங் களில் இருந்ததை அவளால் ஏற்றுக்கொள்ளமுடியவில்லை. நான் இப்போதும் அவளைக் கண்டு வியக்கிறேன். ஆனால், எங்களால் இணைந்து வாழ முடியவில்லை.'

மற்றொரு பக்கம், மண்டேலா அண்ட் டாம்போ நிறுவனம் தேய்ந்து சுருங்கிக்கொண்டிருந்தது. சொந்த வழக்குகளைச் சந்தித்துக்கொண்டிருந்த மண்டேலா, டாம்போ இருவராலும் பிறரது வழக்குகளை எடுத்து நடத்தமுடியவில்லை. அரசாங்கத் தடைகள் மூச்சு திணற வைத்தன. மனம் ஒடிந்துபோயிருந்த மண்டேலா மீண்டும் புத்துணர்ச்சி பெற்றது வின்னியால்.

நண்பர் ஒருவருடன் காரில் சென்றுகொண்டிருந்தபோது, பேருந்து நிறுத்ததில் நின்றுகொண்டிருந்த அந்தப் பெண்ணைப் பார்த்தும் காதல் வயப்பட்டுவிட்டார் மண்டேலா. கண்டதும் காதல் என்றுதான் தன் சுயசரிதையிலும் அவர் குறிப்பிட்டிருக் கிறார். சட்டென்று கடந்து சென்றுவிட்டார் என்றாலும் நினைவுகளில் அழுத்தமாக அந்த உருவம் படிந்துபோனது.

செப்டம்பர் 26, 1934 அன்று பிஸானா என்னும் இடத்தில் வின்னி பிறந்தார். மண்டேலாவைப் போலவே அவரும் ஒருவகையில் (சிறிய வகையில்) அரச வம்சத்தைச் சேர்ந்தவர்தான். கோசா வழக்கப்படி வின்னிக்கு வைக்கப்பட்ட பெயர், Nomzamo. இதன் பொருள், வழக்குகளைச் சந்திப்பவர். இதைவிட பொருத்தமான வேறு பெயர் இருக்கமுடியாது.

சிறு வயது முதலே எதிர்க்கப் பழகியிருந்தார் வின்னி. ஒத்து போகாத மனிதர்களையும் பிடிக்காத சூழல்களையும் முரண்

பாடான வழக்கங்களையும் வின்னி ஏற்றுக்கொள்ள மறுத்தார். கேள்விகள் எழுப்பினார். சண்டையிட்டார். தன் தாயாரை, மதவெறியர் என்று அழைத்தார். வின்னிக்கு எட்டு வயதாகும் போதே அவர் தாயார் (Nomathamsanqa Mzaidume) இறந்து விட்டார். தந்தை (Columbus Madikizela), ட்ரான்ஸ்கி அரசாங்கத் தில் வனத்துறை மற்றும் வேளாண்மை அமைச்சராக இருந்தார். வின்னி மீது அவருக்குப் பிரத்தியேமாக அன்பு இருந்ததாகத் தெரியவில்லை. ஆனாலும், பெருமைப்பட்டுக் கொள்ளும்படி யான ஒரு காரியத்தை அவர் செய்திருந்தார். ஆப்பிரிக்க இன மக்களின் வரலாறை கதைகளாக மாற்றி வின்னிக்குச் சொல்லி வந்தார்.

ஜனவரி 1953ல் வின்னி ஜொகன்னஸ்பர்குக்குக் குடிபெயர்ந்தார். கறுப்பர்களுக்குக் கல்வி தேவையில்லை என்னும் கருத்தாக்கம் வலுவாக இருந்த சமயத்தில், வின்னி எதிர்ப்புகளை மீறி ஜேன் ஹாஃப்மேயர் கல்லூரியில் சமூகவியலில் டிப்ளமோ படித்து முடித்தார். சில வருடங்கள் கழித்து, விட்வாட்டர்ஸ்ட்ராண்ட் பல்கலைக்கழகத்தில் அரசியல் விஞ்ஞானம் பயின்று இளநிலை பட்டதாரி ஆனார்.

சொவேட்டோ என்னும் பகுதியில் உள்ள பரக்வாநாத் மருத்துவ மனையில் முதல் ஆப்பிரிக்க மருத்துவப் பணியாளராக வின்னி இணைந்துகொண்டார். இங்கேதான் முதல் முறையாக அரசிய லால் அவர் ஈர்க்கப்பட்டார். தன் மருத்துவமனை அனுபவத்தை வின்னி, இவ்வாறு கூறியிருக்கிறார். ‘பெரும்பாலான மக்கள் ஏழைமையோடு எப்படிப் போராடுகிறார்கள் என்பதை அப் போதுதான் உணர ஆரம்பித்தேன். சமூகம் ஏற்றத்தாழ்வு கொண்டது என்பது புரிந்தது. சிலர் மட்டும் எப்போதுமே அடிமட்டத்தில் இருந்து வந்ததைப் பார்க்கும்போது துயரமாக இருந்தது.’ அலெக்ஸாண்ட்ரியா என்னும் பகுதியில் ஆய்வில் ஈடுபட்டிருந்தபோது, சில புள்ளிவிவரங்கள் கிடைத்தன. பிறக்கும் ஆயிரம் கறுப்பின குழந்தைகளில் பத்து குழந்தைகள் இறந்துவிடுகின்றன. இறப்பவர்கள் கறுப்பர்கள் என்பதால் இந்தப் புள்ளிவிவரம் பெரிய அதிர்ச்சியலைகளை எழுப்ப வில்லை. இந்தப் புறக்கணிப்பு வின்னியை கூடுதலாக பாதித்தது.

மாணவியாக இருந்தபோதே நெல்சன் மண்டேலா குறித்து வின்னி கேள்விப்பட்டிருந்தார். இப்போது, அவர் குறித்த செய்திகள் அடிக்கடி வந்துகொண்டிருந்தன. ஆப்பிரிக்க தேசிய

இயக்கத்தின் பெண்கள் பிரிவு நிறவெறிக்கு எதிராக தீவிரமாகப் பிரசாரம் செய்துவந்தது. வின்னி அப்போது ஒரு ஹாஸ்டலில் தங்கியிருந்தார். மாலை நேரங்களில், தொழிலாளர்கள் ஆப்பிரிக்க விடுதலை பாடல்கள் பாடிக்கொண்டு செல்வதை கண்டு பரவசம் கொண்டார். மண்டேலா கொடுத்த உத்வேகம் அல்லவா இது?

மார்ச் 1957ல் மண்டேலாவைச் சந்திக்கும் வாய்ப்பு கிடைத்தது. ஜொகன்னஸ்பர்க்கில் வின்னி அவரைச் சந்தித்தார். தன்னை அறிமுகம் செய்துகொண்டார். சிறிய அளவிலாவது உங்களுக்கு நான் ஏதாவது செய்யவேண்டும். தயவு செய்து அனுமதியுங்கள். வின்னியின் அழகு, படிப்பு, அரசியல் ஆர்வம் ஆகியவை மண்டேலாவை கவர்ந்தது. இவரை ஏன் இயக்கத்துக்குப் பயன்படுத்திக்கொள்ளக்கூடாது? தேச துரோக வழக்குகளில் சிக்கியிருந்த கட்சி உறுப்பினர்களை மீட்கும் பணியில் அப் போது மும்முரமாக இருந்தார் மண்டேலா. நிதி தேவைப் பட்டது. சட்டென்று வின்னியிடம் கேட்டார். எங்களுக்காக நிதி திரட்டி தர முடியுமா?

அதற்குப் பிறகு, வின்னி மண்டேலாவை அடிக்கடி சந்திக்க ஆரம்பித்தார். நீண்ட தயக்கத்துக்குப் பிறகு ஒரு பயணத்தின் போது, மண்டேலா, வின்னியிடம் தன் விருப்பத்தைத் தெரியப் படுத்தினார். முதலில், தன் வாழ்நிலையை விவரித்தார். கட்சிப் பணிகள். லட்சியம். போராட்டங்கள். நம் வாழ்க்கை இன்பமயமான இருக்கும் என்று என்னால் எப்போதும் சொல்ல முடியாது. ஆபத்துகளுக்கும் துயரங்களுக்கும் பஞ்சம் இருக்காது என்று மட்டும் நிச்சயமாக சொல்லமுடியும். சூழலைச் சொல்லிவிட்டேன். என் விருப்பத்தையும். இனி, முடிவு செய்யவேண்டியது நீ.

ஜுன் 14, 1958ல் திருமணம் நடைபெற்றது.

ஏ.என்.சி.யின் ஆர்லாண்டோ கிளை மகளிர் அணியில் உறுப்பினராகச் சேர்ந்துகொண்டார் வின்னி. அனைவருடனும் சேர்ந்து போராட விருப்பம் தெரிவித்தார். அரசியல் போராட்டத்தில் வின்னி தன்னையும் இணைத்துக்கொண்டதில் மண்டேலாவுக்கு மகிழ்ச்சி. காவல்துறை அடக்குமுறை குறித்தும் சித்திரவதைகள் குறித்தும் வின்னியிடம் விளக்கினார் மண்டேலா. வின்னி கலங்கவில்லை. எதையும் சந்திக்கத் தயார் என்றார். வால்டர்

சிசுலுவின் மனைவி, ஆல்பர்ட்டினாவுடன் இணைந்து வின்னியும் மறியல் போராட்டங்களில் கலந்துகொண்டார்.

★

1958ல் ஸ்ட்ரிஜ்டோம் இறந்தபிறகு, நேஷனல் கட்சி வெர்வோய்ட் (Hendrik Frensch Verwoerd) என்பவரை பிரதம மந்திரியாகத் தேர்ந்தெடுத்தது. பிறந்தது நெதர்லாந்தில். ஜெர்மனி, அமெரிக்கா, இங்கிலாந்து ஆகிய நாடுகளில் படித்திருக்கிறார். டாக்ட்ரேட் பட்டம் வாங்கியிருக்கிறார். தான் கடவுளால் தேர்ந்தெடுக்கப்பட்டதாக வெர்வோய்ட் எல்லோரிடமும் சொல்லிக்கொண்டிருந்தார். அதை நம்பவும் செய்தார். தான் செய்யும் எந்தவொரு செயலும், சிந்திக்கும் எந்தவொரு விஷயமும் பிசகாது என்று நம்பினார். என்னால் தவறுகூட செய்யமுடியுமா என்ன என்று ஒரு சமயம் ஆச்சரியத்துடன் கேட்டிருக்கிறார்.

ஆப்பிரிக்கர்களுக்குக் கல்வி அளிக்கப்படவேண்டுமா என்று ஒருமுறை கேட்கப்பட்டபோது இப்படி பதிலளித்தார் வெர்வோய்ட். யாருக்கு வாய்ப்புகள் உள்ளனவோ அவர்களுக்கு மட்டும் கல்வி கிடைத்தால் போதுமானது. பண்டுக்கள் படித்து என்ன செய்யப்போகிறார்கள்? அவர்களுக்கு என்ன வாய்ப்பு இருக்கிறது? தொழிலாளிகளாகத்தான் அவர்களால் இருக்க முடியும். ஐரோப்பியர்களின் சமூகத்தில் அவர்களுக்கான தேவை அவ்வளவுதான். எதற்காக பணத்தை செலவழித்து அவர்களுக்குக் கல்வி புகட்டவேண்டும்?

ஜேன் ஸ்மட்ஸ், மாலன், ஸ்ட்ரிஜ்டோம், வெர்வோய்ட் நால்வரில், ஸ்மட்ஸ் தவிர மூவரும் நேஷனல் கட்சியைச் சேர்ந்தவர்கள். ஸ்மட்ஸ் தென் ஆப்பிரிக்கக் கட்சியைச் சேர்ந்தவர். (பின்னர் யுனைட்டெட் கட்சியோடு அது இணைந்து கொண்டது). இனஒதுக்கலை வெற்றிகரமாக அமல்படுத்தியதில் இந்த நால்வரும் முக்கியமானவர்கள். அபார்தெய்ட் என்னும் வார்த்தையை அறிமுகப்படுத்தியவர் ஸ்மட்ஸ். மாலன் அதனை அடுத்த கட்டத்துக்குக் கொண்டு போனார். ஆப்பிரிக்கர்களை ஒடுக்கும் பல சட்டங்களைக் கொண்டுவந்தார். மாலன் ஆரம்பித்து வைத்ததை ஸ்ட்ரிஜ்டோம் தொடர்ந்தார். மாலனால் சாதிக்க முடியாத சில விஷயங்களையும் சாதித்துக் காட்டினார். உதாரணத்துக்கு, நிறத்தவர்களை பொது வாக்காளர் பட்டியலில்

இருந்து இவர் அகற்றினார். வெர்வோய்டின் சாதனை தனித் தன்மை வாய்ந்தது. இனஒதுக்கலுக்கு புது வடிவமும் செயல் திட்டமும் வகுத்துக்கொடுத்தார் வெர்வோய்ட். இனஒதுக்கலின் தந்தை என்னும் பெயரையும் ஈட்டிக்கொண்டார்.

இந்த நால்வரில், ஸ்மட்ஸின் யுனைட்டெட் கட்சி பிரிட்டனுக்கு ஆதரவாகச் செயல்பட்டது. பிரிட்டன் லட்சியங்களை உயர்த்திப் பிடித்தது. தென் ஆப்பிரிக்கா வெள்ளையர்களின் (என்றால் ஐரோப்பிய வெள்ளையர்களின்) சார்பு தேசமாக இருக்க வேண்டும் என்று அவர் விரும்பினார். தென் ஆப்பிரிக்க வெள்ளையர்களையும் தென் ஆப்பிரிக்கக் கறுப்பர்களையும் இவர் தனியே பிரித்து வைத்தார். அவரது ஆட்சிக்காலத்துக்குப் பிறகு, நேஷனல் கட்சி தலைவர்கள், கறுப்பர்களை ஒதுக்கி யதைப் போலவே பிரிட்டனையும் ஒதுக்கியே வைத்திருந்தனர். ஆப்பிரிக்கானர்களின் தேசியம் வலிமையாக முன்வைக்கப் பட்டது. ஐரோப்பிய வெள்ளை அல்ல, தென் ஆப்பிரிக்க வெள்ளையே உயர்ந்தது என்று போதிக்கப்பட்டது. சிறுபான்மை யாக இருந்தாலும், நாம் தென் ஆப்பிரிக்காவின் புதல்வர்கள் என்று அவர்கள் சொல்லிக்கொண்டனர்.

வெர்வோய்ட் ஆட்சிக்கு வந்தபோது, பிரிட்டன் தென் ஆப் பிரிக்காவின் மையத்தில் இருந்த தனது ஆப்பிரிக்க காலனி நாடான லெஸோத்தோவுக்கு சுதந்தரம் அளித்தது. ஸ்வாஸி லேண்ட், போட்ஸ்வானா ஆகிய காலனிகளும் சுதந்தரம் அடைந் தன. கறுப்பின பிரதேசங்களைத் தனித்தனியே பிரித்து சுதந்தரம் கொடுத்துவிடலாம் என்று வெர்வோய்ட் முடிவு செய்தது அப்போதுதான். போட்ஸ்வானாவில் அப்போது மூன்று லட்சத்துக்கும் குறைவானவர்களே இருந்தனர். அவர்களில் விவசாய ஏழைகளே மிகுதியாக இருந்தனர். அவர்களை காலனியாதிக்கத்துக்கு உட்படுத்தியதன் மூலம் பிரிட்டனுக்கு என்ன பெரிய பலன் வந்திருக்கப்போகிறது என்று நினைத்துக் கொண்டார் வெர்வோய்ட்.

போட்ஸ்வானாவைவிட இரட்டிப்பு மக்கள் தொகை கொண் டிருந்தாலும், லெஸோத்தோவும் பின்தங்கியப் பிரதேசம்தான் என்பதை வெர்வோய்ட் குறித்துக்கொண்டார். லெஸோத்தா மக்களில் கணிசமானவர்கள் தென் ஆப்பிரிக்கச் சுரங்கங்களில் தான் வேலை செய்துகொண்டிருந்தார்கள். தென் ஆப்பிரிக்கா

வில் ஒரு முனிசிபாலிட்டியின் வருடாந்திர பட்ஜெட்டைவிட லெஸோத்தாவின் வருடாந்திர பட்ஜெட் குறைச்சல்.

பிரதேச அரசியலை முழுவதுமாக உள்வாங்கிக்கொண்ட பிறகே தனது இனஒதுக்கல் கொள்கையை வடிவமைத்தார் வெர் வோய்ட். தென் ஆப்பிரிக்காவுக்கு நிரந்தர, சுலபத் தீர்வு கண்டறிந்துவிட்டதாக அறிவித்தார். கறுப்பர்களையும் வெள்ளையர்களையும் தனித்தனியே பிரித்துவிடலாம். வெள்ளையர்கள் ஓரிடத்தில் இருக்கவேண்டும். கறுப்பர்கள் தனித்தனியே, இனம் வாரியாக பிரிக்கப்படவேண்டும். குறிப்பிட்ட பழங்குடி இனத்தைச் சேர்ந்தவர்கள் ஓரிடத்தில் குவிக்கப்படவேண்டும். இன்னொரு பழங்குடி இனம் வேறு இடத்தில். இப்படி ஒவ்வொரு இனத்துக்கும் ஓரிடம். இவ்வாறு பிரிக்கப்பட்ட பகுதிகளில் மக்கள் சுதந்தரமாக வாழ்ந்துகொள்ளலாம். அரசியல், சமூக உரிமைகள் அவர்களுக்கு வழங்கப்படும்.

கறுப்பர்களைத் தனித்தனியே பிரித்துவிடுவதன் மூலம் இரட்டிப்பு லாபம் கிடைக்கும் என்றார் வெர்வோய்ட். தென் ஆப்பிரிக்காவில் பெரும்பான்மையாக இருப்பவர்கள் கறுப்பர்களே. சிறுபான்மையினரான வெள்ளையர்களால் ஆளப்படுவதை பெரும்பான்மை கறுப்பர்கள் விரும்பவில்லை. போராடுகிறார்கள். கலகம் செய்கிறார்கள். எனில், கறுப்பர்கள் பெரும்பான்மையினராக இருப்பதுதானே பிரச்னை? அவர்களை இன வாரியாக உடைத்துவிட்டால்? அவிழ்க்கப்பட்ட நெல்லிக்கனி மூட்டையாக கறுப்பர்கள் பிரிந்துவிட்டால், அனைவருமே சிறுபான்மையினராக மாறிவிடுவார்கள். வெள்ளை ஆதிக்கம் நீடுழி வளரும். இதுதான் வெர்வோய்டின் திட்டம். இந்தத் திட்டத்துக்கு அவர் வைத்த பெயர், Separate Development.

குறிப்பிட்ட நிலம் குறிப்பிட்ட இன மக்களுக்குத்தான் என்று பிரித்துவிடுவதன் மூலம், மாற்று இனக்குழுவோடு மோதல்கள் ஏற்படுவதற்கு வாய்ப்பு உண்டு. அனைவரும் ஒன்றாக இருக்கும் போது பொதுவான தலைவர் இருப்பார். பிரச்னைகளை அவரே தீர்த்துவைப்பார். ஒவ்வொரு குழுவுக்கும் ஒரு தலைவர் என்று நியமித்துவிட்டால், ஒருவரோடு ஒருவர் சண்டையிட்டுக் கொள்வார்கள்.

கறுப்பின மக்களுக்கு தனி பிரதேசங்கள் வழங்குவது முக்கியம் என்று அவருக்குப் பட்டது. பண்டைய கிரேக்க சிட்டி ஸ்டேட்ஸ்

போல் கறுப்பின நேஷன் ஸ்டேட்ஸ் பயன்படும் என்று நம்பி னார். பண்டுஸ்தானங்கள் என்று அவை அழைக்கப்பட்டன. வெள்ளையர்கள் செழிப்படைய வேண்டுமானால் பொருளாதார ரீதியாக கறுப்பர்கள் சுரண்டப்படவேண்டும். அதற்கு இன ஒதுக்கல் அவசியம். இதுதான் அவரது எளிமையான சித்தாந்தம். தனி பண்டுஸ்தானங்களை அமைப்பதன் மூலம், தென் ஆப் பிரிக்கா வெள்ளையர்களின் பூமியாக மாறும். வெள்ளையர்கள் 87 சதவீத நிலத்தையும் கறுப்பர்கள் 13 சதவீத பண்டுஸ்தானங் களையும் பெறுவார்கள். அந்த 13 சதவீத நிலத்தில் அவர்கள் தனியே முன்னேறி வரவேண்டும். அந்த 13 சதவீத நிலத்தில் பயிரிட லாயக்கற்ற நிலப்பகுதி கணிசமானது.

ஆப்பிரிக்காவில் வளமான பகுதி என்று பார்த்தால் அது தென் ஆப்பிரிக்காதான். தென் ஆப்பிரிக்காவின் பொருளாதாரமும் தொழில் கட்டுமானமும் வேறு எந்த ஆப்பிரிக்க நாட்டைக் காட்டிலும் சிறந்திருந்தது. சுரங்கத் தொழிற்சாலையில் ஏராளமான அந்நிய முதலீடுகள் தென் ஆப்பிரிக்காவில் பாய்ந்து கொண்டிருந்தன.

மண்டேலா அப்போது ரகசியமாகத்தான் இயங்கிக்கொண்டிருந் தார். கட்சி சந்திப்புகள் திரை மறைவில் நடைபெற்றன. லிபரேஷன் இதழில் அவர் எழுதிய கட்டுரைகளை மக்கள் ஆர்வத்துடன் வாசித்தனர். அரசை விமரிசிக்கக்கூடாது என்னும் தடையை மீறி, காட்டமான விமரிசனங்களை முன்வைத்தார். பண்டுஸ்தானங்கள் உருவாக்கத்தை தீவிரமாக எதிர்த்தார். நிற பேதம் அறிவியலுக்கும் அடிப்படை அறிவுக்கும் பொருந்தாதது என்று வாதாடினார்.

இதற்கிடையில், தேசத் துரோகக் குற்றச்சாட்டுக்கான விசா ரணைகளை ஜோகன்னஸ்பர்க்கில் இருந்து பிரிட்டோரியாவுக்கு மாற்றியது அரசு. சுமார் அறுபது கிலோமீட்டர் தொலைவில் அமைந்திருந்த அந்த நீதிமன்றத்துக்கு குற்றம் சாட்டப்பட்ட அனைவரும் தினமும் சென்று வரவேண்டும் என்று உத்தர வானது. விடுதலை சாசனம் தயாரித்தது, வன்முறையைத் தூண்டிவிட்டது, அரசுக்கு எதிராகப் பிரசாரம் செய்தது ஆகியவை முக்கியக் குற்றங்களாக எடுத்துக்கொள்ளப்பட்டன. பலகட்ட விசாரணைகளுக்குப் பிறகு, பலவித அலைகழிப்புகளுக்குப் பிறகு பெரும்பாலானவர்களுக்கு விடுதலை அளிக்கப்பட்டது. அவர்கள் மீதான குற்றத்தை ஆதாரத்துடன் நிரூபிக்க முடிய

வில்லை. மண்டேலா உள்ளிட்ட 31 நபர்கள் விடுவிக்கப்பட வில்லை. மேடைகளில் மண்டேலா ஆற்றிய உரைகள், அவர் எழுதிய கட்டுரைகள் ஆகியவற்றை அரசாங்க எதிர்ப்பு ஆதாரமாகக் கொண்டு வழக்குகள் தொடரப்பட்டன.

இதைவிட பெரிய சிக்கல் கட்சிக்கு உள்ளிருந்து புறப்பட்டது. கட்சியின் அணுகுமுறை குறித்து இருவேறு கருத்துகள் கிளம்பி ஒன்றோடு ஒன்று மோதின. ஆப்பிரிக்க விடுதலைக்குப் பாடுபட ஆப்பிரிக்கர்கள் மட்டும் கட்சியில் இருந்தால் போதும், கம்யூனிஸ்டுகளும் மற்றவர்களும் தேவையில்லை என்றது ஒரு பிரிவு. அனைவரையும் உள்ளடக்கி போராடவேண்டும் என்றது மற்றொரு பிரிவு. கம்யூனிஸ்டுகளோடு இணைந்து பணியாற்று வதில் மண்டேலாவுக்கு முன்னர் ஏற்பட்டிருந்த அதே குழப்பம் இப்போது பலருக்குத் தோற்றியிருந்தது. முரண்பட்ட குழு, ஏ.என்.சி.யுடன் இருந்து பிரிந்து செல்ல முடிவெடுத்தது. அனைத்து ஆப்பிரிக்க காங்கிரஸ் (Pan Africanist Congress) என்னும் பெயரில் புதுக் கட்சி உருவானது. பி.ஏ.சி. இப்போது ஏ.என்.சி.யின் போட்டி கட்சி. ஏ.என்.சி.யில் இருந்தவர்கள்தாம் என்பதால் மண்டேலா அவர்களைப் போட்டியாளர்களாகக் கருதவில்லை. மண்டேலாவின் உதவியையும் வழிகாட்டுதலை யும் பி.ஏ.சி. அவ்வப்போது கேட்டு பெற்றுக்கொண்டது.

★

கானா, 1957ம் ஆண்டு சுதந்தரம் பெற்றது. அதன் தலைவர் நிக்ருமா (Kwame Nkrumah) இன ஒதுக்கலுக்கு எதிரான போராளி யாக உலகம் முழுவதும் பிரபலமாகியிருந்தார். 1960ம் ஆண்டு பதினேழு ஆப்பிரிக்க காலனிகள் விடுதலைப் பாதையில் நகர்ந்து கொண்டிருந்தன. பிரிட்டன் பிரதம மந்திரி ஹெரால்ட் மேக் மிலன் தென் ஆப்பிரிக்கா வந்திருந்தபோது ஆற்றிய உரையில், ஆப்பிரிக்கப் போராட்டங்கள் குறித்து பேசினார். நடந்துவரும் மாற்றங்களை தென் ஆப்பிரிக்க அரசு கணக்கில் கொள்ள வேண்டும் என்று சுட்டிக்காட்டினார்.

அரசு இந்த மாற்றங்களைக் கணக்கில் கொள்ளாவிட்டாலும், ஏ.என்.சி. ஏதாவது செய்யவேண்டும் என்று துடித்தது. எத்தனை காலத்துக்கு மறைந்து மறைந்து ரகசியமாகச் செயல்படுவது? காத்திருந்தது போதும், தேசம் தழுவிய அளவில் மீண்டும் ஒரு போராட்டத்தை நடத்தலாம் என்று ஏ.என்.சி. முடிவுசெய்தது.

1960ம் ஆண்டு மார்ச் 31 தொடங்கி ஜூன் 26 வரை தொடர் போராட்டங்களை நடத்தலாம் என்று முடிவானது. கடவுச் சீட்டை ஒழிக்கவேண்டும் என்பது போராட்டத்தின் நோக்கம். தீ மூட்டி, அத்தனை கடவுச்சீட்டுகளையும் போட்டு எரிக்கலாம் என்று திட்டமிட்டிருந்தார்கள். மக்களைத் திரட்டும் வகையில் துண்டுப் பிரசுரங்கள் தெருத் தெருவாக விநியோகிக்கப்பட்டன.

பி.ஏ.சி.யையும் தன்னோடு இணைந்து செயல்படும்படி ஏ.என்.சி. கேட்டுக்கொண்டது என்றாலும் பி.ஏ.சி. புறக்கணித்தது. ஏ.என்.சி.யோடு போட்டிப் போடும் வகையில், கடவுச்சீட்டு எரிப்புப் போராட்டம் ஒன்றை நடத்த முடிவு செய்தது பி.ஏ.சி. மார்ச் 21 போராட்டம் தொடரும் என்று அறிவித்தது. அதாவது, ஏ.என்.சி. போராட்டத்தைத் தொடங்குவதற்குப் பத்து தினங்கள் முன்பாக.

ஏ.என்.சி.க்கு இருந்த செல்வாக்கு பி.ஏ.சி.க்கு இல்லை என்பது போராட்டம் ஆரம்பித்த தேதியில் தெரிந்துபோனது. ஜொகன்னஸ்பர்க்கில் அதிக சலசலப்புகள் இல்லை. டர்பன், போர்ட் எலிஸபெத், கிழக்கு லண்டன் ஆகிய பகுதிகளில் வரவேற்பே இல்லை. ஆனால், கேப் டவுனில் பி.ஏ.சி.யின் அறைகூவலுக்கு பலத்த ஆதரவு இருந்தது. மக்கள் வெள்ள மெனத் திரண்டனர். கேப் டவுனுக்கு வெளியே அமைந்திருந்த லங்கா என்னும் பகுதியில் முப்பதாயிரம் மக்கள் திரண்டனர். காவல்துறை விரட்டி அடித்து கூட்டத்தை கலைக்கவேண்டி யிருந்தது. கேப் டவுன் போராட்டம் மாபெரும் வெற்றி என்றுதான் சொல்லவேண்டும்.

ஜொகன்னஸ்பர்க்கில் இருந்து தெற்கே முப்பத்தைந்து மைல் தொலைவில் அமைந்துள்ள ஒரு சிறிய நகராட்சி, ஷார்ப்வில். தொழில்வளம் மிக்க நகரம். இந்த நகரத்தில் பி.ஏ.சி. பாராட்டத் தக்க வகையில் மக்களைத் திரட்டியிருந்தது. மதியம் நெருங்கு வதற்கு முன்பே ஆயிரக்கணக்கில் மக்கள் திரண்டுவிட்டனர். போராட்டக்காரர்களைச் சமாளிக்கப் போடப்பட்ட பாதுகாப்பு எழுபத்தைந்து பேர். திரண்டு வந்த பெரும் கூட்டத்தைக் கண்டு அவர்கள் திகைத்துவிட்டார்கள். நிராயுதபாணியாகத்தான் வந்திருக்கிறார்கள் என்று காவல்துறைக்கும் தெரியும். என்றாலும், பயம் வந்துவிட்டது.

எந்த உத்தரவையும் பெறாமல் தன்னிச்சையாக முடிவு செய் தார்கள். முதல் துப்பாக்கி வெடித்தது. மேலும் சில துப்பாக்கிகள்

உடனே வெடிக்க ஆரம்பித்தன. அடுத்த சில விநாடிகளில் அத்தனை பேரும் சுட ஆரம்பித்துவிட்டனர். கூட்டத்தினரால் ஓட முடியவில்லை, ஒளிய முடியவில்லை. நெரிசலில் சிக்கி பலர் கீழே விழுந்தனர். அவர்களை மிதித்துக்கொண்டு ஓடியது கூட்டம். குண்டடிபட்டவர்கள் சுருண்டு விழுந்து இறந்தனர். பலருக்கு முதுகில்தான் குண்டுகள் பாய்ந்திருந்தன. தப்பி ஓடும்போது சீறி பாய்ந்த குண்டுகள்.

பெருக்கி எடுத்து அள்ளி வாரித்தான் உடல்களை அப்புறப் படுத்தவேண்டியிருந்தது. ஆண்களும் பெண்களும் முதியோரும் குழந்தைகளுமாக அறுபத்து ஒன்பது உடல்கள் கிடைத்தன. எழுநூறு குண்டுகள் வெடித்திருந்தன. காயமடைந்தவர்கள் நானூறு பேர். தென் ஆப்பிரிக்காவுக்கு ஒரு ஜாலியன் வாலாபாக்! மறுநாள் காலை செய்தித்தாள்களில் ரத்தக் காட்சிகள் வெளிவர, தேசம் முழுவதும் தீ பற்றிக்கொண்டது. ஷார்ப்வில் சம்பவம் சர்வதேச அளவில் கவனம் பெற்றது. அமெரிக்கா கண்டனங்களை வெளிப்படுத்தியது. முதல் முறையாக ஐ.நா.வின் பாதுகாப்பு கவுன்சில் தென் ஆப்பிரிக்க அரசாங்கத்தை கண்டித்தது. நிறபேதத்தை விரைவில் ஒழிக்கும்படி அறிவுறுத்தியது. ஜொகன்னஸ்பர்க் பங்குச்சந்தை வீழ்ச்சியடைந்தது. முதலீடு வெளியேற ஆரம்பித்து. இது கம்யூனிஸ்டுகளின் சதி என்று பழியைத் திருப்பிவிட முயன்றது அரசு. பலிக்கவில்லை. ஒரே நாளில், பி.ஏ.சி. பிரபலமடைந்தது. தலைவர், ராபர்ட் சோபுக்வி மாபெரும் போராளியாக ஊடகங்களில் சித்தரிக்கப்பட்டார்.

மார்ச் 26ம் தேதி பிரிட்டோரியாவில் ஏ.என்.சி.யின் தலைவர் லுதுலி, மண்டேலா உள்ளிட்ட முக்கியத் தலைவர்கள் திரண்டிருந்த நூற்றுக்கணக்கான மக்கள் மற்றும் பத்திரிகையாளர்கள் முன்னிலையில் கடவுச்சீட்டுகளைக் கொளுத்தினார்கள். மார்ச் 28ம் தேதி, தேசிய துக்க தினமாக அனுஷ்டிக்கப்பட்டது. அன்றைய தினம் பல்லாயிரக்கணக்கானவர்கள் ஒன்று திரண்டு ஷார்ப்வில் சம்பவத்தைக் கண்டித்து முழக்கங்களை வெளிப் படுத்தினார்கள். கேப் டவுன் லங்காவில் மட்டும் ஐம்பதாயிரம் பேர் திரண்டனர். பல இடங்களில் காவல்படைக்கும் ஆர்ப் பாட்டக்காரர்களுக்கும் இடையே மோதல்கள் நடைபெற்றன. அரசாங்கம் அவசர நிலையைப் பிரகடனம் செய்தது. தென் ஆப்பிரிக்கா ராணுவக் கட்டுப்பாட்டின் கீழ் வந்து சேர்ந்தது.

மறுநாள் அதி காலை 1.30 மணிக்கு மண்டேலாவின் வீட்டுக் கதவு தட்டப்பட்டது. யார் வந்திருப்பார்கள் என்று மண்டேலாவுக்குத் தெரியும். கதவைத் திறந்தார். அரை டஜன் காவலாளிகள். மண்டேலாவை பின்னால் தள்ளியபடி புகுந்தார்கள். அடுத்த சில நிமிடங்களில் வீட்டை முழுவதுமாகக் கலைத்துப்போட்டு, கையில் கிடைத்த காகிதங்களை ஆவணங்கள் என்று சொல்லி கொண்டு சென்றனர். அவற்றுள் சில, மண்டேலா தன் தாயிடம் இருந்து தகவல்கள் பெற்று எழுதிக்கொண்டிருந்த குடும்ப மற்றும் பழங்குடின இன வரலாறு. கைது செய்ய வந்தவர்களிடம் வாரண்ட் இல்லை. வழக்கறிஞரைத் தொடர்பு கொள்வதற்கான உரிமையும் மண்டேலாவுக்கு வழங்கப்படவில்லை.

சோஃபியா டவுனில் உள்ள நியூலேண்ட்ஸ் காவல் நிலையத்தின் முற்றத்தில் இரவு முழுவதும் மண்டேலாவும் கைது செய்யப்பட்ட மற்றவர்களும் நிற்கவைக்கப்பட்டனர். காலை சிறைக்குக் கொண்டு சென்றார்கள். மாலை 3 மணிக்குத்தான் உணவு வழங்கப்பட்டது. கூடவே முடை நாற்றமெடுக்கும் போர்வை. நள்ளிரவு நெருங்கும்போது கதவைத் திறந்து விட்டார்கள். உங்கள் பெயர்களைக் கொடுத்துவிட்டு கிளம்ப லாம் என்று அறிவிப்பு வந்தது. மண்டேலாவின் முறை வந்தது. பெயரைச் சொன்னார். அந்த அதிகாரியின் முகத்தில் புன்னகை அரும்பியது. ஓஹோ நீங்கள்தான் நெல்சன் மண்டேலாவா? அப்படியானால் கேட்டுக்கொள்ளுங்கள். நீங்கள் இப்போது கைது செய்யப்பட்டிருக்கிறீர்கள்.

மண்டேலாவுக்குப் புரிந்துவிட்டது. முதல் கைது, அதிகாரபூர்வ மற்றது. கிட்டத்தட்ட கடத்தல். அவசர நிலைச் சட்டம் வரும் வரை அவர்கள் காத்திருந்திருக்கிறார்கள். சட்டம் அமலுக்கு வந்த விஷயம் தெரிந்ததும், முன்கூட்டியே கடத்தி வந்திருந்த மண்டேலாவை இப்போது புதிதாக கைது செய்திருக்கிறார்கள். ஆலிவர் டாம்போவை ஏ.என்.சி. வெளிநாட்டுக்கு அனுப்பி விட்டது. தென் ஆப்பிரிக்க நிலை குறித்து மற்ற நாடுகளுக்கு எடுத்துச் சொல்லி ஆதரவு திரட்டவேண்டிய பணி அவருடை யது. மண்டேலா, பிரிட்டோரியாவில் உள்ள பிரிட்டோரியா லோக்கல் என்னும் சிறையில் அடைக்கப்பட்டார். வாரத்துக்கு ஒரு நாள் வெளியில் சென்று வர, வழக்குகளை நடத்த அவருக்கு அனுமதி அளிக்கப்பட்டிருந்தது. மண்டேலா இல்லாவிட்டால் வழக்கு நடத்துவது மிகவும் சிரமம் என்று எடுத்துச் சொல்லி இந்த அனுமதியைப் பெற்றிருந்தார்கள்.

நிற வேறுபாடு வெளியில் மட்டுமல்ல உள்ளேயும் உண்டு என்பதை மண்டேலா வேதனையுடன் கண்டுகொண்டார். வெள்ளையருக்கு அளிக்கப்படும் உணவும் நிறத்தவருக்கு அளிக்கப்படும் உணவும் வெவ்வேறானவை. கறுப்பருக்கு அளிக்கப்படும் உணவு அடிமட்டமாக இருக்கும். இரவில் இந்தியர்களுக்கும் நிறத்தவருக்கும் நான்கு அவுன்ஸ் ரொட்டி உண்டு. கறுப்பர்களுக்கு அதுவும் கிடையாது.

கறுப்பர்களின் விடுதலைக்காக வாதாட வழக்கறிஞர்கள் யாரும் முன்வராததால் மண்டேலா தானே வழக்குகளை நடத்த அனுமதி பெற்றுக்கொண்டார். சிறையில் இருந்த 29 பேரும் அடிக்கடி சந்தித்துப் பேசுவதற்கு இதை ஒரு வாய்ப்பாக அவர் பயன்படுத்திக்கொண்டார். பொதுவாக, சிறையில் அடைக்கப்பட்ட கறுப்பர்கள் ஒருவரை ஒருவர் சந்தித்துக்கொள்ள அனுமதி இல்லை. தேசத் துரோகக் குற்றச்சாட்டும் பெரும்பாலானோர் மீது இருந்ததால், சந்திப்பு மறுக்கப்பட்டு வந்தது. மண்டேலா ஒரு தந்திரம் செய்தார். அதாவது, ஒவ்வொரு நாளும் மண்டேலா மிச்சமுள்ள இருபத்தெட்டு நபர்களையும் ஒவ்வொருவராக அழைத்து வழக்கு குறித்து விசாரணை நடத்துவார். குற்றம் சாட்டப்பட்ட ஒவ்வொருவரும் இப்படி தாங்களாகவே தங்கள் வாதத்தை முன்வைக்கலாம். மற்றவர்களை குறுக்கு விசாரணை செய்யலாம். இருபத்தெட்டு பேருக்கும் இந்த வாய்ப்பை வாங்கிக்கொடுத்தார் மண்டேலா. விசாரணை செய்கிறோம் என்னும் பெயரில் தினமும் அவர்களுக்குள் சந்திப்புகள் நடந்து கொண்டிருந்தன.

இதிலும் ஒரு சிக்கல் இருந்தது. கைதானவர்களில் வெள்ளையர்களும் நிறத்தவரும்கூட இருந்தனர். கறுப்பர் என்னும் முறையில் மண்டேலா ஒரு வெள்ளைக் கைதியுடன் நேருக்கு நேர் நின்று பேசமுடியாது. எனவே, இருவருக்கும் மத்தியில் ஓர் இரும்புத் திரை வைக்கப்பட்டது. மண்டேலா ஒரே சமயத்தில் ஒரு வெள்ளையரிடமும் நிறத்தவரிடமும் விசாரணை நடத்தவேண்டுமானால், பல இரும்புத் திரைகள் தேவைப்பட்டன. மண்டேலாவுக்கும் வெள்ளையருக்கும் இடையே ஒன்று. வெள்ளையருக்கும் நிறத்தவருக்கும் இடையே ஒன்று. மண்டேலாவுக்கும் நிறத்தவருக்கும் இடையே ஒன்று. மண்டேலாவும் வெள்ளையரும் பேசிக்கொள்வதை நிறத்தவர் கேட்கக்கூடாது என்பதற்காக அங்கே கூடுதலாக இன்னொரு திரை. அதேபோல்

நிறத்தவரும் வெள்ளையரும் பேசிக்கொள்வதை மண்டேலா கேட்டுவிடாதபடி கூடுதலாக அந்தப் பக்கம் இன்னொரு திரை. சம்பந்தப்பட்ட வெள்ளையர் ஒரு பெண்ணாக இருந்து விட்டால், அதற்கு தனியே ஒரு திரை. ஏனென்றால், ஆணும் பெண்ணும் சிறைக்குள் சந்தித்துக்கொள்ளமுடியாது.

ஏ.என்.சி. பெண்கள் பிரிவின் தலைவர், ஹெலன் ஜோசப்பை விசாரணைக்கு அழைத்திருந்தார் மண்டேலா. நீதிமன்றத்தில் கொண்டு போய் நிறுத்தப்பட்டால் எப்படிப் பதிலளிக்க வேண்டும் என்று மண்டேலா ஹெலனுக்குச் சொல்லிக் கொடுத்துக்கொண்டிருந்தார்.

'நான் மண்டேலா அல்ல. அரசாங்க வழக்கறிஞர் என்று நினைத்துக் கொள்ளுங்கள். இனி கேள்விகளை ஆரம்பிக்கிறேன்.'

'சரி.'

'உங்கள் பெயர் என்ன?'

'ஹெலன் ஜோசப்.'

'வயது?'

பதிலில்லை. மண்டேலா மீண்டும் கேட்டார்.

'வயது?'

இந்த முறையும் பதிலில்லை. மீண்டுமொரு முறை மண்டேலா கேட்டபோது வாய் திறந்தார் ஹெலன்.

'நான் செய்த குற்றத்துக்கும் என் வயதுக்கும் என்ன தொடர்பு?'

'இப்படியெல்லாம் பதிலளிக்கமுடியாது. வயதைக் கேட்டால் சொல்லவேண்டும். இது நீதிமன்றத்தின் வழிமுறை.'

'நெல்சன், நீதிமன்றத்தில் கேட்கும்போது பார்த்துக்கொள்ள லாம். இப்போது வேறு கேள்விகள் கேளுங்கள்.'

தன் வயதைச் சொல்ல ஹெலனுக்கு விருப்பமில்லை என்று தெரிந்து மெலிதாகப் புன்னகைத்துக்கொண்டார் மண்டேலா. இடையிடையே, ஹெலன் பதிலளிப்பதை நிறுத்திக்கொண்டார்.

'ஏன் இப்படியெல்லாம் கேட்கிறீர்கள், நீங்கள் நெல்சன் மண்டேலாவா அல்ல மெய்யாகவே அரசாங்க வழக்கறிஞர் தானா?'

வின்னி, குழந்தை ஜெனானியுடன் அவ்வப்போது சிறைக்கு வருவார். பேசவும் நடக்கவும் பழகிக்கொண்டிருந்த குழந்தை அது. அப்பா ஏன் நம்மைவிட்டு தனியே இங்கே இருக்கிறார் என்னும் கேள்விக்கு அவர் எப்போதும் பதில் சொல்வதில்லை. தூக்கி எடுத்து கட்டியணைத்து ஒரு முத்தம். அவ்வளவுதான்.

அவசர நிலை நீடிக்கும் காலங்களில் வர்த்தகமும் பன்னாட்டு தொழில் உறவுகளும் பாதிப்படையும். அரசியல், பொருளாதார சூழல் தேக்கமடையும். ஷார்ப்வில் சம்பவத்தை முன்னரே ஐ.நா. உள்ளிட்ட சர்வதேச அமைப்புகள் கண்டித்திருந்தன. எனவே, ஐந்து மாதங்களுக்குப் பிறகு அவசர நிலை விலக்கிக்கொள்ளப்பட்டது.

ஆகஸ்ட் 3, 1960ம் ஆண்டு மண்டேலா தன் வாக்குமூலத்தை அளித்தார். எதற்கான போராடிக்கொண்டிருக்கிறோம்? எங்கள் போராட்ட வழிமுறைகள் என்னென்ன? எதற்காக அரசாங்கத்தை எதிர்த்தோம்? எதற்காகச் சிறைப்பட்டோம்? காரணங்களுடன் விளக்கினார். அனைவருக்கும் வாக்குரிமை வேண்டும். அடக்கு முறை சட்டங்கள் திரும்பப்பெறவேண்டும். அரசாங்கத்தில் பிரதிநிதித்துவம் வேண்டும்.

நீதிபதியின் கேள்விகளுக்கும் பதிலளித்தார்.

'நீங்கள் கம்யூனிஸ்ட்டா?'

'வன்முறையைத் தூண்டும் கம்யூனிஸ்ட் என்று என்னை நிரூபிப் பதற்கு அரசாங்கம் முயற்சி செய்துவருகிறது. நான் கம்யூனிஸ்ட் அல்ல. நான் கம்யூனிஸ்ட் கட்சியின் உறுப்பினரும் அல்ல. ஆனால், என் கம்யூனிஸ்ட் தோழர்களிடம் இருந்து பிரித்து அடையாளம் காண நான் விரும்பவில்லை. கம்யூனிஸ்டுகள் எனக்கும் எங்கள் கட்சிக்கும் செய்த பேருதவிகளை நான் மறக்கமாட்டேன்.'

'ஒற்றை கட்சி ஆட்சிமுறைதான் தென் ஆப்பிரிக்காவுக்கு ஏற்றது என்று நீங்கள் கருதுகிறீர்களா?'

'ஒற்றை கட்சியா, பல கட்சிகளா என்பது முக்கியமல்ல. ஜன நாயகம், முக்கியம். ஒற்றை கட்சியின் கீழ் ஜனநாயகத்தைக் கொண்டுவரமுடியும் என்றால் அதனை பரிசீலிக்க நான் தயார். பலகட்சி ஜனநாயகம் என்றால் அதனையும் பரிசீலிக்க தயாராக இருக்கிறேன். இந்த நாட்டில் பல கட்சிகள் உள்ளன. ஆனால் ஜனநாயகம்? மிக மோசமான ஒடுக்குமுறைதான் காணக் கிடைக்கிறது.'

'ஜனநாயகம் வேண்டும், அனைவருக்கும் வாக்குரிமை வேண்டும் என்று சொல்கிறீர்கள். வாக்குரிமையைப் புரிந்துகொள்ளும் அளவுக்கு கறுப்பர்களுக்கு கல்வியறிவு இருக்கிறது என்று நினைக்கிறீர்களா?'

'கல்வி என்பதை நீங்கள் எப்படிப் பார்க்கிறீர்கள் என்பதைப் பொறுத்து அதற்கான பொருள் அமைகிறது. பி.ஏ. பட்டம் பெறுவது மட்டும் கல்வியல்ல. பள்ளிக்குச் சென்று படிக்காத ஒருவனால் படித்தவனைவிடவும் கூடுதல் அறிவுடனும் திறனுடனும் இருக்கமுடியும்.'

'கல்வியறிவு இல்லாத கறுப்பன் வாக்களித்தால் என்ன ஆகும்?'

'கல்வியறிவு இல்லாத வெள்ளையனும் வாக்களிக்கத்தானே செய்கிறான்.'

'உங்களுக்கு வன்முறை மீது நம்பிக்கை இருக்கிறதா?'

'அகிம்சையின் மூலம் எங்கள் கோரிக்கைகளை நிறைவேற்றிக் கொள்ளமுடியும் என்று நம்புகிறேன்.'

விசாரணை முடிவுக்கு வந்தது. ஏ.என்.சி. ஒரு கம்யூனிஸ்ட் அமைப்பு என்பதற்கோ, மண்டேலா ஒரு கம்யூனிஸ்ட் என் பதற்கோ, விடுதலை சாசனம் அரசாங்கத்தைக் கவிழ்க்கப் போகும் சதித் திட்டம் என்பதற்கோ போதிய சாட்சியங்களைத் தருவிக்கமுடியவில்லை. கைதிகள் அனைவரும் விடுவிக்கப் பட்டனர். ஆனால், முன்னெச்சரிக்கை நடவடிக்கையாக, ஏ.என்.சி.க்குத் தடை விதிக்கப்பட்டது.

நான் இரவுப் பறவையாக மாறினேன். கிடைத்த தனிமையைப் பயன்படுத்திக்கொண்டேன். தலைமறைவாக இருப்பது என்றால் காணாமல் போவது என்று அர்த்தம். ஒவ்வொன்றையும் கவனமாகத் திட்டமிடவேண்டும். நீங்கள் நீங்களாக இருக்கமுடியாது. அப்போதைக்கு என்னவாக இருக்கிறீர்களோ அதுவாகவே மாறிவிடவேண்டும். தென் ஆப்பிரிக்காவில் வாழும் கறுப்பர்களுக்கு இது இயல்பானதாக இருந்தது. இனஒதுக்கல் காலகட்டத்தில், ஒவ்வொரு கறுப்பரும் நிழல் வாழ்க்கைதான் வாழ்ந்து வந்தார். சட்டத்துக்கும் சட்டத்துக்கு புறம்பானதுக்கும் இடைப்பட்ட வாழ்க்கையை வாழவேண்டியிருந்தது.

9

அகிம்சை வழியில்தான் போராடுவோம் என்று நீதிமன்றத்தில் சாட்சியம் அளித்தபோது மண்டேலா உள்ளுக்குள் வேறு யோசனையில் இருந்தார். விடுவிக்கப்பட்டாலும் விடுவிக்கப் படாவிட்டாலும் இனி தொடர்ந்து அதே பாதையில் சென்று கொண்டிருக்கமுடியாது என்று முடிவு செய்திருந்தார். ஏ.என்.சி. யின் இளைஞர் குழு, மகளிர் அணி இரண்டும் கலைக்கப்பட்டது. மண்டேலா மீது வழக்குகளோ தடையோ இல்லை என்று தீர்ப்பாகிவிட்டாலும் கட்சி தடை செய்யப்பட்டிருந்ததால், மண்டேலாவால் சுதந்தரமாகச் செயல்படமுடியவில்லை. முன்னர் வகுத்து வைத்திருந்த மண்டேலா திட்டம் இப்போது கட்சிக்குப் பயன்பட்டது.

இனி ரகசியமாக மட்டுமே செயல்படமுடியும். ரகசியமாகத்தான் சந்தித்துக் கொள்ளமுடியும். திட்டமிடமுடியும். வெளிப்

ஆப்பிரிக்காவின் ஈட்டி

பார்வைக்கு கட்சி முடங்கிவிட்டது போன்ற தோற்றத்தை ஏற்படுத்தவேண்டும். முன்னரே தேர்ந்தெடுக்கப்பட்டிருந்த இரண்டாவது நிலை தலைவர்கள் கட்சி நிர்வாகத்தை நடத்து வார்கள். மண்டேலாவை தலைமறைவாக அனுப்பிவிடுவது என்று கட்சி முடிவு செய்தது. மண்டேலாவின் திட்டமும் அதுவேதான்.

சிறிது காலம் தனது இந்திய நண்பரான அகமது கட்ராடாவின் இல்லத்தில் தங்கியிருந்து வழக்குகளை முடித்துக்கொடுத்தார். கட்சியிடம் சொல்லியாகிவிட்டது. தோழர்களிடம் சொல்லி யாகிவிட்டது. குடும்பம்தான் பாக்கி. முதல் மனைவியின் மூத்த மகன் தெம்பி ட்ரான்ஸ்கியில் படித்துக்கொண்டிருந்ததால் சந்திக்க முடியவில்லை. இரண்டாவது மகனையும் மகளையும் சந்தித்தார். வின்னிக்கு இரண்டாவது குழந்தை அப்போதுதான் பிறந்திருந்தது. அள்ளியெடுத்து கொஞ்சினார். ஒரு பெட்டியில் உடைகள் தயாராக இருந்தன. விரைவில் சந்திப்போம் என்றார் வின்னியிடம். எத்தனை விரைவாக என்று அவருக்கும் தெரியாது, வின்னிக்கும் தெரியாது. சந்திப்போம் என்பதற்கு உத்தரவாதமும் இல்லை.

போர்ட் எலிஸபெத் நகருக்குச் சென்றார். பிறகு, கேப் டவுன். டர்பனின் நடைபெற்ற ரகசிய கட்சி கூட்டத்தில் பங்கேற்றார். ஜோகன்னஸ்பர்க் வந்தார். பிறகு மீண்டும் கேப் டவுன். பகல் பொழுதுகளில் மாடிகளிலும் காலியாக இருந்த சமவெளி களிலும் தங்கிக்கொண்டார். கார் ஒன்றைக் கொண்டு சென் றிருந்ததால் அதிலேயே படுத்து உறங்கிவிடுவதுண்டு. இரவு நேரங்களில் கட்சியினரைச் சந்தித்து விவாதித்தார். பகல் பொழுதுகளில் பதுங்கியே இருந்தார்.

காணாமல் போய்விட்டார், நிச்சயம் ரகசியமாக ஏதோ சதித் திட்டம் தீட்டிக்கொண்டிருக்கவேண்டும் என்று முடிவு செய்த அரசு, மண்டேலாவைத் தேடத் தொடங்கியிருந்தது. தன் உரு வத்தை மாற்றிக்கொண்டார் மண்டேலா. தாடி வளர்த்துக் கொண்டார். தலையில் குல்லாய் ஒன்று மாட்டிக்கொண்டு பணி யாளர்களின் சீருடை அணிந்துகொண்டார். அடிக்கடி இருப் பிடத்தை மாற்றிக்கொண்டே இருந்தார். இந்த சமயங்களில் மண்டேலா குறித்து பல கதைகள் உற்பத்தியாயின. இங்கே இருக் கிறார், அங்கே பார்த்தோம், பெரிய ஆபத்தில் மாட்டிக்

கொண்டிருக்கிறார், தப்பிவிட்டார் என்று பலவாறாகப் பேசிக் கொண்டார்கள். சாகசக் கதைகள் பலவும் சொல்லப்பட்டன.

மண்டேலா அவ்வப்போது பொது தொலைபேசியில் பத்திரிகை களைத் தொடர்பு கொண்டு தன் கருத்துகளை வெளியிட்டுக் கொண்டிருந்தார். மக்களிடம் இருந்து விலகிச் சென்றுவிடாமல் தொடர்ந்து அவர்கள் பிரச்னை குறித்து விவாதித்துக்கொண் டிருந்தார். அறிக்கைகளும் கட்டுரைகளும் ரகசிய இடங்களில் இருந்து அவர் பெயர் தாங்கி வந்து சேர்ந்தன. எப்படி அனுப்பு வார்கள் யார் அனுப்புவார்கள் என்பது மர்மமாக இருக்கும்.

★

1960 அக்டோபரில் வெர்வோய்ட் அரசாங்கம் வாக்கெடுப்பு ஒன்றை நடத்தியது. தென் ஆப்பிரிக்கா குடியரசாக வேண்டுமா வேண்டாமா என்பதை முடிவு செய்வதற்கான வாக்கெடுப்பு. வழக்கம் போல், கறுப்பர்களுக்கு வாய்ப்பு கொடுக்கப்பட வில்லை. வெள்ளையர்கள் மட்டுமே ஆலோசிக்கப்பட்டனர். ஐம்பது சதவிதத்துக்கு அதிகமானோர் குடியரசாக வேண்டும் என்று வாக்களித்தனர். அவர்களது நீண்டகால கனவு இது. மே 31, 1961 அன்று அரசாங்க விழா எடுத்து குடியரசாக அறிவித்து விடலாம் என்று முடிவானது.

மண்டேலாவிடம் வேறு திட்டம் இருந்தது. ஒரு புதிய கூட் டமைப்பு (All-in African Conference) உருவாக்கப்பட்டது. நோக்கம் தெளிவானது. வெள்ளையர்களின் தென் ஆப்பிரிக்கா குடியரசாக மலரும் அதே தினம் கறுப்பர்களின் தென் ஆப் பிரிக்காவும் உதயமாகவேண்டும். முன்னர் விடுதலை சாசனத்தை உருவாக்கியது போல், இந்த முறை அரசியலமைப்புச் சட்டத்தை உருவாக்கவேண்டும். அதற்கு முன்னால், மே 29 முதல் 31 வரையிலான மூன்று தினங்களில், தென் ஆப்பிரிக்கா குடியரசாக மலரும்போது, நாம் உள்ளிருப்புப் போராட்டம் நடத்தவேண்டும். வெள்ளையர்கள் விழா எடுத்துக் கொண்டாடிக் கொள்ளட்டும். நாம் எங்கும் நகரவேண்டாம். வேலைக்குப் போகவேண்டாம். அரசாங்கத்தைப் புறக்கணிப்போம்.

போராட்டத்தைத் தொடங்குதற்கு முன்னால் தனது கோரிக் கையை ஒரு கடிதமாக எழுதி பிரதம மந்திரிக்கு அனுப்பியிருந் தார் மண்டேலா. தென் ஆப்பிரிக்க மக்கள் சந்திக்கும் பிரச்னை

களை விரிவாக எழுதி, அமையப்போகும் புதிய தென் ஆப்பிரிக்க குடியரசின் அரசியல் சாசனம் திருத்தி எழுதப்படவேண்டும் என்று சொல்லியிருந்தார். அதற்கான வாய்ப்புகள் அளிக்கப்படா விட்டால் போராட்டம் திட்டமிட்டபடி தொடரும் என்றும் குறிப்பிட்டிருந்தார். எதிர்பார்த்தபடியே, கடிதத்துக்குப் பதில் இல்லை.

கறுப்பர்களிடம் இருந்து ஒத்துழைப்பு கிடைக்கப்போவதில்லை என்று அரசுக்குத் தெரிந்துவிட்டது. தாம் தேர்ந்தெடுத்த அதே தினத்தை மண்டேலாவும் போராட்டத்துக்காகத் தேர்ந்தெடுத்தது எரிச்சலூட்டியது. எரிச்சல் கோபமாக மாறியது. கோபம் வெறியாக. வேலை நிறுத்தத்தைத் தடுத்து நிறுத்திவிட துடித்தார்கள். கலகக்காரர்கள் என்று கருதுவோரை, ஏ.என்.சி. அனுதாபிகளை, மாற்று கருத்து கொண்டவர்களைத் தேடிப் பிடித்து கைது செய்தார்கள். வேலை நிறுத்தத்துக்கு ஆதரவாகச் செய்தி வெளியிட்டவர்கள் மிரட்டப்பட்டனர். கைது செய்யப்படுபவர்களுக்கு 12 நாள்கள் ஜாமீன் அளிக்கக்கூடாது என்று சட்டம் இயற்றப்பட்டது.

குறிப்பிட்ட மூன்று தினங்கள் தொழிலாளர்கள் நிச்சயம் வேலைக்கு வரவேண்டும் என்று அறிவிப்பு வெளிவந்தது. அறிவிப்பால் பயனில்லை என்பது தெரிந்ததும் ஆலை முதலாளிகளுக்கு உத்தரவு போட்டார்கள். தொழிலாளர்களை முந்தைய தினமே பிடித்து வைத்துக்கொள்ளுங்கள். மூன்று தினங்களுக்கு வெளியில் விடாமல் வேலை வாங்குங்கள். தெருக்களில் டாங்கிகள் ஊர்ந்து வந்தன. சாலை சந்திப்புகளில், முக்கிய பொது இடங்களில், சந்தேகப்படும் பிராந்தியங்களில் காவலர்கள் குவிக்கப்பட்டனர். கூட்டம் கூட்டிப் பேசுவது, இரண்டுக்கும் மேற்பட்ட நபர்களுடன் ஒரே சமயத்தில் உரையாடுவது ஆகியவை தடுத்து நிறுத்தப்பட்டன. திடீர் சோதனைகள் நடத்தப்பட்டன. மொத்தத்தில், அறிவிக்கப்படாத நெருக்கடி நிலை நிலவியது. அறிவிக்கப்படாத போரும்.

மண்டேலா மறைவிடத்தில் இருந்து அவ்வப்போது வெளிப்பட்டு தொழிலாளர்களைச் சந்தித்து பேசிக்கொண்டிருந்தார். பி.ஏ.சி. வேலை நிறத்தத்துக்கு ஆதரவு தராதது மட்டுமல்லாமல் போராட்டத்தை முறியடிக்கவும் முயன்று கொண்டிருந்தது மண்டேலாவை வருத்தமடையச் செய்தது. மண்டேலாவை வேட்டை நாய்களைப் போல் காவல் படை துரத்திக் கொண்டிருந்தது. முதல் முறையாக அரசாங்கத்தை, மண்டேலா

நேருக்கு நேராக எதிர்த்து சவால் விடுத்திருந்தார். வெர் வோயர்டின் கோபத்தையும் சம்பாதித்து வைத்திருந்தார். எப்படியாவது போராட்ட தேதிக்கு முன்பாக அவரைக் கைது செய்துவிடவேண்டும் என்று அலைந்துகொண்டிருந்தார்கள்.

தேதி நெருங்க நெருங்க வெர்வோயர்ட் அரசின் அடக்குமுறை அதிகரித்துக்கொண்டே போனது. வன்முறையும் பலாத்காரமும் பரவலாகப் பயன்படுத்தப்பட்டன. ஹெலிகாப்டரில் ஒலிப் பெருக்கி மூலம் தொடர்ந்து அறிவிப்புகள் வெளிவந்தன. மண்டேலாவின் பேச்சைக் கேட்டு பணியைப் புறக்கணிப் பவர்கள் அரசாங்கத்தின் விரோதத்தை சம்பாதித்துக்கொள் வார்கள். அவர்கள் உடனடியாகப் பணியில் இருந்து நீக்கப் படுவார்கள்.

மண்டேலா பத்திரிகையாளர்களை மறைவிடத்தில் சந்தித்தார். அப்போது அவரைச் சந்தித்த பென்சன் என்னும் பத்திரிகை யாளரின் குறிப்பு இது. 'ஒரு கலகக்காரர் போல் அவர் தோற்ற மளிக்கவில்லை. நிதானமாகவும் இயல்பாவும் இருந்தார். விளையாட்டு வீரர்கள் அணியும் சட்டையை அணிந்திருந்தார். அவர் சிரிக்கும்போது, கண்கள் இரண்டும் சுருங்கி மூடிக் கொண்டன.' அன்றைய தினம் உண்மையில் அவர் அலைபாயும் மனத்துடன் இருந்தார். மக்களின் ஒத்துழைப்பு எப்படி இருக்கும்?

மே 29ம் தேதி லட்சக்கணக்கான மக்கள் போராட்டத்தை ஆதரித் தனர். தொழிலாளர்கள் வேலைக்குச் செல்ல மறுத்தனர். தொழிற்கூடங்கள் காலியாக இருந்தன. சாலைகளில் நடமாட்டம் இல்லை. பேருந்துகள் காலியாகச் சென்றன. ஜோகன்னஸ்பர்க், போர்ட எலிஸபெத், கேப் டவுன் ஆகிய பகுதிகளில் போராட்டம் முழு வெற்றி பெற்றது. வேலையைப் பற்றிய பயம் அவர் களிடம் இல்லை. கைதாவதற்கும் அவர்கள் தயாராக இருந்தனர். போராட்டத்தின் முதல் நாளிலேயே மாபெரும் வெற்றி கிடைத்திருக்கிறது என்று உற்சாகமாகப் பத்திரிகையாளரிடம் கூறினார் மண்டேலா. அதே சமயம் அரசு பலமாக மக்களைத் தாக்கிக்கொண்டிருந்தது. ராணுவம் வரவழைக்கப்பட்டது. இனி நடைபெறும் கைதுகளுக்கு ஜாமீன் கிடையாது என்று அறி விக்கப்பட்டது. பத்தாயிரத்துக்கும் அதிகமானவர்கள் கைது செய்யப்பட்டனர். கலவரத்தை அடக்குகிறோம் என்று சொல்லி தடியடிகளும் துப்பாக்கிச் சூடுகளும் நடந்தன.

மண்டேலாவின் பிரசாரம் தீவிரமடைந்தது. ஏ.என்.சி. தலைவர் ஆல்பெர்ட் லுதுலி முன்னர் சொல்லியிருந்ததை மீண்டும் நினைவூட்டினார். தென் ஆப்பிரிக்காவுக்கு வெளியில் இருக்கும் லட்சக்கணக்கான நண்பர்களுக்கு வேண்டுகோள் விடுக்கிறேன். இங்கே படுபயங்கரமான வன்முறைகள் அரங்கேறிக்கொண்டு இருக்கின்றன. உங்கள் ஒத்துழைப்பு தேவை. போராட்டத்தைத் தீவிரப்படுத்துங்கள். இந்த இன வெறி அரசாங்கத்தை அரசியல் ரீதியாகவும் பொருளாதார ரீதியாகவும் தனிமைப்படுத்துங்கள்.

மே 30ம் தேதி பத்திரிகையாளர்களைச் சந்தித்தார் மண்டேலா. 'வன்முறை கலக்காமல் முழுக்க முழுக்க அமைதி வழியில் போராடினோம். ஆனால், படு பயங்கர வன்முறையை எங்கள் மீது பிரயோகித்துக்கொண்டிருக்கிறது அரசு. தொடர்ந்து எங்களால் அமைதியாக இருக்கமுடியாது. எங்கள் போராட்ட உத்திகளை மாற்றிக்கொள்வதுதான் ஒரே வழி என்று தோன்றுகிறது. அகிம்சை முடிவுக்கு வந்துவிட்டது என்று நினைக்கிறேன்.'

லுதுலி அமைதி வழிப்போராட்டத்தின் மீதும் அகிம்சையின் மீதும் அசைக்கமுடியாத பற்று கொண்டவர். மண்டேலாவின் அறிவிப்பு ஆரம்பத்தில் அவருக்கு எரிச்சலையே ஊட்டியது. வன்முறைக்கு வன்முறை பதிலில்லை என்றுதான் திரும்பத் திரும்பச் சொல்லிக்கொண்டிருந்தார். டர்பனில் அவசரக் கட்சிக்கூட்டம் கூட்டப்பட்டபோதும் இதையேதான் சொன்னார் அவர். ஆனால், மண்டேலாவால் இதை ஒப்புக்கொள்ளமுடியவில்லை. கொத்துக் கொத்தாக மக்கள் இறந்து கொண்டிருக்கும் போது, தெருக்களில் டாங்கி ரோந்து வந்துகொண்டிருக்கும் போது, கறுப்பர்களின் சடலங்கள் தெருக்களில் சிதறிக்கிடக்கும் போது, அகிம்சையைப் பிடித்து தொங்கிக்கொண்டிருப்பதில் பயனில்லை. நாம் மாறியே தீரவேண்டும். நாம் மாறவேண்டும் என்றுதான் மக்களும் விரும்புகிறார்கள். அவர்களை நாம் கைவிடக்கூடாது.

லுதுலியும் யோசிக்க ஆரம்பித்தார். வாழ்நாளில் முப்பது ஆண்டுகளாக கதவுகளைத் தட்டிக்கொண்டிருக்கிறார். அமைதியாக. பொறுமையாக. கதவு திறக்கக்காணோம். எட்டி உதை என்கிறான் மண்டேலா. திறக்காத கதவை உடை என்கிறான். மண்டேலாவின் தர்க்க நியாயம் அவருக்குப் புரிந்தது. அவர் தயங்கியது ஏ.என்.சி. என்னும் பெயருக்காக. அகிம்சையை

உயர்த்திப் பிடிக்கும் கட்சி என்று பெயர் பெற்று நிலைத்தாகி விட்டது. இப்போது திடீரென்று பாதையை மாற்றிக்கொள்வது சரியா? அதற்கொரு மாற்று ஏற்பாடு செய்யப்பட்டது. ஏ.என்.சி.க்குத்தானே கட்டுப்பாடுகள் இருக்கின்றன. ஏ.என்.சி.யின் கிளை அமைப்பு ஒன்றை உருவாக்கிவிட்டால் என்ன?

கிளையோ, மரமோ எதுவாக இருந்தாலும் சரி. எனக்குத் தேவை ஒரு கோடரி என்றார் மண்டேலா. Umkhonto we Sizwe என்று அந்த அமைப்புக்குப் பெயர் சூட்டப்பட்டது. இதன் பொருள், தேசத்தின் ஈட்டி. சுருக்கமாக, எம்.கே. இனவெறியின் நெஞ்சைப் பிளக்கும் ஈட்டியை உருவாக்கும் பொறுப்பு மண்டேலாவிடம் ஒப்படைக்கப்பட்டது. வால்டர் சிசுலு, ஜோ ஸ்லோவோ, கோவான் ம்பெகி ஆகியோரை தன்னிடம் இணைத்துக்கொண்டார் மண்டேலா.

1961ம் ஆண்டு முழுவதும் மண்டேலா மறைந்து மறைந்து ஓடிக் கொண்டிருந்தார். ஜொகன்னஸ்பர்க்கில் ஒரு யூத கம்யூனிஸ்டின் இல்லத்தில் தங்கிக்கொண்டார். பாதுகாப்பான வீடுகள் என்று சிலவற்றை தேர்வு செய்திருந்தார். சுழற்றி முறையில் மாற்றி மாற்றி சென்று வந்துகொண்டிருந்தார். எப்போது எங்கே இருக்கிறார் என்பது ஒரு சிலருக்கு மட்டுமே தெரிந்திருந்தது. அக்டோபர் மாதம் ரிவோனியாவில் Lillieslief farm என்னும் பகுதியில் ஒரு தோட்டக்காரராக குடியேறினார். தலைமை முகாம் அங்கே உருவாக ஆரம்பித்தது.

எம்.கே. எப்படிப்பட்ட நடவடிக்கைகளில் ஈடுபடவேண்டும்? நான்கு சாத்தியங்கள் முன்வைக்கப்பட்டன. சேதம் ஏற்படுத்து வது. கெரில்லா யுத்தமுறை. தீவிரவாதம். புரட்சி. போதிய ராணுவ பலம் இல்லை என்பதால் புரட்சி சாத்தியமில்லை என்று தோன்றியது. தீவிரவாதம் சுலபம். ஆனால், அது மக்களிடம் இருந்து நம்மை பிரித்துவைத்துவிடும். நம்மைப் பற்றிய பிம்பம் கலைந்துவிடும். தவிரவும், பிரயோகிப்பவரையே தீவிரவாதம் பாதிக்கும் என்பதால் அதுவும் கைவிடப்பட்டது. கெரில்லா போர்முறை பொருத்தமாக இருக்கும் என்றாலும் எடுத்த எடுப்பில் தொடங்கிவிடமுடியாது.

எனவே, அரசாங்கத்துக்கு சேதம் ஏற்படுத்துவதில் இருந்து ஆரம்பிக்கவேண்டும். சேதம் அரசாங்கத்துக்கு மட்டும். தனி நபர்

தாக்குதல்கள் கூடாது. பொது மக்கள் பாதிக்கப்படக்கூடாது. அதே சமயம், அரசாங்கம் நம்மை கண்டு அஞ்சவேண்டும். பேரணி நடத்துவது தவிர வேறு ஒன்றும் கறுப்பர்களுக்குத் தெரியாது என்னும் அலட்சியம் அகலவேண்டும். சீண்டினால் திருப்பி அடிப்பார்கள் என்று அஞ்சவேண்டும். அவர்கள் சந்திக்கும் இழப்புகள் புதிய பாடங்களைக் கற்றுக்கொடுக்கும்.

ஒரு புதிய களத்தில் வெள்ளையர்களுக்கும் கறுப்பின மக்களுக்கும் இடையில் நடக்கப்போகும் போராட்டமாக இது இருக்க வேண்டும். ரத்த ஆறு ஓடும் யுத்தமாக அது மாறக்கூடாது. ஆங்கிலோ போயர் யுத்தம் முடிந்து ஐம்பது ஆண்டுகள் கழிந்த பிறகும், ஆங்கிலேயர்களுக்கும் ஆப்பிரிக்கானர்களுக்கும் இடையே அவ்வப்போது மோதல்கள் நடந்துகொண்டிருக்கின்றன. கறுப்பர்களுக்கும் வெள்ளையர்களுக்கும் யுத்தம் தொடங்கினால், நிச்சயம் கறுப்பர்கள்தாம் பாதிக்கப்படுவார்கள். இந்த தலைமுறை மட்டுமல்ல எதிர்வரும் தலைமுறையினரும் இழப்பைச் சந்திக்க நேரிடும். இனவெறுப்புக்கு மாற்று நிச்சயம் இனவெறுப்பல்ல.

எவற்றையெல்லாம் சேதப்படுத்தலாம் என்று முன்னரே தெளிவாக வகுத்துக்கொண்டார்கள். அரசு ராணுவ முகாம்கள், தொலைபேசி இணைப்புகள், மின் நிலையங்கள், போக்குவரத்து அமைப்புகள் ஆகியவை. இவற்றைத் தாக்குவதன் மூலம் இரண்டு காரியங்களைச் சாதித்துக்கொள்ளலாம். ஆளும் நேஷனல் கட்சிக்கு இது நெருக்கடியை ஏற்படுத்தும். அரசாங்கத்தின் பெருமைமிகு அடையாளங்களாக இந்த நிறுவனங்கள் இருக்கும்போது, அவற்றை தாக்குவது மக்களிடையே ஒரு தாக்கத்தை ஏற்படுத்தும்.

இரண்டாவது, அந்நிய முதலீட்டாளர்களைத் துரத்துவது. கறுப்பர்களின் உழைப்பை உறிஞ்சி ஆலைகளும் அலுவலகங்களும் அமைத்து செழித்துக்கொண்டிருக்கும் அந்நிய, பன்னாட்டு நிறுவனங்கள் நாம் ஏற்படுத்தப்போகும் சேதத்தால் பின்வாங்கி தங்கள் கூடாரத்தைத் தூக்கிக்கொண்டு வேறு இடத்துக்கு ஓடலாம். அவ்வாறு நடந்தால், மீண்டும் அது ஆளுங்கட்சியை பாதிக்கும். அந்நிய முதலீடு நின்றுவிடும். பொருளாதாரம் வீழ்ச்சியடையும். வேறு வழி தெரியாததால், அவர்கள் பேச்சுவார்த்தைக்கு வருவார்கள்.

கம்யூனிஸ்ட் தோழர்களை பெருமளவில் முகாமில் சேர்த்துக் கொண்டார். வெள்ளையர்களுக்கு எதிராகக் கலகம் செய்வதிலும் அதிரடி தாக்குதல் திட்டங்கள் தீட்டுவதிலும் அவர்களுக்கு முன்அனுபவம் இருந்தது. வெள்ளையர்களை அவர் ஒதுக்கவில்லை. அர்ப்பணிப்பு உணர்வு கொண்ட தேர்ந்தெடுக்கப்பட்ட போராளிகளை சேர்த்துக்கொண்டார். இரண்டாம் உலகப் போரில் பணிபுரிந்த வீரர்களைக் கண்டுபிடித்து கொண்டு வந்தார்.

மண்டேலாவுக்கு ராணுவத் தயாரிப்புகளில் முன்அனுபவம் இல்லை. இப்படி ஒரு பாதையைத் தேர்ந்தெடுப்போம் என்று அவர் கருதியதும் இல்லை. வாதாடி, போராடி உரிமைகளை மீட்டுவிடலாம் என்றுதான் நினைத்துக்கொண்டிருந்தார். இப்போது நிர்ப்பந்தம் அழுத்துகிறது. ராணுவ ரீதியாக குழுவை தயார்படுத்தவேண்டும்.

நாடு முழுவதும் ரகசியப் பயணங்கள் மேற்கொண்டு எம்.கே. ராணுவ கிளை முகாம்களை அமைத்தார். இளைஞர்களைத் திரட்டினார். ஆயுதப் போராட்டத்தின் அவசியத்தை எடுத்துக் கூறினார்.

தென் ஆப்பிரிக்கா ராணுவ தாக்குதலுக்கு தோதான இடமாக இருக்கவில்லை. ஆயுத பலத்தை அதிகரிப்பது சவாலான வேலையாக இருந்தது. இருந்தாலும், முயற்சியைக் கைவிடவில்லை. வெடிகுண்டுகளைத் தருவித்து இயக்குவதற்கு பயிற்சிகள் எடுத்துக்கொண்டார்கள். ஆயுதப் போராட்டம் குறித்து தத்துவார்த்த விளக்கங்கள் பெற, வரலாற்று நூல்களை வாங்கி வாசித்தார். க்யூபாவில் பாடிஸ்டா ஆட்சியை கவிழ்க்க ஃபிடல் காஸ்ட்ரோ மேற்கொண்ட கெரில்லா முயற்சிகள் அவருக்கு நம்பிக்கையூட்டின. சே குவேராவின் நூல்கள் புத்துணர்ச்சி அளித்தன. டெனிஸ் ரெயிட்ஸ் எழுதிய கமாண்டோ என்னும் நூல் போயர்களுக்கும் ஆங்கிலேயர்களுக்கும் இடையிலான போர்முறைகளை அறிமுகப்படுத்தியது. கெரில்லா போர்முறைகள் குறித்த அறிமுகம் கிடைத்தது. எட்கர் ஸ்நோ எழுதிய ரெட் ஸ்டார் ஓவர் சைனா, மா சே துங்கின் போர்முறையை எடுத்துக் காட்டியது. Menachem Begin எழுதிய தி ரிவோல்ட், இஸ்ரேலிய தலைவரின் கெரில்லா யுத்தம் பற்றியது. காடு, மலை எதுவும் இல்லாத இஸ்ரேலில் ஒரு ரகசிய கெரில்லா இயக்கத்தை அவரால் நடத்த முடிந்தது வியப்பை ஏற்படுத்தியது.

முஸோலினிக்கு எதிராக எத்தியோப்பியா நடத்திய ஆயுதப் போராட்டம், கென்யாவின் கெரில்லா ராணுவம், அல்ஜீரியப் போராட்டம் ஆகியவற்றை முழுமையாக உள்வாங்கிக் கொண்டார்.

வெள்ளையர்களுக்கு முன்னால் இருந்த தென் ஆப்பிரிக்கா, வருகைக்குப் பின்னால் உள்ள தென் ஆப்பிரிக்கா இரண்டையும் ஒப்பிட்டுக்கொண்டார். உள்நாட்டு போர்களின் தோற்றத்தை, இயல்பை ஆராய்ந்தார். கறுப்பர்கள், கறுப்பர்கள் மீதே யுத்தம் தொடுத்துக்கொண்ட வரலாறை ஊன்றி வாசித்தார். நேரடி பயணங்கள் மேற்கொண்டு தென் ஆப்பிரிக்காவின் தொழில் வளத்தை ஆராய்ந்தார். வரைபடங்களைச் சேகரித்துக் கொண்டார். தென் ஆப்பிரிக்காவின் புவியியலைக் கவனமாக ஆராய்ந்தார். தொடங்க வேண்டியதுதான் பாக்கி.

★

ஏ.என்.சி. ஆயுதப் போராட்டத்துக்கு ஆயத்தமாகிக் கொண்டு இருந்த அதே 1961ம் ஆண்டில், அமைதிக்கான நோபல் பரிசு அதன் தலைவர் லுதுலிக்கு வழங்கப்பட்டது. ரேடியோ செய்தி மூலம் இதை அறிந்து ஆனந்தமடைந்தார் மண்டேலா. தென் ஆப்பிரிக்க அரசுக்கு சங்கடமான நிலைமை. பரிசு பெற அவரை அனுப்பாவிட்டால் சர்வதேச அளவில் விமரிசனங்கள் எழும். அனுப்பினால், அவர்கள் போராட்டம் இன்னமும் வலுப்பெற்று விடும். வேறு வழியில்லை என்பதை ஊர்ஜிதம் செய்துகொண்ட பிறகு, பத்து தினங்கள் அவகாசம் கொடுத்து லுதுவியை ஓஸ்லோவுக்கு அனுப்பி வைத்தது அரசு.

இனி மேற்கத்திய ஊடகங்களிலும் சர்வதேச அளவிலும் தென் ஆப்பரிக்கப் போராட்டம் விவாதிக்கப்படும் என்பதை நினைக்கும்போது மண்டேலாவின் ஆனந்தம் இரட்டிப்பானது. லுதுலி ஆபத்தானவர், வன்முறையாளர் என்று பலவிதமாக கதைக்கட்டி விடும் அரசாங்கம் இனி அவரை அங்கீகரித்தே ஆகவேண்டும். அவர் அங்கீகரிக்காவிட்டாலும், உலகம் அங்கீகரிக்கும். ஏ.என்.சி.யின் நியாயமான போராட்டங்கள் உலகுக்குத் தெரியவரும்.

மகிழ்ச்சியடைந்துவிட்டு, கொண்டாடிவிட்டு, அமைதிப் பரிசை நினைவுகளில் இருந்து அகற்றிவிட்டு கையெறிகுண்டுகளை

எடுத்துக்கொண்டார் மண்டேலா. முதல் தாக்குதல் டிசம்பர் 16ம் தேதி ஏற்பாடாகியிருந்தது. வெள்ளை தென் ஆப்பிரிக்கர்களுக்கு அது டிங்கானே தினம். டிங்கானே புகழ் பெற்ற ஜுலு இன தலைவர். 1838ம் ஆண்டு, ரத்த ஆறு போர் என்று அழைக்கப்பட்ட யுத்தத்தில் வெள்ளையர்களால் வீழ்த்தப்பட்டார். டிங்கானே ஷாகா என்பவருக்குச் சகோதர முறை. அப்போதைய ஆப்பிரிக்காவின் பெரும்பகுதியை ஷாகா ஆண்டுவந்தார். டிங்கானேவை வீழ்த்தியதன் மூலம் ஆப்பிரிக்காவை வெள்ளை தென் ஆப்பிரிக்கானர்கள் கையகப்படுத்திக்கொண்டனர். டிசம்பர் 16 அவர்களுக்குக் கொண்டாட்ட தினம். ஆப்பிரிக்கர்களை வெற்றிக்கொண்ட நூற்றாண்டு தினம். அன்று அடிப்பது தான் சரியாக இருக்கும் என்று முடிவு செய்தார். டிங்கானேவிடம் அன்று துப்பாக்கிகள் இல்லை. சீறிவரும் குண்டுகளுக்கு ஆயிரக்கணக்கான கறுப்பர்கள் இறையானார்கள். ரத்த ஆறு ஓடியது.

இன்று கறுப்பர்களிடம் துப்பாக்கிகளும் வெடிகுண்டுகளும் இருந்தன. நெஞ்சில் உறுதியும் வீரமும் இருந்தது. ஜொகன்னஸ்பர்க், போர்ட் எலிஸபெத், டர்பன் ஆகிய நகரங்களில் பல பகுதிகளில் வெடிகுண்டுகள் அடுத்தடுத்து வெடித்தன. நிறவெறியின் அடையாளங்களாக கருதப்பட்ட கடவுச் சீட்டு வழங்கும் அலுவலகங்கள், பழங்குடிகளை விசாரித்து அநியாய தீர்ப்புகள் வழங்கும் நீதிமன்றங்கள், தபால் நிலையங்கள், அரசாங்க நிர்வாக அலுவலகங்கள் ஆகியவை பலத்த சேதத்தைச் சந்தித்தன. எம்.கே. அமைப்பை சேர்ந்த பீட்ரஸ் மோலிஃப் என்பவர் முதல் பலியானார். குண்டுகள் வெடிக்கப்பட்டபோது, ஆயிரக்கணக்கான பிரசுரங்கள் விநியோகிக்கப்பட்டன. எம்.கே.யின் கொள்கை என்ன என்பது அந்தப் பிரசுரத்தில் விளக்கப்பட்டிருந்தது.

★ இன்று எம்.கே. இனஒதுக்கலின் அடையாளங்கள் மீது தாக்குதல் நடத்தியிருக்கிறது. எம்.கே. என்பது ஆப்பிரிக்கர்களால் தொடங்கப்பட்ட புதிய சுதந்தர அமைப்பு. தென் ஆப்பிரிக்காவைச் சேர்ந்த அனைத்து இன மக்களும் இந்த அமைப்பில் இடம்பெற்றிருக்கிறார்கள். புதிய வழிமுறைகள் மூலம் ஜனநாயகத்தையும் சுதந்தரத்தையும் பெற இந்த அமைப்பு போராடும். தேசத்தின் விடுதலைக்கு இந்த நடவடிக்கைகள் அவசியம் என்று அமைப்பு கருதுகிறது.

★ பணிந்து செல் அல்லது போராடு. இரண்டில் ஒன்றை தேர்வு செய்யவேண்டிய கட்டாயம் ஒவ்வொரு நாட்டுக்கும் ஒரு கட்டத்தில் ஏற்பட்டுவிடுகிறது. இப்போது தென் ஆப்பிரிக்கா வுக்கு இந்தக் கட்டாயம் எழுந்துள்ளது. இனியும் நாம் பணிந்துசெல்லமாட்டோம். மக்களைக் காக்க, நம் எதிர்காலத்தை ஊர்ஜிதம் செய்ய, நம் சுதந்தரத்தைப் பெற, நாம் திருப்பித் தாக்க வேண்டியிருக்கிறது. அதைத்தவிர வேறு வழிகள் இருப்பதாக தெரியவில்லை.

★ ரத்தம் பாயாமல், உள்நாட்டு மோதல் இல்லாமல் சுதந் தரத்தைப் பெற எம்.கே. முயற்சி செய்து வருகிறது. நேஷனல் கட்சி மக்களை எத்தனை ஆபத்தான சூழலில் அடக்கி வைத்திருக்கிறது என்பதை அனைவரும் உணரவேண்டும். எங்கள் முதல் தாக்குதல் அதற்கு உதவும் என்று நம்புகிறோம். இழப்புகள் அதிகரிப்பதற்கு முன்னால் அரசாங்கத்துக்கு உணர்த்த வேண்டிய செய்தியை உணர்த்திவிடுவோம் என்று நம்புகிறோம். நிலைமை மோசமாவதற்குள் அரசாங்கமும் அதன் கொள்கைகளும் விரைவில் மாற்றம் பெறும் என்றும் நம்புகிறோம்.

டிசம்பர் 16 தாக்குதல் பல செய்திகளை பலருக்கு ஒரே சமயத்தில் உணர்த்தியது. எதிர்பார்த்தபடியே அரசாங்கம் வியப்படைந்தது. அச்சத்தை வெளிக்காட்டிக்கொள்ளாமல் இது சில அமெச்சூர் களின் செயல் என்று சொல்லி முடித்துக்கொண்டது. வெள்ளை ஆப்பிரிக்கானர்கள் முதல் முறையாக அச்சம் கொண்டனர். காலம் மாறிக்கொண்டிருக்கிறது, இனி நாம் எச்சரிக்கையாக இருக்கவேண்டும் என்று அவர்கள் பேசிக்கொண்டனர். ஏ.என்.சி. பணிந்து போகும் கட்சியல்ல, திருப்பித் தாக்கும் அளவுக்குப் பலமான கட்சி என்னும் செய்தி ஆப்பிரிக்கர்களிடம் சென்று சென்றது.

இரு வாரங்கள் கழித்து, புத்தாண்டுக்கு முந்தைய தினம் மேலும் சில குண்டுகள் வெடித்தன. சைரன் ஒலியுடன் அரசாங்க காவல் ஜீப்புகள் நகரம் முழுவதும் முழு விழிப்புடன், புதிய எரிச்சலுடன் சுற்றி வந்த செய்தி மண்டேலாவை அடைந்தது. தென் ஆப்பிரிக்க சுதந்தரப் போர் தொடங்கிவிட்டது என்று தன் அருகில் இருந்தவர்களிடம் அமைதியாகச் சொன்னார்.

இந்தச் சட்டம் என்னை கிரிமினலாக்கி விட்டது. சாதாரண வாழ்க்கை எனக்கு மறுக்கப்பட்டுவிட்டது. சட்டத்துக்குப் புறம்பாக வாழும்படி நான் நிர்ப்பந்திக்கப்பட்டேன். அப்படி மட்டும்தான் வாழமுடியும் என்பதுதான் நிலைமை. இந்த நிலைமைக்கு நான் வலுக்கட்டாயமாகத் தள்ளப்பட்டுவிட்டேன். இதுவரை நான் எடுத்த முடிவுகளால் எனக்கு வருத்தம் எதுவுமில்லை. இந்தச் சட்ட அமைப்புகள் இருக்கும்வரை, என்னைப் போன்றவர்கள் தோன்றிக்கொண்டுதான் இருப்பார்கள். இதைத் தவிர்க்கமுடியாது.

10

எத்தியோப்பியாவின் தலைநகரம் அடிஸ் அபாபாவில் நடக்க இருந்த அனைத்து ஆப்பிரிக்க விடுதலை இயக்கத்தின் (Pan-African Freedom Movement of East, Central and West Africa Conference) மாநாட்டுக்குச் செல்லவேண்டும் என்று லுதுலி கேட்டுக்கொண்டபோது மண்டேலாவால் மறுக்கமுடியவில்லை. பல்வேறு ஆப்பிரிக்க நாடுகளின் விடுதலைப் போராட்டப் பிரதிநிதிகள் அந்த மாநாட்டில் கலந்துகொள்வதாக இருந்தது. இயக்கத்தை வலுப்படுத்த இந்த மாநாடு உதவும் என்று லுதுலி நம்பினார். அனைத்துப் போராட்டக் குழுக்களும் ஒரே இடத்தில் குவியும் அந்த வாய்ப்பைப் பயன்படுத்திக் கொள்ளும்படி மண்டேலாவிடம் அவர் கேட்டுக்கொண்டார். இதுபோன்ற முக்கிய மாநாடுகளில் ஏ.என்.சி.யின் போராட்டங்களை அறிமுகம் செய்து வைப்பது முக்கியம். அதைவிட முக்கியம் இயக்கத்துக்கு நிதியும் ஆதரவும் திரட்டுவது.

போர்க்களம்

ஏ.என்.சி பிரதிநிதிகளின் தலைவராக மண்டேலா நியமிக்கப் பட்டார். ஜனவரி 1962ம் ஆண்டு மண்டேலா ரகசியமாக தென் ஆப்பிரிக்காவை விட்டு வெளியேறினார். பிரிட்டன் காலனியாக இருந்த பெச்சுவானாலாண்ட் (1966ல் சுதந்தரமடைந்து போட்ஸ் வானாவாக மாறியது) சென்று அங்கிருந்து டாங்கனீகா (பின்னர் டான்ஸானியாக மாறியது) வந்தடைந்தார். அங்கிருந்து கானா சென்று நீண்ட காலமாகப் பிரிந்திருந்த ஆலிவர் டாம்போவைச் சந்தித்தார். டாம்போ ஆப்பிரிக்கா முழுவதும் பல பகுதிகளில் ஏ.என்.சி.யின் கிளைகளை நிறுவியிருந்தார். ஏ.என்.சி.க்கான வலுவான அடித்தளத்தையும் உருவாக்கி வைத்திருந்தார்.

ஆப்பிரிக்கா பின்தங்கிய நாடு, ஆப்பிரிக்கர்கள் கல்வியறிவு, நாகரிகம் அற்றவர்கள் என்று ஆணித்தரமாக பேசித்திரியும் வெள்ளையர்கள் எத்தியோப்பியாவுக்கு வரவேண்டும் என்று நினைத்துக்கொண்டார் மண்டேலா. கிறிஸ்துவின் காலத்துக்கு முன்பே பேரரறிவாளன் சாலமனும் பேரழகி ஷீபாவும் இணைந்து அபிசீனியா என்று அப்போது அழைக்கப்பட்ட இந்நகரத்தை உருவாக்கியிருந்தனர் என்று சொல்லப்படுகிறது. மண்டேலாவுக்குப் பதினெட்டு வயதானபோது முஸோலினி அபிசீனியாவை ஆக்கிரமித்தார். இது ஆக்கிரமிப்பு அல்ல ஏதும் அறியாத கறுப்பர்களை முன்னேற்றுவதற்காக நாங்கள் மேற்கொண்ட முயற்சி என்று இத்தாலி சப்பைக்கட்டு கட்டியது. எவிலின் வா எழுதிய ' Waugh in Abyssinia ' என்னும் புத்தகத்தில் இத்தாலியின் வரவால் அபிசீனியா முன்னேறிக்கொண்டுதான் இருக்கிறது என்று எழுதினார். அபிசீனியக் குழந்தைகள் இத்தாலிய வீரர்களை வரவேற்பதாகவும் எங்கும் பேரானந்தம் நிலவிக்கொண்டிருப்பதாகவும் அவர் குறிப்பிட்டார். ஆதிக்க மும் செலுத்திவிட்டு, அதை மறுக்கவும் செய்யும் காலனிய மனோபாவம் மண்டேலாவை எரிச்சல் கொள்ளச் செய்தது. 1941ல் இத்தாலியர்களை அபிசீனியர்கள் விரட்டியடித்தனர்.

மாநாட்டின் தொடக்க நாள் அன்று அரசர் ஹெய்லி செலேசி ஆர்ப்பாட்டமான வாத்திய ஒலிகளுக்கு இடைய கம்பீரமாக நடை போட்டபடி வந்து சேர்ந்தார். மண்டேலாவின் விழிகள் ஆச்சரியத்தில் விரிந்தன. கறுப்பு ராணுவ வீரர்கள், கறுப்பு தளபதிகள், கறுப்பு அரசன், சுற்றிலும் கறுப்பின தலைவர்கள் என்று எங்கெங்கு திரும்பினும் பெருமிதம் பொங்கும் கறுப்பர்கள் அணிவகுத்திருப்பதைக் கண்டு பெருமிதம் கொண்டார்

மண்டேலா. தென் ஆப்பிரிக்காவிலும் இது சாத்தியமாக வேண்டும் என்று நினைத்துக்கொண்டார்.

நீண்ட இடைவெளிக்குப் பிறகு ஒரு மேடை. பொய் வேடத்தைக் கழற்றிவிட்டு மண்டேலா, மண்டேலாவாக நின்றுகொண்டிருந்தார். மண்டேலாவைப் பற்றியும் ஏ.என்.சி. பற்றியும் அங்கு திரண்டிருந்த பலருக்குப் பரிச்சயம் இருந்ததால் அவர் உரையை அவர்கள் ஆவலுடன் எதிர்நோக்கியிருந்தனர். மண்டேலா, கட்சி குறித்தும், போராட்டம் குறித்தும், தென் ஆப்பிரிக்க அரசியல் சூழல் குறித்தும் விரிவாகப் பேசினார். ஷார்ப்வில் சம்பவத்தை எடுத்துக் கூறி கண்டித்தார். சொந்த நாட்டிலேயே மறைந்து மறைந்து வாழவேண்டிய நிலைமையை விளக்கினார். எம்.கே. பற்றியும், அப்படிப்பட்ட ஓர் இயக்கம் ஏன் தோன்றுகிறது என்பதையும் ஆதாரபூர்வமாக தெளிவுப்படுத்தினார். ஒட்டு மொத்த ஆப்பிரிக்காவும் இணைந்து செயல்பட்டால் வெள்ளை நிறவெறியை ஒழிக்கலாம் என்று முழங்கினார்.

விடைபெற்று, எகிப்துக்குச் சென்றார். பிறகு, துனிஸ். அங்கிருந்து மொராக்கோ. மாலி. கினியா. லைபீரியா. செனகல். இறுதியாக லண்டன். அங்கேயும் ஏ.என்.சி.க்கு ஒரு கிளை தோன்றியிருந்தது. பிறகு, மீண்டும் அடிஸ் அபாபா வந்து சேர்ந்தார். முதல் முறையாக மேற்கொண்ட இந்த விரிவான ஆப்பிரிக்கப் பயணம் பல வெளிச்சங்களை அவருக்குள் படரவிட்டது. எகிப்து அருங்காட்சியகத்தில் கண்ட கலைப் பொருள்கள் அவரை வியப்பின் உச்சத்துக்குக் கொண்டு சென்றது. தற்போது மிஞ்சியிருக்கும் கலைச் சொத்துக்களே இத்தனை வண்ணமயமாக இருக்கும்போது, கொள்ளை போனவை எப்படி இருக்கும்! ஆப்பிரிக்கா வெள்ளையர்களின் வருகைக்கு முன்னால் எத்தனை செழிப்பாக இருந்தது என்பதை அவரால் புரிந்துகொள்ளமுடிந்தது. பல ஆப்பிரிக்க நாடுகள் மேலை நாடுகளுக்கு இணையாக முன்னேறிய நிலையில் இருந்ததை கண்டு பெருமிதம் கொண்டார். பயணத்தின் போது அறிமுகம் செய்துகொண்ட சில தலைவர்கள் பிற்காலத்தில், மண்டேலாவின் நெருங்கிய நண்பர்களாக மாறினர்.

மார்ச் 1962ல் அல்ஜீரியாவிலும் ஜூன் முதல் ஜூலை தொடங்கி எத்தியோப்பியாவிலும் சில அடிப்படை ராணுவப் பயிற்சிகளை எடுத்துக்கொண்டார். இயந்திரத் துப்பாக்கியில் சுடுவதற்கும் சிறிய வெடிகுண்டுகளை உருவாக்குவதற்கும் கற்றுக்

கொண்டார். அதற்குள் தென் ஆப்பிரிக்காவில் இருந்து அழைப்பு வந்திருந்தது. வெற்றிகரமாக நடந்து முடிந்த சுற்றுப்பயணத்தை அசைபோட்டபடி திரும்பும்போது, பீட்டர் மாரிட்ஸ்பர்க் என்னும் இடத்தில் இருந்து 20 கி. மீ. தொலைவில் உள்ள செடாரா என்னும் சிறிய ஊரில் மண்டேலா கைது செய்யப்பட்டார். 1962 ஆகஸ்ட் 5ம் தேதி மண்டேலாவின் கிட்டத்தட்ட ஒன்றரை ஆண்டு தலைமறைவு வாழ்க்கை முற்றுபெற்றது.

★

அக்டோபர் 15 முதல் நவம்பர் 7, 1962 வரை பிரிட்டோரியாவில் உள்ள நீதிமன்றத்தில் வழக்கு விசாரணை நடந்தது. தன் சார்பாக தானே வாதாடிக்கொள்வதாக மண்டேலா விண்ணபித்திருந்தார். வழக்கு விசாரணையின்போது, முதல் நாள், சிறுத்தை தோல் அங்கியுடன் பாரம்பரிய கோசா ஆடை அணிந்து அனைவரையும் பார்த்தபடி நடந்து வந்தார் மண்டேலா. நீதிமன்றத்தில் திரண்டிருந்த அத்தனை பேரையும் திரும்பிப் பார்க்க வைத்தது அவர் நடந்து வந்த விதம். கோட், சூட், டை ஆகியவற்றை வேண்டுமென்றே ஒதுக்கிவைத்துவிட்டு இந்தப் பாரம்பரிய ஆடையை அவர் அணிந்திருந்தார். இரண்டு விஷயங்களை அவர் வலியுறுத்த விரும்பினார். நான் ஆப்பிரிக்காவின் மகன், ஒரு பழங்குடி. நான் ஒரு ஆப்பிரிக்கனாக இருந்தாலும், வெள்ளையர்கள் அவையில், வெள்ளையர்களின் நீதிமன்றத்தில், வெள்ளையர்கள் உருவாக்கியிருக்கும் சட்டங்களுக்கு உட்பட்டே அழைத்துவரப்பட்டிருக்கிறேன். நான் இந்த இடத்துக்குப் பொருத்தமானவன் கிடையாது.

மண்டேலா எதிர்பார்த்தபடியே அந்த ஆடை சில மாயங்களை நிகழ்த்தியது. ஆப்பிரிக்கா வாழ்க! ஆப்பிரிக்கா வாழ்க! நீதிமன்ற வளாகம் அதிரும்படி கோஷங்கள் அங்கே எழுந்தன. பார்வையாளர்களிடையே ஆப்பிரிக்க தேசிய உணர்வை மண்டேலா பரப்பிக்கொண்டிருந்தார். அவருக்குத் திருப்தியாக இருந்தது. வின்னியும் நீதிமன்றத்துக்கு வந்திருந்தார். அவரும் பாரம்பரிய ஆடையுடன் பல்வேறு வண்ண மணிகள் அணிந்து வந்திருந்தார். பார்வையால் மட்டுமே பேசிக்கொள்ள முடிந்தது. ஆப்பிரிக்கா வாழ்க! மண்டேலா தன் முஷ்டியை உயர்த்தி குரல் எழுப்பினார். Amandla! அதிகாரம்! நமக்கே அதிகாரம்!

அன்றைய தினம் அவர் சிறைக்கு அழைத்துச்செல்லப்பட்ட போது, அதிகாரி அவரை நெருங்கினார்.

'நீங்கள் அணிந்திருக்கும் ஆடையை வாங்கி வரச் சொல்லி என்னை அனுப்பியிருக்கிறார்கள்.'

'ஏன் இதை அணிந்தால் என்ன தவறு?'

'தேவையில்லாமல் மற்ற கைதிகள் கிளர்ச்சியடைகிறார்கள். நீதிமன்றத்தில் அநாவசிய சலசலப்பு. இது நல்லதல்ல. உங்கள் ஆடை கலகத்தைத் தோற்றுவிடும் என்று நம்புகிறோம்.'

'தர முடியாது என்று சொன்னேன் என உங்கள் அதிகாரியிடம் சொல்லுங்கள்.'

சில நிமிடங்களில், கர்னல் ஜேக்கப்ஸ் என்பவர் மண்டேலா வைக் காண வந்தார்.

'அந்தப் போர்வையை கழற்றித்தரமுடியுமா முடியாதா?'

'இது போர்வையல்ல. எங்கள் பாரம்பரிய ஆடை. எனக்குத் தோதான ஆடையை அணிந்துகொள்வதற்கு எனக்கு உரிமை இருக்கிறது. நீங்கள் மறுப்பதாக இருந்தால் எழுத்தில் கொடுங் கள். உயர் நீதிமன்றம் வரை சென்று எதிர் வழக்காட நான் தயார்.'

அதற்குப் பிறகு யாரும் வாய் திறக்கவில்லை.

ஒரு வாரம் கழித்து வழக்கு விசாரணையின்போது தன் கருத்தைத் தெளிவாக எடுத்துரைத்தார் மண்டேலா.

'வணக்கத்துக்குரிய நீதிபதி அவர்களே, எனக்குச் சில விஷயங்கள் புரியவில்லை. இங்கே என் முன்னால் ஏன் ஒரு வெள்ளை நீதிபதி அமர்ந்திருக்கிறார்? அரசாங்க வழக்கறிஞர் ஏன் வெள்ளையாக இருக்கிறார்? என்னை அழைத்து வந்த காவலாளிகள் ஏன் வெள்ளையாக இருக்கிறார்கள்? இப்படிப்பட்ட ஒரு சூழலில் நியாயமான முறையில் வழக்கு விசாரிக்கப்படும், நியாயமான முறையில் நீதி வழங்கப்படும் என்று இங்குள்ளவர்கள் யாராவது உறுதியளிப்பார்களா? ஆப்பிரிக்கர்களை விசாரணை செய்ய ஆப்பிரிக்க நீதிபதிகளும் விசாரிக்க ஆப்பிரிக்க வழக்கறிஞர்களும் என்று வரப்போகிறார்கள்? அப்படியொரு பெருமைமிக்க வாய்ப்பு யாருக்காவது இங்கே கிடைக்குமா?

ஏன் கிடைக்காது என்று நான் சொல்கிறேன். இங்கே நிறப்பாகுபாடு உள்ளது. இங்குள்ள நீதிமன்றங்கள் அரசாங்கக் கொள்கைகளால் கட்டமைக்கப்பட்டிருக்கின்றன. அரசாங்கம் விரும்பும்படிதான் அவற்றால் நீதி பரிபாலனை செய்யமுடியும். இந்த அரசாங்கத்தின கொள்கை நாகரீகமான நாடுகளில் பின்பற்றப்படும் கொள்கைக்கு நேர் எதிரானது என்றாலும் நீதிமன்றங்கள் அந்த நியாயங்களை கேள்விக்கு உட்படுத்துவதில்லை. நிறத்தின் பெயரால் மக்களைப் பிரித்து கொடுமைப்படுத்துவதை நான் எதிர்க்கிறேன். நிறவெறி எந்த வடிவில் பின்பற்றப்பட்டாலும் நான் வெறுக்கவே செய்வேன். என் வாழ்நாள் முழுவதும் அதற்காகத்தான் நான் போராடிக் கொண்டிருக்கிறேன்.

இப்போதும் நான் நிறவெறிக்கு எதிராகத்தான் போரிட்டுக் கொண்டிருக்கிறேன். அதையேதான் என் வாழ்வின் இறுதிவரை செய்வேன். என்னைச் சுற்றி அமைந்துள்ள இந்தச் சூழலை நான் வெறுக்கிறேன். வெள்ளைக்கார நீதிமன்றத்தில் நிறுத்தி வைக்கப்பட்டுள்ள ஒரு கறுப்பனாக நான் என்னை உணர்கிறேன். இப்படி இந்த இடம் அமைக்கப்பட்டிருப்பது தவறு.

எங்கள் பிரதிநிதித்துவம் இல்லாமல் நாடாளுமன்றம் சட்டங்களை இயற்றியுள்ளது. அப்படிப்பட்ட சட்டங்களை நான் மதிக்கவேண்டும் என்னும் அவசியமில்லை. ஒரு வெள்ளை நீதிபதியிடம் இருந்து எனக்கு நீதி கிடைக்கும் என்னும் நம்பிக்கை எனக்கு இல்லை.'

விசாரணையின்போது நூற்றுக்கும் அதிகமான சாட்சியங்கள் வரவழைக்கப்பட்டனர். ட்ரான்ஸ்கியில் இருந்தும் தென்மேற்கு ஆப்பிரிக்காவில் இருந்தும் அவர்கள் அழைத்து வரப்பட்டிருந் தனர். மண்டேலா சட்டத்தை மீறி தென் ஆப்பிரிக்காவைவிட்டு வெளியேறி சுற்றுப்பயணம் மேற்கொண்டார் என்றும் 1961ம் ஆண்டு நடைபெற்ற மூன்று நாள் உள்ளிருப்புப் போராட் டத்தைத் தூண்டிவிட்டவர் அவர்தான் என்றும் அவர்கள் வெவ் வேறு விதமாக, வெவ்வேறு ஆதாரங்களுடன் சாட்சியளித்தனர். இந்த இரு குற்றங்களையும் தாம் மறுக்கவேயில்லை என்றும் இத்தனை சாட்சியங்கள் தேவையே இல்லை என்றும் மண்டேலா குறிப்பிட்டார்.

பிரதம மந்திரியின் பிரத்யேக உதவியாளர், பெர்னார்ட் என் பவரை குறுக்கு விசாரணை செய்ய அழைத்தார் மண்டேலா. கையில் பிரதமருக்கு அனுப்பிய கடிதத்தின் நகல் இருந்தது.

'நான் இந்தக் கடிதத்தைப் பிரதம மந்திரிக்கு அனுப்பியிருந்ததை நீங்கள் அறிவீர்களா?'

'ஆம், அறிவேன்.'

'இந்தக் கடிதம் பிரதமரிடம் ஒப்படைக்கப்பட்டதா?'

'ஆம்.'

'கடிதத்துக்குப் பிரதமர் பதில் அளித்தாரா?'

'இல்லை.'

'இந்தக் கடிதம் நாட்டு மக்களின் முக்கியப் பிரச்னைகள் குறித்து விவாதிக்கிறது, எனவே முக்கியமானது என்பதை நீங்கள் ஒப்புக் கொள்வீர்களா?'

'இல்லை, நான் ஒப்புக்கொள்ளமாட்டேன்.'

'ஒப்புக்கொள்ளமாட்டீர்களா? மனித உரிமைகள் குறித்தும் அந்த உரிமைகள் மீறப்படுவது குறித்தும் இந்தக் கடிதம் சில முக்கிய கேள்விகளை எழுப்புகிறது. ஆப்பிரிக்கர்களுக்கு மனித உரிமை கள் வேண்டாம் என்கிறீர்களா? அதை நீங்கள் ஒப்புக்கொள்ள மறுக்கிறீர்களா?'

'நான் அதை மறுக்கவில்லை.'

'மனித உரிமைகள் குறித்து இந்தக் கடிதம் விவாதிக்கிறதா இல்லையா?'

'ஆம் என்று நினைக்கிறேன்.'

'எனில், ஆப்பிரிக்காவில் கறுப்பினத்தவருக்கு மனித உரிமைகள் வழங்கப்படவில்லை என்பதையும் அவர்களுக்கு அந்த உரிமை கள் மறுக்கப்பட்டிருக்கிறது என்பதையும் நீங்கள் ஒப்புக் கொள்வீர்களா?'

'சில உரிமைகள் இல்லை என்று சொல்லலாம்.'

'பாராளுமன்றத்தில் ஆப்பிரிக்கர் யாராவது இருக்கிறாரா?'

'இல்லை.'

'எந்தவொரு ஆப்பிரிக்கராலும் ப்ரொவின்ஷியல் கவுன்சிலின் முனிசிபல் கவுன்சிலில் உறுப்பினராக முடியாது என்பதை ஏற்றுக்கொள்வீர்களா?'

'ஆம்.'

'ஆப்பிரிக்கர்களுக்கு ஓட்டுரிமை இல்லை என்பதை ஏற்கிறீர்களா?'

'ஆம்.'

'எந்தவொரு நாகரிக தேசத்திலாவது இப்படி நடக்குமா? உரிமைகளே அளிக்கப்படாமல் ஒடுக்கப்பட்டிருக்கும் மக்களின் பிரச்னைகள் குறித்து இந்தக் கடிதம் பேசுகிறது. ஆனால், பிரதம மந்திரி அதற்குப் பதில் அனுப்பாமல் அலட்சியமாக இருந்துவிட்டார். இதை நீங்கள் ஏற்பீர்களா?'

'முடியாது.'

'தேசத்தை பாதிக்கும் முக்கியப் பிரச்னைகளை ஒரு பிரதம மந்திரி உதாசீனம் செய்யலாம் என்கிறீர்களா?'

'அவர் உதாசீனம் செய்யவில்லை.'

'என் கேள்விக்கு மட்டும் பதில் அளியுங்கள். கறுப்பர்கள்தான் இங்கே பெரும்பான்மையினர். பெரும்பான்மையினரின் பிரச்னைகளைத் தெரியப்படுத்த பிரதமருக்கு இந்தக் கடிதம் அனுப்பப்பட்டிருக்கிறது. இந்தக் கடிதத்துக்குப் பிரதமர் அளித்த பதில் என்ன? பிரதமர் அளித்த முக்கியத்துவம் என்ன?'

அதற்கு மேல் அந்த உதவியாளரிடம் பதிலில்லை.

நீதிபதி மண்டேலாவிடம் திரும்பினார்.

'நீங்கள் உங்கள் தரப்புக்கு ஆதரவாக யாரையாவது விசாரணை செய்ய விரும்புகிறீர்களா? ஏதாவது சாட்சியங்களை அழைக்கவேண்டுமா?'

'நான் என்னைத் தற்காத்துக் கொள்ளப்போவதில்லை. நான் குற்றமற்றவன். அவ்வளவுதான்.'

'அதற்குமேல் சொல்வதற்கு எதுவும் இல்லையா?'

'இருந்தால் சொல்லியிருப்பேனே!'

வழக்கறிஞர்கள் பலர் மண்டேலாவின் காட்டமான மறுமொழியால் கூச்சலிட்டனர். ஓ மை லார்ட் என்று வாயைப் பொத்திக்கொண்டார்கள். தன்னைத் தற்காத்துக்கொள்ள முயலவில்லையே தவிர, தன் தரப்பு நியாயத்தை எடுத்துச் சொல்ல, நீதிமன்றத்தை அரசியல் மேடையாகவே பயன்படுத்திக்கொண்டார் மண்டேலா. உலகத்துக்கு எடுத்துச் செல்ல வலுவான ஓர் அடித்தளம் கிடைத்துவிட்டதாக எண்ணிக்கொண்டார்.

'நீதிபதி அவர்களே, வெள்ளையர்கள் மீதான குற்றச்சாட்டை விசாரிக்க வெள்ளையர்களே இங்கே அமர்ந்திருக்கிறார்கள். தங்கள் வழக்குகளை விசாரிக்க வெள்ளையர்கள் தங்களில் ஒருவரையே நீதிபதியாக நியமனம் செய்துவிட்டார்கள். இது நீதிமன்றத்தின் அடிப்படை கொள்கைகளுக்கு எதிரானது. '

நீதிபதி குறுக்கிட்டார்.

'இருப்பது ஒரு நீதிமன்றம். உங்களை எங்கே விசாரிக்க வேண்டும் என்று சொல்கிறீர்கள்?'

'நீதிமன்றத்துக்கு உள்ளும் வெளியேயும் எந்த வித்தியாசத்தையும் என்னால் உணரமுடியவில்லை. அங்கு இழைக்கப்படும் அநீதிகள் இங்கும் இழைக்கப்படுகின்றன. என் வாழ்நாள் முழுவதும் நியாயமற்ற முறைகளை, பாகுபாட்டை நான் உணர்ந்து வந்திருக்கிறேன். இங்கும் அவ்வாறே உணர்கிறேன்.

மனித உரிமைப் பிரகடனத்தை ஏற்றுக்கொள்வதாக மாலன் அரசு முன்னர் அறிவித்திருந்தது. ஆனால் நடப்பது என்ன? இங்கே சமத்துவமா நீடிக்கிறது? சட்டத்தின் முன் அனைவரும் சமம் என்று நியாயமான முறையில் சொல்லமுடியுமா? குற்றம் சாட்டப்பட்ட ஒரு வெள்ளையனும் ஆப்பிரிக்கனும் ஒரே மாதிரியாகத்தான் நடத்தப்படுகிறானா? ஒரே விதமான நீதிதான் கிடைக்கிறதா? சம சலுகைகள் கிடைக்கிறதா?

சட்டம் இயற்றப்படும்போது அனைவரும் பங்கேற்கவேண்டும். அனைத்து தரப்பு பிரதிநிதிகளும் ஆலோசிக்கப்படவேண்டும். சட்டத்தின் மூலம் அளிக்கப்படும் உரிமைகள் சமமாக இருக்க வேண்டும். அவை மீறப்படும்போது, சமமான முறையில்

நடவடிக்கைகள் எடுக்கப்படவேண்டும். ஆப்பிரிக்கர்கள் வெள்ளை யர்களைப் போல் நீதிபதிகளாகவும் வழக்கறிஞர்களாகவும் சட்ட ஆலோசகர்களாகவும் மாறவேண்டும். அதற்கான வாய்ப்புகளும் உரிமைகளும் வழங்கப்படவேண்டும்.

வெள்ளையர் எங்கள் மீது குற்றம் சுமத்துகிறார். வெள்ளையர் எங்களைக் கைது செய்கிறார். வெள்ளையர் எங்களை குறுக்கு விசாரணை செய்கிறார். வெள்ளையர் தீர்ப்பை வாசிக்கிறார். இதோ இந்தக் கூண்டுக்கு வெளியே காவல் காக்கும் இவரும் வெள்ளையரே. இதைத்தான் நான் வெள்ளை ஆதிக்கம் என்கிறேன்.

முன்னர் இந்த நிலைமை இல்லை. வெள்ளையர்கள் வருவதற்கு முன்னால், ஆப்பிரிக்கா எங்களுடையதாக இருந்தது. அது பற்றிய பல கதைகளை நான் முதியோரிடம் இருந்து கேட்டிருக்கிறேன். வழக்கைவிட்டு நான் வெளியே செல்கிறேன் என்று எண்ணி விடாதீர்கள் நீதிபதி அவர்களே. நான் இந்த வழக்கோடு தொடர் புடைய விஷயங்களை மட்டுமே சொல்கிறேன். முன்பு எங்கள் மக்கள் ஜனநாயக முறைப்படி அவர்களுடைய அரசர்களால் ஆளப்பட்டு வந்தனர். அவர்கள் அமைதியாகத்தான் வாழ்ந்து வந்திருக்கிறார்கள். அவர்களுக்கு உரிமைகள் இருந்தன. கடமைகள் இருந்தன.

இங்குள்ள அனைத்து வளங்களும் எங்களுடையதாக இருந்தன. இந்தக் காடுகள். இந்த ஆறுகள். இந்த குளங்கள். இந்த நிலம். எங்கள் நிலத்தை நாங்களே பயிரிட்டோம். நாங்களே விதைத் தோம். நாங்களே பகிர்ந்துகொண்டோம். எங்களுக்கு தனி படைகள் இருந்தன. ராணுவம் இருந்தது. எங்களுக்கு பாதுகாப்பும் செல்வமும் நீதியும் குறைவற்ற முறையில் கிடைத்துக் கொண்டிருந்தது.

எங்கள் பழங்குடியின மக்கள் நாகரிகம் பெற்றவர்களாக, நுண்அறிவு பெற்றவர்களாக இருந்தனர். ஏழை, பணக்காரன் என்னும் பாகுபாடு இல்லை. ஒரு பிரிவினர் கொழுத்துக் கொண்டிருக்க, இன்னொரு பிரிவினர் வாடி வதங்கும் நிலை இல்லை. தனிப்பட்ட செல்வம், தனிப்பட்ட நிலம் என்று எதுவும் இல்லை. அனைத்தும் அனைவருக்கும் சொந்தம்.

அரசின் முக்கிய முடிவுகளை நாங்கள் சேர்ந்தே எடுப்போம். ஒரு பிரிவினரை மட்டும் பாதிப்படையச் செய்யும் முறைகளை நாங்கள்

கையாள்வதில்லை. நாம் மட்டும் வளர்ந்தால் போதும் என்று நினைத்ததில்லை பிறரை ஒடுக்கி வாழவேண்டிய அவசியம் ஏற்பட்டதில்லை. அந்த உன்னதமான சூழலில் தோன்றியவன் நான். அந்த ஜனநாயக இயல்புகளை நான் மதிக்கிறேன். அவைதான் என்னை வழிநடத்துகின்றன.

எந்தவிதப் பாகுபாடும் இல்லாமல் ஆப்பிரிக்கர்கள் நடத்தப்பட வேண்டும் என்று நான் விரும்புகிறேன். ஏ.என்.சி.யின் கொள்கை யும் அதுவேதான். அதற்காகத்தான் நாங்கள் போராடிக் கொண்டிருக்கிறோம். இந்தக் கனவைத்தான் விடுதலை சாசனத்தில் வெளிப்படுத்தினோம். அதை யாரும் மறுக்கவோ எதிர்க்கவோ முடியாது. ஆப்பிரிக்கர்களுக்கு மட்டுமேயான சாசனம் அல்ல அது. இந்தியர்களுக்கும் நிறத்தவர்களுக்கும்கூட உரியது.

தனிப்பட்ட முறையில், ஒரு வழக்கறிஞராக மாறிய பிறகும் என் தோலின் நிறத்தால் நான் ஒதுக்கப்பட்டேன். நானும் என் நண்பர் ஆலிவர் டாம்போவும் நகரத்தைவிட்டு வெளியேறவேண்டும் என்று அதிகாரிகள் வற்புறுத்தியிருக்கிறார்கள். அதனால், சட்டவிரோதமான முறையில் நாங்கள் தங்கவேண்டியிருந்தது. அச்சுறுத்தலுக்கு மத்தியில் வாழவேண்டியிருந்தது. பல நீதிபதிகள் என்னை மதிக்காமல் இருந்திருக்கிறார்கள். என் கேள்விகளுக்குப் பதில் தருவது அவமானமான காரியம் என்று பல வெள்ளையர்கள் ஒதுங்கிபோயிருக்கிறார்கள்.

சிந்திக்கத் தெரிந்த எந்தவொரு ஆப்பிரிக்கனுக்கும் இதுதான் நிலை. மனசாட்சிக்கும் சட்டத்துக்கும் இடையே மீளாத யுத்தம் நடந்துகொண்டிருக்கிறது. யார் சொல்வதை நாங்கள் கேட்பது?

இந்த நாட்டின் உயர்ந்த பதவியை வகிக்கும் பிரதம மந்திரிக்கு எங்கள் கோரிக்கைகளை விளக்கி கடிதம் அனுப்பினோம். குறைந்தபட்சம் பரீசிலனைகூட செய்யவில்லை. போராட்டத்தை முன்னெடுப்பதைத் தவிர வேறு வாய்ப்புகள் எங்களுக்கு இல்லை. எங்கள் கோரிக்கைகள் காது கொடுத்து கேட்கப்படமாட்டாது என்னும் நிலையில் வேறு என்னதான் செய்வது?

கடவுச்சீட்டு இல்லாமல் தேசத்தைவிட்டு வெளியேறியதை நான் ஒப்புக்கொள்கிறேன். ஆனால், முறைப்படி அனுமதி கேட்டு நான் அரசை அணுகியிருந்தால் என்ன ஆகியிருக்கும் என்று நான் சொல்லத் தேவையில்லை. இங்குள்ள பல கல்வியாளர்களுக்கு,

விஞ்ஞானிகளுக்கு, அரசியல் தலைவர்களுக்கு வெளிநாடு செல்வதற்கான அனுமதி மறுக்கப்பட்டுள்ளது. நான் எத்தியோப்பியா சென்று மாநாட்டில் கலந்துகொள்ளவேண்டும் என்பது கட்சியின் தீர்மானம். மக்களின் முடிவு. அதைதான் நான் நிறைவேற்றினேன். அரசுக்கு அனுமதி கேட்டு கடிதம் எழுதி என் நேரத்தை வீணாக்க எனக்கு விருப்பமில்லை.

நான் சட்டத்தை மீறியிருக்கிறேன். மறுக்கவில்லை. ஆனால், அதற்கான காரணம் இந்த அரசுதான். சட்டத்தை மீறுவது மட்டும் தான் ஒரே வழி என்னும் நெருக்கடிக்கு என்னை அரசு தள்ளி விட்டது. என் வாதங்கள் காதுகொடுத்து கேட்கப்படவில்லை. என் நியாயம் அங்கீகரிக்கப்படவில்லை. என் மக்களின் நியாயமும் தான். என் மீதும் என் மக்கள் மீதும் தொடர்ச்சியாக வெறுப்பு மட்டுமே செலுத்தப்பட்டு வந்திருக்கிறது.

இந்த நாட்டில் உள்ள சிறைச்சாலைகளை நான் அறிவேன். அவை எத்தனை மோசமானவை என்பதை நான் உங்களுக்கு விளக்கத் தேவையில்லை. அங்கும்கூட வெள்ளையர்களுக்கு ஒரு சலுகை. ஆப்பிரிக்கர்களுக்கு ஒரு சலுகை. என்றாலும், சிறை செல்ல நான் தயாராக இருக்கிறேன். எத்தனை மோசமான நடத்தப்பட்டாலும் என் கொள்கையில் இருந்து சிறிதும் வழுவ மாட்டேன்.'

தீர்ப்பு தயாரானது. வேலை நிறுத்தம் செய்யச் சொல்லி மக்களைத் தூண்டிவிட்டதற்கு மூன்று ஆண்டுகள். அனுமதி பெறாமல் நாட்டை விட்டு வெளியேறியதற்கு இரண்டு ஆண்டுகள். மொத்தம் ஐந்து ஆண்டுகள். பரோல் இல்லை.

குறிப்பிட்ட ஒரு விஷயத்துக்கு ஒருவர் தயாராக இருக்கிறார் என்றால் அந்த விஷயத்துக்காக அவர் காத்துக்கொண்டிருக் கிறார் என்று பொருள். நான் இறப்பதற்குத் தயாராக இருந்தேன். மரண தண்டனைக்கு என்னைத் தயார்படுத்தியிருந்தேன். அப்படி நடக்காமல் இருந்தால் நன்றாக இருக்கும் என்று மறைமுகமாகக் கூட நம்பிக்கை வைத்திருக்கவில்லை. நான் தைரியமாக இருந்தேன் என்பதல்ல விஷயம். அதுதான் யதார்த்தம் என்பது தெரிந்துவிட்டது.

11

மரணத்துக்குக் காத்திருத்தல்

சிறிது காலம் மண்டேலா பிரிட்டோரியா சிறையில் அடைத்து வைக்கப்பட்டார். பிறகு, 1963 மே மாதம் ரோபன் தீவுக்கு அவரை இடம் மாற்றினார்கள். அவருடன் வேறு சில அரசியல் கைதிகளும் அங்கே கொண்டுவரப்பட்டிருந்தனர். ரோபன் தீவில் சிறைகள் நடத்தப்படும் விதம் பற்றி மண்டேலா நன்கு அறிந்திருந்தார். நிற, இன மேலாதிக்கம் அழுத்தமாக நிலவும் ஒரு நாட்டில், சிறைக்கு உள்ளே, சிறைக்கு வெளியே போன்ற வித்தியாசங்கள் இருக்காது என்று அவருக்குத் தெரியும். காவல்துறை, சிறைச்சாலை, நீதிமன்றம் போன்ற அமைப்புகள் ஆளும் வர்க்கத்தின் கருவிகள்தான் என்னும்போது, சிறையில் ஆப்பிரிக்கர்களுக்கு மதிப்பும் மரியாதையும் கிடைத்துவிடுமா என்ன?

சிறையில், மண்டேலா மேலும் மூவருடன் ஓர் அறையில் தங்கி யிருந்தார். இரண்டு அதிகாரிகள் அந்த அறைக்குள் நுழைந்தனர்.

ஒரு கைதியை நெருங்கிய அதிகாரி, அவருடைய தலை முடியைப் பார்த்ததும் கோபமடைந்தார்.

'ஏய் இங்கே உன் விருப்பம் போல் தலைமுடி வளர்க்கமுடியாது.' சொல்லியபடியே மண்டேலா பக்கம் திரும்பினார். 'அதோ அந்தப் பையனுடைய முடியைப் போல் கத்தரித்துக்கொள்.'

அந்தக் கைதி பயத்துடன் தலையைக் குனிந்துகொண்டார். ஆனால், மண்டேலாவால் அமைதியாக இருக்கமுடியவில்லை.

'சிறையின் விதிமுறைகள்படிதான் நாங்கள் எங்கள் முடியைக் கத்தரித்துக் கொண்டிருக்கிறோம்.'

ஒரு கறுப்பன் இடைமறித்ததை அந்த அதிகாரியால் பொறுத்துக் கொள்ளமுடியவில்லை. பொங்கிவிட்டார். கையையும் ஓங்கி விட்டார்.

'ஏய் பையா, என்னிடம் இதுபோல் இன்னொரு முறை பேசாதே!'

'என் மேல் கை வைத்தால் நீ தொலைந்தாய். இந்த நாட்டின் உயர்ந்த நீதிமன்றத்துக்கு உன்னை இழுத்துச்சென்று விடுவேன். உன் கதையை நான் முடிக்கும்போது, தேவாலயத்தில் உள்ள சுண்டெலி போல் நீ பரிதாபமான நிலைக்கு வந்துவிடுவாய்.'

அதிர்ந்து கையை பின்னுக்கு நகர்த்திக்கொண்டுவிட்டார் அந்த அதிகாரி. அவர் உதடுகள் துடித்தன.

'உன் பெயர் என்ன?'

'அடையாள அட்டை இதோ இருக்கிறது. பார்த்துக் கொள்ளலாம்.'

அவர் அந்த சிறையின் பலம் பொருந்திய உயர் அதிகாரி என்பதை மண்டேலா பின்னர் தெரிந்துகொண்டார். அதே போல், மண்டேலா யார் என்பதையும் அந்த அதிகாரி பின்னால் தெரிந்துகொண்டிருக்கவேண்டும். அதற்குப்பிறகு, அவர் பக்கம் வரவில்லை.

மண்டேலா சிறையில் அடைக்கப்பட்டிருந்த சமயத்தில், ரிவோனியாவில் உள்ள எம்.கே.யின் தலைமையகத்தை காவல் துறை சுற்றிவளைத்தது. ரிவோனியா என்பது ஜோகன்னஸ் பர்க்கில் உள்ள ஒரு புறநகர்ப் பகுதி. அங்குள்ள Liliesleaf Farm

என்னும் பண்ணையில் தலைமையகம் ரகசியமாக இயங்கி வந்தது. மண்டேலாவும் சிறிது காலம் இங்கே தங்கியிருந்திருக்கிறார். ஜூலை 1963ல் இந்தப் பண்ணையில் இருந்த பத்தொன்பது பேரை காவல் துறை கைது செய்தது. அவர்கள் மீதான விசாரணை ஆரம்பமானது. மண்டேலாவுக்கு முன்னரே ஐந்தாண்டுகள் சிறை தண்டனை கொடுக்கப்பட்டிருந்தாலும் அவர் மீதான வழக்கு விசாரணைகளும் தொடர்ந்துகொண்டு தான் இருந்தன. விசாரணைகளில் கலந்துகொள்வதற்காக ரோபன் தீவில் இருந்து பிரிட்டோரியாவுக்கு மண்டேலா அழைத்துவரப்பட்டார்.

மண்டேலா உள்ளிட்ட பத்து ஏ.என்.சி. தலைவர்கள் மீது 1961 முதல் 1964 வரை நடைபெற்ற நீதிமன்ற விசாரணைகள் ரிவோனியா ட்ரையல் என்று அழைக்கப்படுகிறது. இந்த விசாரணையின்போது, 221 குற்றச்சாட்டுகள் மண்டேலா மீது முன்வைக்கப்பட்டன. சதித்திட்டம் தீட்டியது, நாச வேலைகள் செய்தது, எம்.கே. என்னும் ஆயுதக் குழுவை உருவாக்கியது என்று பட்டியல் நீண்டுகொண்டே போனது. 'ஒரு நல்ல கம்யூனிஸ்ட் ஆவது எப்படி' என்னும் தலைப்பில் கட்டுரை ஒன்றை எழுதியிருந்தார். அதுவும் குற்றப்பட்டியலில் சேர்ந்து கொண்டது.

மண்டேலா குற்றச்சாட்டுகள் எதையும் மறுக்கவில்லை. ஏப்ரல் 20, 1964 அன்று பிரிட்டோரியா உச்ச நீதிமன்றம் முன், தன் வாக்குமூலத்தைச் சமர்ப்பித்தார். தென் ஆப்பிரிக்கா மட்டுமின்றி உலகம் முழுவதிலும் ஓர் அழுத்தத்தை உருவாக்கிய ஆவணம் இது. இந்த வாக்குமூலத்தை அளித்து முடித்ததும் மரண தண்டனை உறுதி என்று மண்டேலா நம்பினார். மரண நிழலிலும் தயக்கமின்றி, தெளிவாக ஒலித்தது அந்தக் குரல்.

> குற்றம்சாட்டப்பட்ட முதல் நபர் நான்.
>
> நான் ஒரு இளநிலை பட்டதாரி. ஆலிவர் டாம்போவுடன் இணைந்து ஜொகன்னஸ்பர்க்கில் அட்டார்னியாக பல ஆண்டுகள் பணிபுரிந்திருக்கிறேன். நான் ஒரு நிரூபிக்கப்பட்ட குற்றவாளி. ஐந்து ஆண்டு சிறைத்தண்டனை விதிக்கப்பட்டிருக்கிறது. அனுமதி இல்லாமல் நாட்டைவிட்டு வெளியேறியதற்காகவும், மே 1961 போராட்டத்தில் கலந்துகொள்ளுமாறு மக்களைத் தூண்டியதற்காகவும் நான் கைது செய்யப்பட்டுள்ளேன்.

தென் ஆப்பிரிக்கப் போராட்டம் ஒரு சில அந்நியர்களாலும் கம்யூனிஸ்டுகளாலும் தூண்டிவிடப்பட்டு நடத்தப்படுகிறது என்பதை என்னால் ஏற்றுக்கொள்ள முடியாது. தென் ஆப்பிரிக்காவில் எனக்குக் கிடைத்த அனுபவத்தின் மூலமாகவும், நான் பெருமைக்குரியதாகக் கருதும் ஆப்பிரிக்கப் பின்புலத்தின் மூலமாகவும் இவற்றையெல்லாம் நான்தான் செய்தேன். தனி மனிதனாகவும். என் மக்களின் தலைவனாகவும்.

ஆப்பிரிக்காவின் ஈட்டி எனப்படும் எம்.கே. அமைப்பை உருவாக்குவதற்கு நானும் உதவியிருக்கிறேன். 1962ல் கைது செய்யப்படும்வரை நான் அதில் முக்கியப் பங்கு வகித்திருக்கிறேன். இரண்டு காரணங்களுக்காக இந்த அமைப்பு தொடங்கப்பட்டது. அரசாங்கத்தின் மீது அதிருப்தி கொண்டிருந்த மக்களுக்கு ஒரு வடிகால் தேவைப்பட்டது. இல்லையென்றால் வன்முறை அதிகரித்திருக்கும். இரண்டாவது காரணம், அரசாங்கத்துக்கு எதிரான கருத்துகளை சட்டப் பூர்வமான முறையில் வெளியிடுவதற்கான சாத்தியங்கள் மறுக்கப்பட்டுவிட்டன. வெள்ளையர்கள் உயர்ந்தவர்கள், நாங்கள் தாழ்ந்தவர்கள் என்னும் கொள்கையை ஏற்றுக் கொள்ளும்படி நிர்ப்பந்திக்கப்பட்டோம். இதிலிருந்து தப்ப ஒரே வழி, அரசாங்கத்தை எதிர்ப்பது.

வன்முறைக்கு இடம் கொடுக்காமல் அமைதியான வழியில் தான் எங்கள் போராட்டங்களை ஆரம்பித்தோம். ஆனால் அரசு வன்முறையை பிரயோகித்தது. வன்முறைக்கு வன்முறைதான் தீர்வு என்பதால் நாங்களும் எங்கள் வழிமுறைகளை மாற்றிக்கொண்டோம்.

நாங்கள் தேர்ந்தெடுத்தது வன்முறையைத்தானே தவிர பயங்கர வாதத்தை அல்ல. நாங்கள் ஏ.என்.சி.யின் உறுப்பினர்கள். ஏ.என்.சி.யின் அகிம்சை முறை எங்கள் பின்னணியாகும். அமைதியான முறையில் சட்டமறுப்புப் போராட்டத்தை நடத்தினோம். ஆனால், வன்முறையைப் பயன்படுத்தினோம் என்று சொல்லி தேச துரோகக் குற்றச்சாட்டு 1956ல் எங்கள் மீது சுமத்தப்பட்டது. தகுந்த ஆதாரங்கள் இல்லாததால் விடுதலை செய்யப்பட்டோம்.

1960ல் ஷார்ப்வில் படுகொலை நடந்தது. அதையடுத்து அவசர நிலைப் பிரகடனம் செய்யப்பட்டது. எங்கள் கட்சிக்குத் தடை

விதிக்கப்பட்டது. நாங்கள் தலைமறைவானோம். தொடர்ந்து எங்கள் மீது அரசு பலாத்காரத்தையும் வன்முறையையும் பிரயோகித்துக்கொண்டே இருந்தது. எனவே 1961ல் ஆப்பிரிக்காவின் ஈட்டி தொடங்கப்பட்டது. அரசு வன்முறைக்கு எதிரான எங்கள் நிலையை வலுப்படுத்திக்கொள்ளவே அரசாங்கச் சொத்துக்களுக்குச் சேதம் விளைவித்தோம்.

கம்யூனிஸ்டுகளுடன் சேர்ந்து சதி செய்ததாகக் குற்றச்சாட்டு வைக்கப்பட்டது. தென் ஆப்பிரிக்காவில் மட்டுமல்ல, உலகம் முழுவதும் பல நாடுகளில் அவர்கள் இயங்கிக்கொண்டிருக்கிறார்கள். அந்நிய ஆதிக்கத்தை எதிர்த்து அவர்கள் போராடிக்கொண்டிருக்கிறார்கள். அந்த வகையில், எங்களுக்கும் ஆதரவு கொடுத்தார்கள். மார்க்சிய சிந்தனைகளால் நான் பாதிக்கப்பட்டது நிஜம். நான் நாட்டுப்பற்று மிக்கவன்.

சம வாய்ப்புகள், சம உரிமைகள் அளிக்கப்பெற்ற மக்களாட்சி சமுதாயம் அமையவேண்டும் என்பதுதான் என் கனவு. அந்தக் கனவை நிறைவேற்ற என் வாழ்கையை அர்ப்பணித்துள்ளேன். இந்தக் கனவை நிறைவேற்ற என் உயிரைக் கொடுக்கவும் சித்தமாக உள்ளேன்.

போராட்டத்தீ தென் ஆப்பிரிக்காவையும் உலகையும் ஒருசேரப் பற்றிக்கொண்டது. ரிவோனியா வழக்கு குறித்து சர்வதேச ஊடகங்கள் விவாதங்களை முன்வைத்தன. தென் ஆப்பிரிக்கா செய்தது நியாயம்தான் என்று தென் ஆப்பிரிக்கா அரசு தவிர வேறு யாரும் நினைக்கவில்லை. லண்டன் பல்கலைக்கழகம், மண்டேலாவை தங்கள் மாணவர் சங்கத்தின் தலைவராகத் தேர்ந்தெடுத்தது. மண்டேலா ஒரு குறியீடாக, ஓர் அடையாளமாக மாறிக்கொண்டிருந்தார்.

ரிவோனியா வழக்கில் குற்றம் சுமத்தப்பட்ட அனைவரையும் தென் ஆப்பிரிக்கா விடுவிக்கவேண்டும் என்னும் கோஷம் எழுந்தது. தென் ஆப்பிரிக்காவை முன்னரே கண்டித்திருந்த ஐ.நா., 106 நாடுகள் ஏகமனதாக நிறைவேற்றிய கண்டன தீர்மானத்தை முன்மொழிந்த அமெரிக்காவும் இங்கிலாந்தும் இந்தத் தீர்மானத்தில் வாக்களிக்கவில்லை.

வாக்குமூலம் அளிப்பதற்குச் சில தினங்கள் முன்பு மண்டேலா, எல்.எல்.பி. தேர்வு எழுதியிருந்தார். வழக்கு நடைபெற்று வந்த

சமயங்களில், மண்டேலா தேர்வுக்கான தயாரிப்புகளில் ஈடுபட்டிருந்தார். சிறை அதிகாரிகளின் பரிகாசத்துக்கும் ஆளாகி யிருந்தார். மரணம் நிச்சயம் என்னும்போது ஏன் பையா இப்படி விழுந்து விழுந்து படித்துக்கொண்டிருக்கிறாய்? நரகத்தில் வழக்கறிஞர் தொழில் நடத்தப்போகிறாயா? தேர்வில் வெற்றி பெற்றபோதும், கேலிகள் குறையவில்லை.

மண்டேலா ஒரு முடிவுக்கு வந்திருந்தார். நீதிமன்றம் அளிக்கும் மரண தண்டனை தீர்ப்பை ஏற்றுக்கொண்டுவிடுவது. மேல் முறையீடு தேவையில்லை. நீதிமன்றத்தில் நாள்களை செல வழித்துக்கொண்டிருப்பதில் பயனில்லை. தீர்ப்பு வழங்கப்படு வதற்கு முந்தைய தினம் நடைபெற்ற சந்திப்பில் தன் கருத்தை வால்டர், கோவன் ம்பெகி ஆகியோரிடம் தெரிவித்தார் மண்டேலா.

ஜூன் 12, 1964. தீர்ப்பு வாசிக்கப்படவேண்டிய தினம். தனது இறுதி உரையைத் தயார் செய்து வைத்திருந்தார் மண்டேலா. மரணத்தை வரவேற்கும் விதத்தில் அந்த உரை தயாரிக்கப் பட்டிருந்தது. தான் மிகவும் நேசித்த ஆப்பிரிக்கர்களுக்குச் சொல்வதற்காக சில வார்த்தைகளை அவர் அதில் எழுதி யிருந்தார். தன் குடும்பத்திடம் இருந்தும், கட்சி நண்பர்களிடம் இருந்தும், தோழர்களிடம் இருந்தும் விடைபெறுவதற்கு அவர் தயாராக இருந்தார். மண்டேலா, உங்கள் மரண தண்டனை குறித்து நீங்கள் என்ன நினைக்கிறீர்கள் என்று நீதிபதி கேட்கும் அந்தத் தருணத்தை எதிர்பார்த்துக்கொண்டிருந்தார்.

நீதிமன்றம் நிரம்பியிருந்தது. மண்டேலா பார்வையாளர்கள் வரிசையில் பார்வையைச் செலுத்தினார். தன் அம்மாவையும் வின்னியையும் கண்டுகொண்டார். கையசைத்தார். நீதிபதி தன் இருக்கையில் அமர்ந்திருந்தார். மண்டேலாவை அர்த்தத்துடன் ஒரு பார்வை பார்த்தார். மண்டேலா உள்ளிட்ட தலைவர்களை தூக்கில் போடக்கூடாது, உடனே விடுதலை செய்யவேண்டும் என்று கோரி உலகம் முழுவதிலும் இருந்து அரசுக்குத் தந்திகள் குவிந்திருந்தன. ரஷ்யப் பிரதமர் பிரஷ்னேவ், மண்டேலாவை விடுவிக்கும்படி தென் ஆப்பிரிக்க அரசுக்குக் கோரிக்கை விடுத்திருந்தார். ஐ.நா.வும் அதே கோரிக்கையை எழுப்பி யிருந்தது. லண்டனில் தன்னார்வலர்கள் வீதியில் இறங்கி கோஷமிட்டபடி ஊர்வலம் சென்றனர். தென் ஆப்பிரிக்காவிலும் சர்வதேச அளவிலும் அரசுக்கு இத்தனை பலமான நெருக்குதல்

இருந்ததால், அரசு தன் முடிவை பரிசீலிக்கக்கூடும் என்று ஆப்பிரிக்கர்கள் எதிர்பார்த்தனர்.

தீர்ப்பு வாசிக்கப்பட்டது.

மண்டேலாவுக்கும் குற்றம்சாட்டப்பட்டிருந்த மற்றவர்களுக்கும் ஆயுள் தண்டனை!

ஹா! மண்டேலா! எங்கும் மகிழ்ச்சி ஆரவாரம். சந்தோஷக் கூக்குரல். கொடுமையான தண்டனைதான் என்றாலும் மரண தண்டனை இல்லை என்னும் செய்தியே அனைவரையும் மகிழ்ச்சியில் ஆழ்த்தியிருந்தது. பார்வையாளர்கள் எழுந்து நின்று கைதட்டினார்கள். மண்டேலாவைப் பார்த்து உற்சாகத் துடன் கையசைத்தார்கள். மண்டேலா அனைவரையும் பார்த்து புன்னகை செய்தார்.

சில தினங்களில் அவர்கள் ரோபன் தீவுக்கு அழைத்துச்செல்லப் பட்டனர்.

சிறை ஒருவரது தன்மானத்தை கொள்ளையடிக்க முயல்கிறது. என் தன்மானத்தை சீண்டிப் பார்க்கும் எவரும், எந்த நிறுவனமும் தோல்வியைத்தான் சந்திக்கவேண்டியிருக்கும். எத்தனை விலை கொடுத்தாலும், எத்தகைய சூழலிலும் நான் அதை விட்டுக் கொடுக்கமாட்டேன். சிறையில் இருந்து என்னால் வெளிவர இயலாமல் போகக்கூடும் என்று ஒருநாளும் நான் எண்ணிப் பார்த்ததில்லை. ஆயுள் தண்டனை என் ஆயுளைப் பறிக்கும் என்று ஒரு நாளும் பயந்ததில்லை. என் பாதங்களை மீண்டும் புல் தரையில் பதிப்பேன் என்று எனக்குத் தெரியும். சூரியனுக்குக் கீழே சுதந்தர மனிதனாக நடந்து செல்வேன் என்று நான் திடமாக நம்பினேன்.

12

பிசாசுகளின் தீவு என்று ரோபன் தீவு அழைக்கப்பட்டதற்குப் பல காரணங்கள் உள்ளன. கொடூரமான தண்டனைகளுக்கும் சித்ரவதைகளுக்கும் பெயர் போன சிறைச்சாலை பகுதி அது. காலனி நாடுகள் தொல்லைகள் தரும் (என்று அவர்கள் கருதிய) அரசியல் கைதிகளை இங்கே அனுப்பி வைப்பது வழக்கம். தென் ஆப்பிரிக்காவில், முதலில் டச்சும் பிறகு பிரிட்டனும் ரோபன் தீவை இந்த உபயோகத்துக்காகப் பயன்படுத்திக்கொண்டன. கேப் டவுனில் இருந்து பதினாலு கிலோ மீட்டர் தொலைவில் அமைந்துள்ளது இந்த தீவு. கேப் பகுதிக்கும் தீவுக்கும் இடையே நீர்நிலை இல்லாதிருந்த சமயம், பல ஆயிரம் ஆண்டுகளுக்கு முன்னால், ரோபன் தீவில் மனிதர்கள் குடியிருந்திருக்கிறார்கள். 1600களில் கேப் பகுதியில் டச்சு குடியேறிய பிறகு, ரோபன் தீவு சிறைச்சாலையாக மாறியது.

ரோபன் தீவு

ரோபன் என்பதற்கு டச்சு மொழியில் சீல் என்று அர்த்தம். பதினாறு, பதினேழாம் நூற்றாண்டுகளில் பயணம் மேற்கொண்ட டச்சு கிழக்கிந்திய கப்பல்கள் கரையொதுங்கும்போது, இந்தப் பகுதியில் உள்ள சீல் எனப்படும் கடல் நாய்களையும் பென்குயின்களையும் உணவாக்கிக்கொண்டனர்.

1840களில் ரோபன் தீவில் மருத்துவமனைகள் ஏற்படுத்தப் பட்டன. தொற்று நோய் கொண்டிருந்தவர்களைத் தனிமைப் படுத்தி குணப்படுத்த தோதான இடமாக ரோபன் அமைந் திருந்தது. தீவின் இயற்கைச் சூழல் ஆரோக்கியத்தை அளித்து சுகமளிக்கும் என்று நம்பினார்கள். மருத்துவமனைகள் ஒரு பக்கம் இருந்தாலும் இன்னொரு பக்கம் கைதிகளும் அடைக்கப் பட்டிருந்தனர். தொழுநோயாளிகள், மனநிலை பாதிக்கப் பட்டவர்கள் மற்றும் குணப்படுத்தப்படமுடியாத நோயாளிகள் (என்று 1800களில் கருதப்பட்டவர்கள்) இங்கே தனியே வைக்கப்பட்டிருந்தனர். இரண்டாம் உலகப் போரின்போது, ரோபன் தீவு பயிற்சி முகாமாகவும் பாதுகாப்பு வளையமாகவும் பயன்படுத்தப்பட்டது.

பலவிதமாகப் பயன்படுத்தப்பட்டாலும், ரோபன் தீவை சிறைச் சாலையாக மட்டுமே உருவகப்படுத்த முடிகிறது. ஒரு வகை யில், அங்கிருந்த மருத்துவமனைகளில் இருந்த நோயாளிகளும் சிறையில் இருப்பதைப் போன்றே உணர்ந்திருக்கக்கூடும். இங்கிருந்து தப்பிச்செல்ல முயன்ற பலர் கடல் பகுதியில் உள்ள சுறா மீன்களிடம் சிக்கி மாண்டுபோயினர். துண்டிக்கப்பட்ட நிலையில் தீவு அமைந்திருந்ததால், பயங்கரத்தையும் பீதியையும் நினைவூட்டும் இடமாகவே ரோபன் தீவு பெரும்பாலும் இருந்து வந்தது.

மண்டேலா, கோவன் ம்பெகி, வால்டர் சிசுலு, கட்ராடா ஆகியோரோடு ரேமண்ட் லாபா, எலியஸ் மோட்ஸோலெடி ஆகியோரும் ரோபன் சிறைச்சாலைக்குக் கொண்டு வரப் பட்டிருந்தனர். ரேமண்ட் லாபா (Raymond Mhlaba) 1943ம் ஆண்டு தென் ஆப்பிரிக்க கம்யூனிஸ்ட் கட்சியிலும், அதற்கு அடுத்த ஆண்டு, ஏ.என்.சி.யிலும் இணைந்தவர். 1952ம் ஆண்டு, வெள்ளையர்கள் பகுதிகளில் நுழையும் போராட்டத்தில் போர்ட் எலிஸபெத் பகுதிக்குத் தலைமை தாங்கியவர். அதே பகுதியின் ஏ.என்.சி. தலைவராக 1953ம் ஆண்டு வரை செயல்பட்டவர். ஏ.என்.சி. தடை செய்யப்பட்டபோது, சீனாவுக்குத் தப்பிச்

சென்று அங்கே ஆயுதப் பயிற்சிகள் எடுத்துக்கொண்டார். எம்.கே. (ஆப்பிரிக்காவின் ஈட்டி) இயக்கம் ஆரம்பிக்கப்பட்ட போது, தென் ஆப்பிரிக்காவுக்குத் திரும்பினார். கைதானார்.

எலியஸ் மோட்ஸோலெடி (Elias Motsoaledi) தென் ஆப்பிரிக்க தொழிற்சங்க காங்கிரஸில் இயங்கியவர். 1952 போராட்டத்தில் பங்கேற்றவர். 1960ல் அவசர நிலை பிரகடனம் செய்யப்பட்ட போது நான்கு மாதங்கள் சிறையில் அடைக்கப்பட்டார். வெளிவந்ததும், எம்.கே.வில் இணைந்துகொண்டார். இவர்களுடன் ஆண்ட்ரூ லங்கேனி (Andrew Mlangeni) என்பவரும் சிறைப்பட்டார்.

சிறைச்சாலையில் பெரும்பான்மையினர் ஆப்பிரிக்கானர்கள். கைதிகளை காஃபீர் என்றுதான் இழிவாக அழைப்பார்கள். மொத்தமாக ஒன்று சேர்ந்து ஒரு கைதி மீது தடியடி நடத்துவார்கள். மிடுக்காக நடந்து வந்து கொக்கரிப்பார்கள். இது எங்கள் தீவு. இங்கே நீங்கள் செத்துத்தான் போகவேண்டும்! கைதிகளைப் பல வழிகளில் அவமானப்படுத்துவார்கள். மணலில் பள்ளம் தோண்டி உள்ளே இறக்கி தலை மட்டும் வெளியே தெரியும்படி செய்து காயவிடுவார்கள். தலை மீது சிறுநீர் கழிப்பார்கள். ஓடு என்று சிறை காவலாளி உத்தரவிட்டால், உடைகளைக் களைந்து விட்டு ஓடவேண்டும். நில் என்று சொல்லும்வரை.

ஆப்பிரிக்கக் கைதிகளுக்கு வாரத்துக்கு ஒரு முறை சிறிய இறைச்சித்துண்டு கிடைக்கும். மற்ற கைதிகளுக்கு அளிப்பது போல் கறுப்பர்களுக்கு உணவு அளிக்கவேண்டாம் என்று சிறை பணியாளர்கள் அறிவுறுத்தப்பட்டிருந்தனர். கறுப்பர்கள் நன்கு வளர்ந்தவர்கள். இறைச்சி தின்று கொழுத்தவர்கள். தொடர்ந்து வாரக்கணக்கில் பட்டினி போட்டால்கூட சாக மாட்டார்கள். கறுப்பர்கள் மற்றவர்களைப் போன்றவர்கள் கிடையாது என்றும் இது அறிவியல்பூர்வமாக நிரூபிக்கப்பட்டுவிட்டது என்றும் சொல்லிக்கொண்டார்கள்.

இந்தியர்களுக்கும் நிறத்தவர்களுக்கும் முழுக்கால் சட்டை அளிக்கப்படும்போது, கறுப்பர்களுக்கு அரைக்கால் சட்டை மட்டுமே வழங்கப்பட்டது. தரையில் விரித்து படுக்க மிக மெல்லிய, கிழிந்த பாய்களே அளிக்கப்பட்டன. மீண்டும் அறிவியலைத் துணைக்கு அழைத்து வாதாடினார்கள். கறுப்பர்களின் தேகம் எதையும் தாங்கும். நடுங்கும் குளிரிலும் அவர்களால்

தரையில் படுத்து உறங்கமுடியும். அவர்களுக்கு இருப்பது நமக்கிருக்கும் தோல் அல்ல, தடித்தோல்.

கட்டாயப் பணியாக, சுண்ணாம்பு சுரங்கத்தில் பணியாற்ற வேண்டியிருந்தது. வெயில் காலங்களில் பளபளக்கும் சுண்ணாம்புக் கற்களில் பட்டு சிதறும் வெளிச்சத்தில் கண்களை கசக்கிக்கொண்டே வேலைசெய்யவேண்டும். மண்டேலாவின் கண்கள் பாதிப்படைந்தன. குளிர் கண்ணாடி பொருத்திக்கொள்ள அனுமதி கேட்டபோது மறுக்கப்பட்டது. மூன்று ஆண்டுகள் காத்திருந்த பிறகே, கண்ணாடி வந்து சேர்ந்தது.

கிடைப்பதை வாய்மூடி ஏற்றுக்கொள்ள மறுத்தார் மண்டேலா. கைதிகளை ஒன்றுதிரட்டினார். இத்தோடு வாழ்க்கை முடிந்து போனது என்று சரிந்து கிடந்தவர்களிடம் நம்பிக்கையளிக்கும் வகையில் உரையாடி, விழிப்படையச் செய்தார். கைதிகள் சார்பாக அதிகாரிகளிடம் முறையிட்டார். புகார்கள் அளித்தார். உணவு, உடை என்று உரிமைகள் மறுக்கப்பட்டால் வாதாடினார். சிறைக்கு வெளியேதான் நிறஒதுக்கல், இங்குமா என்று சீறினார். அனைத்து கைதிகளும் ஒன்றுபோல் நடத்தப்படவேண்டும் என்றார்.

சிறிய விஷயம், பெரிய விஷயம் என்னும் பேதம் இல்லாமல் அனைத்துக்கும் போராடினார். எதுவும் உடனே நடந்துவிடாது. அப்புறம் பார்க்கலாம், பிறிதொரு சமயம் என்று தட்டிக் கழித்துக்கொண்டேதான் இருப்பார்கள். விடாமல் நிழல்போல் தொடர்ந்துகொண்டிருந்தார். கோரிக்கை பூர்த்திசெய்யப்படும் வரை ஓய்வதில்லை.

சிறைக்கு வந்த முதல்நாளே அதிகாரியுடன் மோதல். கறுப்பர்களுக்கு ஏன் அரைக்கால்சட்டை என்று சண்டையிட்டபோது, அவருக்கு ஒன்றை வழங்கினார்கள். நன்றி சொல்லி வாங்கிக் கொண்டுவந்துவிடவில்லை. என்னுடன் இருக்கும் அனைவருக்கும் வழங்குங்கள், நான் அணிந்துகொள்கிறேன் என்றார். அனைவருக்கும் வழங்கப்பட்டது. சுரங்கத்தில் பணிபுரிபவர்களின் வேலை நேரமும், அவர்களிடம் இருந்து கோரப்பட்ட உழைப்பும் மிகுதியாக இருந்ததைக் கண்ட மண்டேலா, கைதிகளை அழைத்துப் பேசினார்.

'அவர்களது அடாவடித்தனமான கோரிக்கைகளுக்கு நீங்கள் இணங்கவேண்டியதில்லை. உங்களால் எவ்வளவு முடியுமோ

அதை மட்டும் செய்தால் போதும். வழக்கமான வேகத்தில் பணியாற்றினால் போதும்.'

சிறைச்சாலையைப் பரிசோதனைச் சாலையாக மாற்றினார் மண்டேலா. உண்ணாவிரதப் போராட்டம் நடத்திப் பார்த்தார். கைதிகளையும் திரட்டினார். கோரிக்கைகள் செவிசாய்க்கப்பட வில்லை. போராட்டத்தைத் தொடர்ந்தார். ஒரு கட்டத்தில் புரிந்து விட்டது. நாம் இருப்பது தீவில். உண்ணாமல் போராட்டத்தைத் தொடர்ந்தால் நாம் இறக்க நேரிடும். விஷயம் வெளியுலகுக்குத் தெரியாமலே போய்விடும். உலகத்தின் பார்வையில் இருந்து மறைந்திருக்கும் இந்த வேளையில் இதுபோன்ற உடலை வருத்தும் போராட்டங்களை நடத்தத் தேவையில்லை.

கொடுமைப்படுத்தும், துன்புறுத்தும் வார்டன்களைத் தலைவிதி என்று மற்ற கைதிகள் ஏற்றுக்கொண்டபோது, மண்டேலா சமயம் பார்த்து காத்திருந்தார். குறிப்பாக, ஒரு வார்டனின் (ஹிட்லரின் சுவஸ்திகா சின்னத்தை அவன் பச்சைக் குத்தியிருந்தான்) அத்துமீறல் எல்லை மீறியிருந்தது. ஹெலன் சுஸ்மன் என்னும் தென் ஆப்பிரிக்க அரசியல்வாதி சிறையைப் பார்வையிட வந்த போது, தன் கோரிக்கைகளை மண்டேலா அவரிடம் எடுத்துச் சென்றார். ஒட்டுமொத்த கைதிகளின் சார்பில் இந்தக் கோரிக்கை களை முன்வைப்பதாகச் சொன்னார். எல்லோருக்கும் நல்ல உணவு, சமமான அளவில். வாசிக்கும் வாய்ப்பு. செய்தித்தாள் கள் பெறும் வசதி. குறிப்பாக, ஒரு வார்டன் மீது நடவடிக்கை. சில காலம் கழித்து, அந்த வார்டன் மாற்றப்பட்டார்.

நிற ஒதுக்கலுக்கு எதிரான போரை சிறையில் இருந்தபடியே மண்டேலா தொடர்ந்தார். அவரது ஆறு சதுர அடிகள் கொண்ட சிறை அறை, அதிகாரபூர்வமற்ற கட்சி அலுவலகமாகச் செயல் பட்டது. நாளடைவில், ஏ.என்.சி.யைச் சேர்ந்த மேலும் பல கைதிகள் வந்து சேர்ந்தார்கள். எம்.கே. போராளிகள் பலரும் கைது செய்யப்பட்டு தீவுக்கு அழைத்துவரப்பட்டனர். ஒரு பக்கம் வருத்தமாக இருந்தாலும், மற்றொரு பக்கம் சிறு மகிழ்ச்சியும் இருந்தது. அனைவரும் ஒரே இடத்தில் இருந்தது பலவாறாக உதவியது. போராட்டத்தின் பல்கலைக்கழகம் என்று சிறையை அழைத்தார். எப்படியும் ஆண்டு கணக்கில் உள்ளே அடைந்து கிடக்கப்போகிறோம். இந்த காலத்தை பயனுள்ள முறையில் கழிக்கலாமே. நீங்கள் ஏன் உங்கள் படிப்பைத் தொடரக் கூடாது? மண்டேலா முன்வந்து உதவினார்.

வகுப்புகள் எடுத்தார். உயர் நிலைப் பள்ளிப் படிப்புக்கும் உயர் படிப்புக்கும் மாணவர்களைத் தயார்படுத்தினார். தேவைப்பட்ட பல புத்தகங்கள் உள்ளே அனுமதிக்கப்படவில்லை. குறிப்பாக அரசியல் நூல்கள். என்றாலும், படிப்பு தொடரவே செய்தது.

அரசியல் வகுப்புகளை மண்டேலா எடுக்கவேண்டிவந்தது. வெள்ளை மணலைப் பரப்பி கைவிரல்களால் எழுதி, வரைபடம் தீட்டி மெல்லிய குரலில் கற்றுக்கொடுத்தார். நடப்பு அரசியல் குறித்து விவாதித்தார். சரித்திர ஆதாரங்களை நினைவூட்டி தற்போதைய போராட்டத்தோடு தொடர்புபடுத்தினார். அதிகாரிகள் கடந்து செல்லும்போது, மணல் எழுத்துகள் கலைக்கப்படும். ஓய்வு நேர அரட்டை ஆரம்பமாகிவிடும். தலை மறைந்ததும், விட்ட இடத்தில் இருந்து அரசியல் தொடரும். சில சமயம், பேசக்கூடாது என்று தடை விதிப்பார்கள். ஒரு சில தினங்கள்தான் கட்டுப்படுத்த முடிந்தது. மீண்டும் மீண்டும் அவர்கள் ஒன்றுகூடிப் பேசிக்கொண்டிருந்தபோது, ஒரு கட்டத்தில், சரி போகட்டும் என்று விட்டுவிட்டார்கள்.

மண்டேலாவின் வருகைக்கு ஆறு மாதங்கள் கழித்து நுழைந்த மக் மகராஜ், மண்டேலாவின் தலைமைப் பண்புகளை பல சமயம் வியந்திருக்கிறார். அதை செய், இதை செய் என்று மடிபா என்னிடம் சொல்லி நான் கேட்டதில்லை. என்னை மட்டுமல்ல, யாரிடமும் அவர் எதையும் செய்யச்சொல்லி கேட்கமாட்டார். ஆனாலும், அவரை நாங்கள் எங்கள் தலைவராக ஏற்றுக் கொண்டோம். சிறையில் அடைக்கப்பட்டிருந்தாலும், அவர் ஒரு கைதியாக இருந்தாலும், அவர் தலைவரே.

எப்போது யாரை சித்திரவதை செய்வார்கள் என்று தெரியாது. என்ன காரணத்துக்காகச் செய்கிறார்கள் என்பதும் தெரியாது. ஒருவேளை கைதிகள் முரண்டு பிடித்திருக்கலாம். சொன்ன வேலையைச் செய்யாமல் விட்டிருக்கலாம். கீழ்படிய மறுத்திருக்கலாம். காரணம் என்னவாக இருந்தாலும், தண்டனை மிருகத்தனமானது என்று உறுதியாகச் சொல்லமுடியும். குறிப்பாக, ரிவோனியா கைதிகள் மீது தனி ஆத்திரத்தில் இருந்தார்கள் சிறை அதிகாரிகள். டென்னிஸ் ப்ரூட்டஸ் என்னும் கவிஞர் மிருகத்தனமாகத் தாக்கப்பட்ட நிலையில், குண்டு துளைத்த உடலோடு துடித்தபடி கிடந்தபோது கண்டெடுக்கப்பட்டார். சிறையில் எங்கே எந்தப் பிரச்னை எழுந்தாலும் (கைதிகள்

தங்களுக்குள் சண்டையிட்டுக் கொள்வதுண்டு) ரிவோனியா கைதிகள் மீது பாய்ந்தார்கள்.

சிறைக்குள் குழுவாதம் தோன்றுவதை மண்டேலா விரும்ப வில்லை. இத்தனை சிறிய இடத்தில் எதற்கு நான், நீ என்று குழுக்களை வளர்த்துக்கொண்டு சண்டையிடவேண்டும்?

வெளியில் தனித்தனியே பிரிந்து இயங்கிக்கொண்டிருந்த பி.ஏ.சி., ஏ.என்.சி. இரண்டும் தீவில் ஒரே இடத்தில் வைக்கப் பட்டதால், அவ்வப்போது பிரச்னைகள் எழுந்தன. ஏ.என்.சி. கட்சியினரின் எண்ணிக்கை அதிகரித்துவிட்டதால் அவர்கள் ஆதிக்கம் செலுத்துகிறார்கள் என்று பி.என்.சி. நபர்கள் அலுத்துக் கொண்டார்கள். மண்டேலா இரு தரப்புக்கும் இடையே பால மாக மாறினார். பி.ஏ.சி. நபர்கள் பாதிக்கப்படும்போது அவர்கள் பக்கமும் நின்றார். நம் உரிமைகளை நிலைநாட்ட சிறை அதிகாரிகளோடு போரிடவேண்டும் என்று எடுத்துச்சொன்னார்.

லிபரல் கட்சியைச் சேர்ந்த எட்டி டானியல்ஸ் நிறத்தவர். உழைக்கும் வர்க்கத்தைச் சேர்ந்தவர். அவர் உடல்நிலை சரியில்லாமல் முடங்கி கிடந்த செய்து மண்டேலாவைச் சென்றடைந்தது. விரைந்து வந்து பார்த்தார் மண்டேலா. அவருடைய கழிப்பறை பக்கெட் துர்நாற்றம் வீசிக்கொண்டு இருந்தது. கொண்டு சென்று சுத்தம் செய்துவிட்டு வெளியேறி னார் மண்டேலா. மறுதினம் டானியல்ஸைச் சந்திக்கும்போது, உதவி செய்தவன் என்னும் தொனியுடன் அவரிடம் உரையாட வில்லை. சமமான நண்பனாகவே நடத்தினார். மண்டேலா வைப் பற்றி டானியல்ஸுக்குப் பின்னரே தெரியவந்தது.

ஒரு கட்டத்தில், ஏ.என்.சி. சிறைக்குள் இருந்தபடியே இயங்க ஆரம்பித்துவிட்டது. கட்ராடா தகவல் தொடர்பு துறையை எடுத்துக்கொண்டார். சிறைக் கைதிகள் ஒற்றுமையாக இருப்பது அவசியம். அப்போதுதான் யாருக்கு பாதிப்பு வந்தாலும் மற்ற வர்கள் ஓடிவரமுடியும். தவிரவும், கைதிகளுக்குள் சச்சரவுகள் இருந்தால், அதிகாரிகள் உள்ளே புகுந்துவிடுவார்கள். கட்ராடா வின் பணி, தகவல்களைக் கொண்டு செல்வது. கடத்திச் செல்வது என்றும் சொல்லலாம். பிற பகுதிகளில் உள்ள கைதி களுக்கும்கூட செய்திகளை அவர் சேர்க்கவேண்டும். அல்லது பெற்றுவரவேண்டும். வால்டர் சிசுலு அனைவருக்கும் அத்தனை உதவிகளையும் செய்து வந்ததால் அவரை தந்தையே என்றுதான்

சிறைவாசிகள் அழைத்தனர். அனைவரையும் ஒன்றுசேர்த்து இயக்கும் பணி, மண்டேலாவுடையது.

'அதிகாரம் நம்மிடம் வரட்டும். அந்த வார்டனை என்ன செய்கிறேன் பாருங்கள்.'

கோபத்துடன் இருந்த நண்பரைச் சாந்தப்படுத்தினார் மண்டேலா.

'அவரை நாம் தக்க வழியில் பயன்படுத்திக்கொள்ளவேண்டும். வேறு எதுவும் செய்யக்கூடாது. சிறை அதிகாரிகள் மட்டுமல்ல, எந்த எதிரியிடமும் வெறுப்பை வெளிக்காட்டவேண்டாம். எதிர்க்கலாம் தவறில்லை. வெறுக்கக்கூடாது. அவர்களுடன் தொடர்பில் இருக்கவேண்டும். பேசவேண்டும். பழக வேண்டும். நம் வழிக்குக் கொண்டுவரவேண்டும்.'

ஆப்ரிகான்ஸ் மொழியை மண்டேலா பயின்றுகொண்டிருந்ததைப் பார்த்து பலர் அதிர்ச்சியடைந்தபோது, மண்டேலா அவர்களை அமைதிப்படுத்தினார். நம் எதிரியின் மொழியாக இருந்தால் என்ன? எதிரியைப் புரிந்துகொள்ளாமல் போராட முடியுமா? எதிரியை அவன் மொழி மூலமாக புரிந்துகொள்ள முயல்வதில் தவறேதுமில்லை. நம் எதிரிக்கும்கூட நாம் கற்றுக்கொடுக்கவேண்டும் என்று மண்டேலா சொன்னபோது, குழப்பம் அதிகரித்தது. அதே சமயம், மண்டேலாவை வெறுத்து ஒதுக்கிய, அவமானப்படுத்திய சில அதிகாரிகள் அவரிடம் நட்புடன் பழகியதைப் பிரிதொரு சமயம் பார்த்தபோது, புரிந்தது.

புதிய தகவல் தொடர்பு சாதனங்கள் சிறைக்குள் உருவாக்கப்பட்டன. தூக்கி எறியப்பட்ட தீப்பெட்டிகளைச் சேகரித்து வைத்துக்கொண்டார்கள். பெட்டியின் அடிப்பாகத்தை வெட்டி யெடுத்து அதற்குப் பதிலாக டாய்லெட் காகிதத்தை ஒட்டினார்கள். அந்த காகிதத்தில் பால் கொண்டு செய்திகள், உத்தரவுகள், தகவல்கள் எழுதப்பட்டிருக்கும். கழிப்பறையைச் சுத்தப்படுத்தும் கிருமிநாசினியைப் பயன்படுத்தும்போது எழுத்துகள் புலப்படும். பாத்திரங்களைச் சுத்தம் செய்யும் பணியாளர்களிடம் பழக்கம் ஏற்பட்ட பிறகு, அவர்கள் மூலமாக, தட்டுகளின் அடிப்பகுதிகளில், பாத்திரத்தின் விளிம்புகளில், உருட்டிக்கொண்டு போகும் வண்டிகளில் செய்திகள் சங்கேத மொழியில் எழுதப்பட்டு பரிமாற்றம் செய்துகொள்ளப்பட்டன. கைதிகளைச் சந்திக்கவரும் பார்வையாளர்கள் மூலம் செய்திகள் வெளி

உலகத்துக்குக் கடத்தப்பட்டன. விடுதலையடைந்து செல்லும் கைதிகள் கைநிறைய ஆவணங்கள் கொண்டுசென்றனர்.

அதிபர் வெர்வோய்ட் செப்டம்பர் 6, 1966 அன்று கொல்லப்பட்ட செய்தி மண்டேலாவை வந்தடைந்தது. மதிய நேரம் கேப் டவுனில் உள்ள அசெம்ப்ளி வளாகத்துக்குள் நுழைந்த வெர்வோய்ட்டை Dimitri Tsafendas என்பவர் கழுத்திலும் மார்பிலும் தொடர்ச்சியாகக் குத்தி கொலை செய்தார். இவர் மனநிலை சரியில்லாதவர் என்பது தெரியவந்ததால் (தன் வயிற்றில் ஒரு புழு இருப்பதாகவும் அது தன்னிடம் பேசிக் கொண்டிருப்பதாகவும் நீதிமன்றத்தில் அறிவித்தார்) மரண தண்டனை அளிக்கப்படவில்லை. பின்னர், நிமோனியா காய்ச்சல் வந்து இறந்துபோனார். வெர்வோய்டின் மரணச் செய்தி தனக்கு மகிழ்ச்சியை அளிக்கவில்லை என்று சுயசரிதையில் எழுதினார் மண்டேலா. தனிநபர் கொல்லப்படுவதை நான் என்றுமே அங்கீகரித்ததில்லை. தவிரவும், தனிநபர்களை நீக்குவதன்மூலம் அடித்தளம் மாறிவிடாது.

★

ஒருநாள், வால்டர் சிசுலு, கட்ராடா, மண்டேலா மூவரும் அமர்ந்து பேசிக்கொண்டிருந்தபோது அந்த எண்ணம் உருவானது. மண்டேலா ஏன் தன் சுயசரிதையை சிறையில் இருந்தபடி எழுதக்கூடாது? மண்டேலாவின் கதை என்பது தென் ஆப்பிரிக்கக் கறுப்பர்களின் கதை. இனஒடுக்கலின் கதை. இனஒதுக்கலை அவர் எப்படி எதிர்கொண்டார், எப்படிக் கட்சியில் இணைந்தார், என்னென்ன போராட்டங்களில் தன்னை ஈடுபடுத்திக்கொண்டார், அமைதி வழியில் சென்றுகொண்டிருந்த ஏ.என்.சி. ஏன் தன் போராட்டத்தை மாற்றிக்கொண்டது, சிறை அனுபவங்கள் எப்படி இருக்கின்றன... இப்படிச் சொல்வதற்கு பல விஷயங்கள் உள்ளன. சமகால ஆப்பிரிக்கர்களுக்கு மட்டுமல்ல, எதிர்கால ஆப்பிரிக்கர்களுக்கும் பயனுள்ளதாக அந்த ஆவணம் அமையும்.

மண்டேலா ஒப்புக்கொண்டார். மேற்கூறிய காரணங்கள் போக, எழுதும்போது கடுமையான சிறை வாழ்க்கையை சற்றே மறந்து போக நேரிடும். தவிரவும், பழைய நினைவுகளை அசைபோடலாம். உடனே தொடங்கிவிட்டார் மண்டேலா. நேரம் கிடைக்கும் சமயங்களில் பகலிலும், கணிசமான பகுதிகளை இரவிலும்

எழுதினார். இரவு முழுவதும் மண்டேலாவின் அறையில் ஏன் விளக்கு எரிகிறது என்று சிறை அதிகாரிகள் கட்ராடாவிடம் கேட்டுப்பார்த்தனர். எனக்கென்ன தெரியும் என்று ஒதுங்கிக் கொண்டார் அவர்.

எழுதுவதற்காக காகிதங்கள் ரகசியமாக உள்ளே கொண்டுவரப் பட்டன. ஒவ்வொரு நாளும் தான் எழுதிய பக்கங்களை மண்டேலா கட்ராடாவிடம் அளிப்பார். அவர் பிரதியை சரி பார்ப்பார். பிறகு, வால்டருக்குப் படித்துக் காட்டுவார். பிறகு, இருவரும் விவாதித்து அவரவர் கருத்துகளை பிரதியின் ஓரத்தில் எழுதுவார்கள். தேவைப்பட்ட மாற்றங்களை மண்டேலா உடனே செய்யவேண்டும். லாலு சிபா என்பவர் இரவு அமர்ந்து பத்து பக்கங்களில் மண்டேலா எழுதியதை ஒரே ஒரு சிறிய பக்கத்துக்குள் குறுக்கி எழுதுவார். முழுவதுமாக எழுதி முடித்த பிறகு, மக் மகராஜ் அதை சிறைக்கு வெளியே கடத்திச் செல்ல வேண்டும்.

முழுவதுமாக எழுதி முடிக்க மண்டேலாவுக்கு நான்கு மாதங்கள் பிடித்தன. மக் மகராஜ் சுருக்கெழுத்து பிரதியை தனது புத்தக அட்டைக்குள் (உயர் கல்வி படிப்பதற்காக சிறை பாடப்புத்தகங் களை அனுமதித்திருந்தது) பத்திரப்படுத்தியிருந்தார். திட்டம் என்னவென்றால் மகராஜ் தனது பிரதியுடன் வெளியில் வெளி யில் சென்றவுடன், விஷயத்தை மண்டேலாவுக்குத் தெரியப் படுத்தவேண்டும். மண்டேலா தன் பிரதியை உடனே அழித்து விடுவார். ஒருவேளை மகராஜின் பிரதி சிக்கிவிட்டாலும், மண்டேலாவின் பிரதியில் இருந்து இன்னொரு பிரதி எடுத்துக் கொள்ளலாம்.

மண்டேலாவிடம் இருந்த பிரதி மூன்று கட்டுகளாகப் பிரிக்கப் பட்டன. ஒரு பெரிய கட்டு. இரு சிறிய கட்டுகள். கட்டுகளை பிளாஸ்டிக் கவர்களில் சுற்றி, காலி கோகோ டப்பாக்களில் பத்திரப்படுத்தினர். இரும்புத் துண்டுகள் சிலவற்றை முன்னரே சேகரித்து வைத்திருந்தனர். யாரும் சுலபத்தில் நெருங்காத ஓர் வெற்றிடத்தைக் கண்டுபிடித்தார்கள். பிறகு ஆளுக்கொரு திசை சென்று பள்ளம் தோண்டி டப்பாக்களை உள்ளே வைத்து மணலை மூடினார்கள்.

ஒரு நாள் மதியம், மண்டேலா தற்செயலாக ஜன்னல் வழியாகப் பார்த்தபோது, இவர்கள் புதைத்த பகுதி தோண்டப்பட்டுக்

கொண்டிருப்பதைப் பார்த்தார். உடனே விஷயம் சிசுலுவுக்கும் கட்ராடாவுக்கும் தெரிவிக்கப்பட்டது. தக்க தருணம் வரும்வரை காத்திருந்து இரு கட்டுகளை அவர்கள் அகற்றிவிட்டார்கள். உடனே அழித்தும்விட்டார்கள். ஆனால், மண்டேலாவின் கோகோ டப்பா அதிகாரிகளிடம் சிக்கிவிட்டது. சிறைவிதிகளை மீறிய குற்றத்துக்காக படிக்கும் உரிமை நான்கு ஆண்டுகளுக்கு மண்டேலாவுக்கு ரத்து செய்யப்பட்டது.

டிசம்பர் 1975ம் ஆண்டு, மக் மகராஜ் சிறையில் இருந்து விடுதலை பெற்றபோது, சுருக்கெழுத்துப் பிரதியை இங்கிலாந்துக்கு அனுப்பி வைத்தார். அடுத்த ஆறு மாதங்கள் அவர் வீட்டுக் காவலில் வைக்கப்பட்டார். பிறகு சிறிது காலம் தலைமறைவாக இருந்தார். லண்டனுக்கு திரும்பிச் சென்றபோது, அங்கே அந்தப் பிரதி தட்டச்சு செய்யப்பட்டது. ஆனால், பதிப்பிக்கப்பட வில்லை. சுயசரிதை புத்தகமாக உருமாற பல ஆண்டுகள் காத்திருக்கவேண்டியிருந்தது. மண்டேலாவின் சுயசரிதையை மக் மகராஜ் பதிப்பிக்காவிட்டாலும் அவருடைய கட்டுரை ஒன்றை 1976ம் ஆண்டு பதிப்பித்தார். தென் ஆப்பிரிக்காவின் எதிர்காலத்தைப் பற்றிய அந்தக் கட்டுரை ஒற்றுமையின் அவசியத்தை அழுத்தமாகக் கோடிட்டுக்காட்டியது.

★

வீட்டில் இருந்து துக்கச் செய்தி வருவதைவிடவும் கொடுமை யானது எந்தச் செய்தியும் வராமல் இருப்பது. உணவோ நீரோ அல்ல செய்திகளே கைதிகளை வாழவைத்தது. குடும்பத்தைப் பிரிந்து தன்னந்தனியே தீவில் சிக்கியிருந்த அவர்களுக்குத் தினமும் செய்திகள் தேவைப்பட்டன. என் குடும்பம் எப்படி இருக்கிறது? என் நண்பர்கள் எப்படி இருக்கிறார்கள்? என் தேசம் என்ன முன்னேற்றத்தைக் கண்டிருக்கிறது? உலகம்? 'தங்கம், வைரத்தைவிடவும் செய்தித்தாள் விலைமதிப்பற்றது. புகை யிலையை விடவும், உணவை விடவும் செய்தித்தாளுக்காகவே பல கைதிகள் இங்கே ஏங்கினார்கள்.' என்று தன் சுயசரிதையில் குறிப்பிடுகிறார் மண்டேலா.

சில சமயம் அதிகாரிகளின் கனிவான பார்வை கிடைக்கும் சமயத்தில் செய்தித்தாள்கள் கிடைத்தன. சில சமயம், பயன் படுத்தப்பட்டு தூக்கியெறியப்பட்ட துண்டு தாள்களைப் பொறுக்கியெடுத்து வாசிப்பார்கள். ரகசியமாகக் கொண்டுவரப்

பட்ட செய்தித்தாள் ஒன்றை மண்டேலா வாசித்துக்கொண்டிருந் தது கண்டுபிடிக்கப்பட்டபோது, மூன்று தினம் அவரைத் தனிமைச் சிறையில் அடைத்து பட்டினி போட்டார்கள்.

தோட்டவேலைகளில் தன்னை ஆர்வத்துடன் ஈடுபடுத்திக் கொண்டார் மண்டேலா. அதற்கும் அனுமதி வாங்க வேண்டி யிருந்தது. கண்முன் ஒரு செடி உயிர்பெறும் அதிசயத்தை, மலர் பூக்கும் அற்புதத்தை ஆனந்தத்துடன் களித்தார். சில சமயம், ஒன்று சேர்ந்து கோசா மொழியில் பாடல்கள் பாடுவார்கள். கோசா மொழி தெரிந்த சிலர் அதைக் கேட்டபோது, பாடு வதற்குத் தடை விதிக்கப்பட்டது. சீட்டி அடித்து பாடினார்கள். அதற்கும் தடை போடப்பட்டது.

'கோழைகள் தங்கள் இறப்புக்கு முன்னால் பலமுறை செத்து, செத்துப் பிழைக்கிறார்கள். வீரன் ஒரே ஒருமுறைதான் மரணத்தைச் சுவைக்கிறான்.' கடத்திக்கொண்டு வரப்பட்ட ஷேக்ஸ்பியரின் படைப்புகளை அனைவரும் சூழற்சி முறையில் வாசித்தார்கள். சில சமயம், தங்களுக்குள் நாடகம் நடத்திக் கொண்டதும் உண்டு. உடற்பயிற்சிக்கு முக்கியத்துவம் கொடுத் தார் மண்டேலா. தினமும் அதிகாலை மூன்று மணிக்கு எழுந்து, தன் அறைக்குள் சுற்றி சுற்றி ஓடுவார். தண்டால் எடுப்பார்.

உடலையும் உள்ளத்தையும் உயிர்ப்புடன் வைத்திருக்க இது போன்ற பயிற்சிகள் தேவைப்பட்டன. பல சமயங்களில், வெறுமையுணர்வை மறக்க, ஏதாவது ஒரு விவாதத்தைத் தொடங்கி நீண்ட நேரம் உரையாடிக்கொண்டிருப்பார்கள். தோட்டம், புலி, ஓணான் என்று எதைப் பற்றி வேண்டு மானாலும் பேச்சு வளரும். பல சமயங்களில் எதுவும் பேசாமல் அமைதியாக உட்கார்ந்திருப்பார்கள்.

1969 முதல் சிறையில் படங்கள் திரையிடப்பட்டன. 1975 முதல் சுடுநீர் குளியல் கிடைத்தது. ஆயிரம் மாற்றங்கள் வந்தாலும், நண்பர்கள் பலர் உடனிருந்தாலும், அடிக்கடி மனம் கனத்துக் கொண்டே இருந்தது. கனவுகளும் பயங்களும் ஏக்கங்களும் தோன்றி தோன்றி மறைந்தன.

ஆறு மாதங்களுக்கு ஒரு முறை ஒரு கடிதமும் ஒரு வருகையும் மண்டேலாவுக்கு முதல் வருடம் அனுமதிக்கப்பட்டிருந்தது. கடிதம் ஐநூறு வார்த்தைகளுக்கு மிகாமல் இருக்கவேண்டும்.

தணிக்கை முடிந்தபிறகே ஒப்படைக்கப்படும். வின்னிக்கு அனுமதி மறுக்கப்பட்டது. கடிதம் வரும் தருணங்கள் கொண்டாட்டத்துக்கு உரியவை. குழந்தைகள் இனிப்புக்கு ஏங்குவது போல் ஏங்கினார் மண்டேலா. ஆறு மாத காலத்துக்கு ஒருமுறை வரும் இதம் தரும் வார்த்தைகளை சில நூறு முறை வாசித்தும் சுவாசித்தும் மகிழ்ந்தார். பாலைவனத்தில் தோன்றும் வசந்த மழைத்துளிகள் என்று கடிதங்களை வருணித்தார்.

வின்னி அனுமதிக்கப்பட்டபோது, முப்பது நிமிடங்கள் ஒதுக்கினார்கள். தொலைவில் இருந்தே பேசிக்கொள்ளவேண்டும். தீண்டக்கூடாது. பல ஜோடி கண்களும் காதுகளும் முழு விழிப்புடன் இவர்களை வேவு பார்க்கும். கட்சி, அரசியல் பேசக் கூடாது. எனவே அவர்கள் சங்கேத குறியீடுகளைப் பயன் படுத்தினார்கள். எப்படி இருக்கிறது தேவாலயம் என்று மண்டேலா கேட்டால், ஏ.என்.சி.யை அவர் விசாரிக்கிறார் என்று பொருள். சில சமயம் ஒரு சந்திப்புக்கும் இன்னொன்றுக்கும் இடையே ஐந்து ஆண்டுகளைக் கடக்கவேண்டியிருக்கும். மண்டேலாவுக்குப் பிடித்த வண்ண ஆடைகளை கவனமாகத் தேர்ந்தெடுத்து உடுத்தி வந்தார் வின்னி. மண்டேலாவின் உற்சாகப் பார்வையைக் கண்டு பரவசம் கொண்டார். வின்னியைப் பார்க்கும்போது ஒரு பாட்டு பாடவேண்டும் போல் தோன்றும், என் மனம் குதூகலிக்கும் என்று அந்தத் தருணங்களை பதிவு செய்தார் மண்டேலா.

விரும்பியவர்கள் அருகில் இல்லாதபோது புகைப்படங்கள் ஓரளவுக்கு ஆறுதல் அளித்தன. 1976ல் எழுதிய ஒரு கடிதத்தில் மண்டேலா, இதை குறிப்பிட்டிருந்தார். 'உன் புகைப்படத்தை தினமும் தூசி தட்டி சுத்தமாக்குகிறேன். உன் மூக்கை என் மூக்கால் தொடும் ஒவ்வாரு சமயமும் மின்சாரம் என் ரத்தத்தில் பாய்வதை உணரமுடிகிறது.'

மண்டேலா சிறையில் அடைக்கப்பட்ட புதிதில், தென் ஆப் பிரிக்கா மண்டேலாவை கிட்டத்தட்ட மறந்திருந்தது. வின்னி தான் மண்டேலா குறித்த நினைவுகளை மக்களிடையே உயிர்ப்பித்தார். தன் கணவரை விட்டுக்கொடுக்க தயாராக இல்லை வின்னி. அவர் பெயர் தொடர்ந்து முன்னிலையில் இருப்பதற்காக போராடினார். காவல்துறையின் கோபத்தைச் சம்பாதிக்கவேண்டிவரும் என்பது தெரிந்திருந்தும் வின்னி பிரசாரத்தைக் கைவிடவில்லை.

1962ல் ஒருமுறையும் மே 1969ல் ஒருமுறையும் வின்னி கைது செய்யப்பட்டார். பதினெட்டு மாதங்கள் அவரைத் தனிமைச் சிறையில் அடைத்து வைத்தனர். காட்டுமிராண்டித்தனமான விசாரணைகளை அவரிடம் மேற்கொண்டார்கள். கடவுச்சீட்டு உள்ளதா, அனுமதி சீட்டு உள்ளதா என்று சம்பந்தமில்லாமல் கேட்டு தொல்லை தந்தனர். பெயில் மறுக்கப்பட்டது. மண்டேலாவைச் சந்திக்கக்கூடாது, அவர் பற்றி பேசக்கூடாது என்று அறிவுறுத்தப்பட்டார். பிராண்ட்ஃபோர்ட் என்னும் ஒதுக்குப்புறமாக பகுதிக்கு அவரை வெளியேற்றினார்கள். ஐந்து ஆண்டுகள் அவரால் அங்கிருந்து வெளிவர முடியவில்லை. தேவாலயத்துக்குச் செல்வதாக இருந்தாலும் கடவுச்சீட்டைக்

கொண்டுசெல்ல வேண்டியிருந்தது. அவருக்கு உணவு கொண்டு வந்து கொடுத்த ஹெலன் ஜோசப் சிறைப்படுத்தப்பட்டார். பச்சை, மஞ்சள், கறுப்பு வண்ண கலவையில் இருந்த வின்னியின் போர்வை பறிமுதல் செய்யப்பட்டது. ஏ.என்.சி. கட்சிக் கொடியை அவர் ரகசியமாகப் பயன்படுத்தி வருவதாகக் குற்றச் சாட்டு பதிவானது.

நெல்சன் மண்டேலா சிறையில் இருந்தபடியே வின்னிக்காகப் போராடினார். வழக்கறிஞர்களை அமர்த்தினார். சட்ட ஆலோசனைகள் வழங்கினார். ஒரு சிறைவாசியால் அதற்கு மேல் எதுவும் செய்ய இயலவில்லை. வின்னி தொடர்ந்து கண்காணிக்கப் பட்டார். அவரை ஒப்புக்கு வெளியில் விடுவதும், மீண்டும் ஏதாவதொரு காரணத்தைக் கண்டறிந்து சிறையில் தள்ளுவதும் வாடிக்கையாக இருந்தது. அவர் மட்டுமல்ல, அவர் பெண் ஜின்ட்ஸியும் தன் நண்பர்களைச் சந்திக்கமுடியாது. (வின்னிக்கு இரு பெண் குழந்தைகள் இருந்தன. ஜெனானி, ஜின்ட்ஸி). காவல்துறை அடக்குமுறையில் இருந்து தப்ப தன் குழந்தைகளை சுவாஸிலேண்டில் உள்ள பள்ளி விடுதியில் வின்னி சேர்த்தார். ஆனால், ஒவ்வொரு முறை குழந்தைகள் விடுமுறைக்கு வீட்டுக்கு வரும்போதும், வின்னி கைது செய்யப்பட்டார்.

பதினெட்டு வயதுக்குக் கீழான குழந்தைகள் பார்வையாளர் களாக அனுமதிக்கப்பட மாட்டாது என்பதால் மண்டேலாவால் தன் பேரக் குழந்தைகளைக் காண முடியவில்லை. அவர்களுக்கு மண்டேலா எழுதிய கடிதங்கள் தடுத்து நிறுத்தப்பட்டன. சிறையில் நாங்கள் இழந்தவற்றுள் மிகக் பெரியது குழந்தைகளைக் காணாமல் இருந்ததுதான் என்று மண்டேலா பின்னர் நினைகூர்ந் தார். கட்ராடாவும் இதையே பிறிதொரு சமயம் கூறி வருந்தினார்.

1968ல் மண்டேலாவின் தாயார் மரணமடைந்தார். அவரது இறுதிச் சடங்குகளில் கலந்துகொள்ள மண்டேலாவை அனுப்பி வைக்கவேண்டும் என்று வின்னி விண்ணப்பித்துக்கொண்டார். ஆனால், அனுமதி மறுக்கப்பட்டது. அதற்கு அடுத்த ஆண்டு, அவர் மூத்த மகன் தெம்பி ஒரு கார் விபத்தில் இறந்துபோனார். தன் மகனின் உடலையும் மண்டேலாவால் பார்க்கமுடிய வில்லை. வால்டல் சிசுலுவின் கரம் தோள் மீது ஆறுதலாகப் படிந்தது. மனம் நொந்து, உடல் தளர்ந்துபோனார் மண்டேலா.

சிறைக்கு வெளியே, தென் ஆப்பிரிக்காவின் நிலைமையும் அதுவே.

உங்களுக்கு ஒரு போர்வை தேவைப்பட்டால் சிறைக் கமிஷனருக்கு எழுதலாம். சிறை அதிகாரியைச் சந்திக்கலாம். நீதித்துறை அமைச்சரைச் சந்திக்கலாம். ஆனால், உங்கள் சிறை வார்டனோடு நீங்கள் நட்புறவு கொண்டிருந்தால், அவர் உங்களுக்குப் போர்வையை உடனே அளிப்பார். வெறுப் புணர்வு, அதை செலுத்துபவரையும் சேர்த்தே பாதிக்கும். கட்சியின் கொள்கையும் இதுவேதான். அனைவருக்கும் கற்றுக்கொடுக்கவேண்டும். எதிரிகள் உள்பட. மாற்றி யமைக்க முடியாதவர்கள் என்று ஒருவரும் இல்லை இங்கே.

13

1964ம் ஆண்டு ஐ.நா. சபையில் உரையாடிய சே குவேரா, தனது உரையில் கீழ்கண்டவாறு குறிப்பிட்டார்.

'தென் ஆப்பிரிக்காவில் நடைபெறும் சம்பவங்களை உலகம் உடனே தடுத்து நிறுத்தவேண்டும். உலக நாடுகளின் கண் முன்னால், இனஒதுக்கல் என்னும் மிருகத்தனம் அரங்கேறிக் கொண்டிருக்கிறது. ஓர் இனம் இன்னொன்றைவிட மேலானது என்னும் கொள்கையை தென் ஆப்பிரிக்கா அதிகாரபூர்வமாகவே செயல்படுத்திவருகிறது. இதை ஏற்றுக்கொள்ளும்படி ஆப் பிரிக்க மக்கள் கட்டாயப்படுத்தப்பட்டுள்ளனர். இனப்பெருமை யின் பெயரால், அங்கே சுதந்தரமாகப் பச்சை படுகொலை நடத்தப்படுகிறது. இதைத் தடுக்க ஐ.நா.வால் எதுவுமே செய்யமுடியாதா?'

சர்வதேச அளவில் தென் ஆப்பிரிக்காவுக்குப் பல கண்டனங்கள் உலகம் முழுவதிலும் இருந்து திரண்டு வந்தது. 1968ம் ஆண்டு,

மாற்றங்களின் அரசியல்

ஐ.நா. தென் ஆப்பிரிக்காவுடனான கலாசார, கல்வி, விளை யாட்டு தொடர்புகளைக் கத்தரித்துக்கொண்டது. பொருளாதாரத் தடைகள் விதிப்பது குறித்து விவாதங்கள் நடத்தப்பட்டன என்றாலும், தென் ஆப்பிரிக்காவில் உள்ள முக்கிய வர்த்தக நிறுவனங்கள் எதிர்த்ததால், திட்டம் தள்ளிவைக்கப்பட்டது.

வெர்வோய்டின் மரணத்துக்குப் பிறகு, வோர்ஸ்டர் (Balthazar Johannes Vorster) தென் ஆப்பிரிக்காவின் பிரதம மந்திரியானார். வெர்வோய்ட் விட்டுச்சென்ற புள்ளியில் இருந்தே செயல்பட ஆரம்பித்தார். 1970ல் கொண்டுவரப்பட்ட Bantu Homelands Citizens Act ஆப்பிரிக்கர்களின் தென் ஆப்பிரிக்க குடியுரிமையை ரத்து செய்தது. அவர்கள் எந்த பண்டுஸ்தானத்தில் வசிக்கிறார் களோ அதற்கு உரியவர்களாக இருப்பார்கள். அவர்களுக்கும் தென் ஆப்பிரிக்காவுக்கும் தொடர்பில்லை. எனவே, அவர் களுக்கு தென் ஆப்பிரிக்கக் குடியுரிமை தேவையில்லை என்பது இந்தச் சட்டத்தின் சாராம்சம்.

சட்டங்கள் ஒவ்வொன்றாக வந்துகொண்டிருந்தாலும், தென் ஆப்பிரிக்காவால் நிம்மதி கொள்ளமுடியவில்லை. நாடு முழுவதும் கொந்தளிப்பு பொங்கிக்கொண்டிருந்ததை அரசால் துல்லியமாக உணரமுடிந்தது. வெறுப்பும் கோபமும் ஆற்றாமை யும் மாறி மாறி மக்களை அலைகழித்துக்கொண்டிருந்ததையும் அவர்கள் உணர்ந்தே இருந்தனர். ஏ.என்.சி. தடை செய்யப் பட்டிருந்தாலும், திரைமறையில் இருந்தபடி செயல்பட்டுக் கொண்டுதான் இருந்தது. தடை செய்யப்பட்ட காரணத்தாலேயே கட்சிக்கு மக்களிடையே ஒரு ஈர்ப்பு உருவாகியிருந்தது. சர்வதேச அளவில் இனஒதுக்கலுக்கு எதிராகக் கிளம்பிய விவாதங்கள் எரிச்சலை உண்டாக்கின. இதே நிலை தொடர்ந்தால் தென் ஆப்பிரிக்கா தனிமைப்பட்டுவிடும் என்னும் அச்சம் தோன்றி னாலும் அரசு அதனை வெளிக்காட்டவில்லை. அடக்கு முறையை மேலும் கூட்டி, கோபத்தைத் தணித்துக் கொண்டது.

1960களில் ஸ்டீவ் பிகோ என்னும் கவர்ச்சிகரமான மாணவர் தலைவர் மக்களிடையே பிரபலமடைந்திருந்தார். 1972-1973ல் தொழிற்சங்க இயக்கங்கள் வெளிச்சத்துக்கு வந்து போராட்டங் களை நடத்தின. தொழிலாளர்களை ஒன்றுதிரட்டும் பணி வேக மடைந்தது. மிகப்பெரிய அளவில் கடையடைப்புப் போராட்டங் களும் வேலைநிறுத்தப் போராட்டங்களும் வெடித்தன. 1976ல் குமிழ் உடைந்தது. கறுப்பினப் பள்ளிகளில் ஆப்பிரிக்கான்ஸ்

மொழி வாயிலாக மட்டுமே வகுப்புகள் எடுக்கப்படும் என்று அரசு அறிவித்தபோது, சொவேட்டோ பகுதியில் மாணவர்கள் எழுச்சியடைந்தனர். அரசு வன்முறை மூலம் இந்த எழுச்சியை ஒடுக்கிவிட்டது என்றாலும், பரவலான கவன ஈர்ப்பைப் பெற்ற போராட்டமாக அது திகழ்ந்தது.

கேப் டவுனின் முதல் கறுப்பின பேராயரான டெஸ்மன் டுட்டு (Desmond Tutu) மாணவர்கள் எழுச்சியையும் அதற்கெதிரான அரசு ஒடுக்குமுறையையும் உலகின் கவனத்துக்குக் கொண்டு போனார். தென் ஆப்பிரிக்கா மீது பொருளாதாரத் தடைகள் விதிக்கவேண்டும் என்று அவர் கோரிக்கை எழுப்பினார். தென் ஆப்பிரிக்காவில் குறிப்பிடத்தக்க வகையில் முதலீடு செய்திருந்த அமெரிக்கா, பிரிட்டன் இரு நாடுகளிடமும் தன் கோரிக்கையை நகர்த்திச் சென்றார் டுட்டு. அப்போதைய அமெரிக்க அதிபர், ரீகன் தென் ஆப்பிரிக்காவோடு அணுசரனையான போக்கைக் கடைப்பிடித்து வந்தார். அமெரிக்கப் பொருளாதார நலன்கள் பாதிக்கப்படக்கூடாது என்பதில் அவர் கவனமாக இருந்ததால், தடைவிதிப்பது குறித்து அவரால் சிந்திக்கவும் முடியவில்லை.

அந்நிய நிறுவனங்கள் முதலீட்டைத் திரும்பப் பெற்றுக்கொண் டால், அதன் மூலம் தென் ஆப்பிரிக்கா பாதிக்கப்பட்டால், அந்தப் பாதிப்பு வெள்ளையர்களை மட்டுமின்றி கறுப்பர்களையும்தானே பாதிக்கும்? பரவாயில்லை பாதிக்கட்டும் என்றார் டுட்டு. எப்படியும் அவர்கள் பாதிக்கப்படத்தான் போகிறார்கள். பொருளா தாரம் நிலையாக இருக்கும் சமயங்களிலும் அவர்கள் நலிந்துதான் இருக்கிறார்கள். இந்த முறை, ஓர் உயர்ந்த நோக்கத்துக்காக அவர்கள் சிரமப்படப்போகிறார்கள். அதுதான் வித்தியாசம்.

1982ல் உருவான தேசிய சுரங்கப் பணியாளர்கள் ஒன்றியம், 1985ல் உருவான தென் ஆப்பிரிக்கத் தொழிற்சங்க காங்கிரஸ் (The Congress of South African Trade Unions - COSATU) ஆகியவை மக்களை ஒன்றுபடுத்தும் பணிகளில் இறங்கின. சுரங்கப் பணி யாளர்கள் அமைப்பு இனஒதுக்கல் முறையை மக்களிடையே அம்பலப்படுத்தியது. நாட்டின் பொருளாதார முன்னேற்றத்துக்கு இனஒதுக்கல் கொள்கைக்கும் இடையிலான தொடர்பு குறித்து விவாதிக்கப்பட்டது.

மொத்தத்தில் ஒரு பெரும் கூட்டம் அரசுக்கு நெருக்கடி கொடுத்துக்கொண்டிருந்தது. ஏ.என்.சி.யின் விடுதலை

சாசனத்தை இவர்கள் உயர்த்திப் பிடித்தார்கள். ரிவோனியா வழக்கில் கைதானவர்களை விடுதலை செய்யவேண்டும் என்னும் கோரிக்கை பலம் பெற்று வந்தது. தென் ஆப்பிரிக்காவின் தலைவராக நெல்சன் மண்டேலா மாறிக்கொண்டிருந்தார்.

★

சிறையில் இந்த மண்டேலாவை இந்த செய்திகள் உற்சாகப்படுத்தின. இனஒதுக்கலுக்கு எதிராகவும் தென் ஆப்பிரிக்க மக்களுக்கு ஆதரவாகவும் உலகம் முழுவதிலும் இருந்து வந்து குவிந்த செய்திகள் மண்டேலாவுக்கு பலம் தந்தன. மண்டேலாவும் சிசுலுவும் உலகம் முழுவதும் பிரபலமாகியிருந்த சமயம் அது. ஏ.என்.சி. தன் பணியை சிறப்பாகச் செய்துகொண்டிருந்தது. நான்கு விதமான செயல்திட்டங்களை அவர்கள் அமல்படுத்திவந்தார்கள். பெருமளவிலான அரசியல் எதிர்ப்புகள், ஆயுதப் போராட்டம், தலைமறைவு கட்சி நடவடிக்கைகள், சர்வதேச உதவி பெறும் பணிகள். வடக்கு மற்றும் தெற்கு ஐரோப்பிய நாடுகளும் இந்தியாவும் ஏ.என்.சி.க்கு உதவிகள் பல புரிந்தன. தென் ஆப்பிரிக்கா தவிர்த்து உலகம் முழுவதும் பல நாடுகள் ஏ.என்.சி.யை அங்கீகரித்தன. இனஒதுக்கலுக்கு எதிரான தீர்மானங்களையும் நிறைவேற்றின.

1980களில் அடர்த்தியான ஆதரவு அலைகள் வீச ஆரம்பித்தன. அமெரிக்காவிலும் பிரிட்டனிலும் பல அரசு சாரா அமைப்புகளும் தன்னார்வத் தொண்டு நிறுவனங்களும் மனித உரிமை அமைப்புகளும் வாரக்கணக்கில் பேரணி நடத்தி தென் ஆப்பிரிக்க மக்களுக்குத் தங்கள் ஆதரவை வெளிப்படுத்தின. தேவாலயங்கள் போராட்டத்தில் இணைந்துகொண்டன. ஷெல் போன்ற பன்னாட்டு நிறுவனங்கள் தென் ஆப்பிரிக்காவில் இயங்கி வந்ததைக் கண்டிக்கும் வகையில், அந்த நிறுவனங்களின் தயாரிப்புகள் புறக்கணிக்கப்பட்டன.

விளையாட்டுகளில் தடைகள் விதிக்கப்பட்டபோது, ஆப்பிரிக்கானர்களை குறிப்பிடத்தக்க வகையில் பாதிப்படைந்தனர். ரக்பி விளையாட்டுக்காக தென் ஆப்பிரிக்காவோடு ஒப்பந்தம் போட்டிருந்த நியூசிலாந்து, ஆஸ்திரேலியா இரண்டும் ஒப்பந்தத்தை முறித்துக்கொண்டன. ஆப்பிரிக்கானர்கள் இந்தப் போட்டிகளை மிகுந்த ஆர்வத்துடன் எதிர்நோக்கியிருந்த சமயத்தில் இந்த அடி வந்து விழுந்தது. டுட்டு போன்றவர்கள் எதிர்பார்த்திருந்த

பொருளாதாரத் தடைகளும் வந்து சேர்ந்தன. 1986ல் கொண்டு வரப்பட்ட U.S. Comprehensive Anti-Apartheid Act ரீகனின் முடிவை மாற்றியமைத்தது. அமெரிக்க வங்கிகள் தென் ஆப் பிரிக்காவுக்கு நிதியுதவி அளிக்க மறுத்தன. தென் ஆப்பிரிக்கா தடுமாறியது. தத்தளித்தது.

ஆப்பிரிக்கத் தலைவராக இருந்த நெல்சன் மண்டேலா எண்பது களில் உலகத் தலைவராக உயர்ந்தார். அல்லல்படும் கறுப்பர் களின் ஆன்மாவாக அவர் மாறியிருந்தார். மண்டேலா சிறையில் அடைப்பட்டிருந்தது முள்ளாகப் பலர் இதயத்தைத் தைத்துக் கொண்டிருந்தது. மண்டேலாவின் உருவப்படத்தைச் சுமந்து கொண்டு மாணவர்கள் கடந்து செல்லும்போது, இடுங்கிய முகத் துடன் அவர் சிரிக்கும் படம் பத்திரிகைகளில் வெளிவந்தபோது, மண்டேலா குறித்து அரசியல்வாதிகள், மனித உரிமை ஆர்வலர் கள் பேட்டி கொடுத்தபோது, அவர் மீது அக்கறைக்கொண்ட மனிதர்கள் அல்லல்பட்டார்கள். அவருக்கு எதுவும் செய்யமுடியா மல் இருக்கிறதே என்று வேதனையடைந்தார்கள். நமக்கெல்லாம் கிடைத்திருக்கும் சுதந்தரம் அந்த உன்னதமான மனிதருக்கு மறுக்கப்பட்டிருக்கிறதே என்று வேதனைப்பட்டார்கள்.

பல நாடுகளைச் சேர்ந்த பல்வேறு அமைப்புகள் மண்டேலா வுக்குப் பதக்கங்களையும் பட்டத்தையும் பரிசுகளையும் வழங்கிக்கொண்டிருந்தன. 1964ம் ஆண்டு லண்டன் யுனிவர் சிட்டி கல்லூரி மாணவர்கள் ஒன்றியம், மண்டேலாவை கவுரவ அதிபராகத் தேர்ந்தெடுத்தது. மண்டேலாவுக்கு முதலில் அளிக்கப்பட்ட அங்கீகாரம் இது. 1973ம் ஆண்டு, லீட்ஸ் பல்கலைக்கழகத்தைச் சேர்ந்த விஞ்ஞானி, தான் கண்டுபிடித்த நியூக்ளியர் பார்டிகிலுக்கு மண்டேலா பார்ட்டிகில் என்று பெயரிட்டார். தென் ஆப்பிரிக்கா மீது பொருளாதாரத் தடை விதித்த முதல் நாடான இந்தியா, சர்வதேசப் புரிதலுக்கான நேரு விருதை மண்டேலாவுக்கு வழங்கியது. 1982ல் 54 நாடுகளைச் சேர்ந்த இரண்டாயிரத்துக்கும் அதிகமான மேயர்கள் மண்டேலாவின் விடுதலையைக் கோரி கையெழுத்து பிரசாரம் செய்தனர். 1983ல் நியூ யார்க் சிட்டி ஸ்கொயருக்கு எதிரே இருந்த ஐ.நா. மிஷின், நெல்சன் அண்ட் வின்னி மண்டேலா பிளாஸா என்று பெயரிடப்பட்டது. டாக்டர் பட்டங்கள் குவிந்தன.

தடை விதிக்கப்பட்டிருந்த போதும், நெல்சன் மண்டேலா பெயர் தாங்கிய பதாகைகள், ஸ்டிக்கர்கள் பரவலாகக் காணப்பட்டன.

1988ம் ஆண்டு நெல்சன் மண்டேலாவின் எழுபதாவது பிறந்த நாளை உலகம் தன்னுடையதாக்கிக்கொண்டது. மண்டேலா வின் போராட்ட வாழ்க்கையை நினைவுகூறும் நிகழ்ச்சிகள் நடத்தப்பட்டன. மண்டேலாவை விடுதலை செய் என்னும் முழுக்கம் ஒரு ராக் பாடலாக மாறி லண்டன் வெம்ப்ளி அரங் கத்தை அதிரவைத்தது. 72,000 பேர் திரண்டு வந்தனர். விட்னி ஹூஸ்டன் போன்ற பிரபலங்கள் ஆதரவு தந்தனர். கிறிஸ்துமஸ் தவிர வேறு எதற்கும் இதுபோல் உலகம் கொண்டாடியதில்லை என்று தன் நண்பர்களிடம் பெருமிதத்துடன் சொன்னார் கட்ராடா. இனஒதுக்கலுக்கு எதிரான பாப் மார்லேவின் இசை யுத்தம் அதிர்வுகளை ஏற்படுத்தியது. வின்னியின் அச்சத்தை உலகம் போக்கியிருந்தது. கவலைப்படாதீர்கள், உங்கள் கணவனை நாங்கள் மறந்துவிடவில்லை. அவர் விடுதலையடையும்வரை விடமாட்டோம்.

ஏ.என்.சி.யின் ஆயுதப் பிரிவாக ரகசியமாகச் செயலாற்றிக் கொண்டிருந்த எம்.கே. இப்போது மக்கள் ராணுவமாக மாறி யிருந்தது. இனஒதுக்கலின் குறியீடுகளைத் தேடிப் பிடித்து அவர்கள் தாக்கினார்கள். உள்நாட்டுப் போர் ஒன்று தொடங்கி யிருந்தது. தென் ஆப்பிரிக்க அரசால் ஒரு முடிவுக்கு வரமுடிய வில்லை. அடங்கியிருக்கவேண்டிய கறுப்பர்கள் துள்ளிக்கொண்டு இருக்கிறார்கள். இவர்களுக்கு அங்கிருந்தும் இங்கிருந்தும் அரசியல் ஆதரவு. பொருளாதாரத்தைச் சீர்குலைக்கும் அளவுக்கு நிலைமை முற்றிவிட்டது. போயும் போயும் கறுப்பர்களிடமா சரணடையவேண்டும்? அவர்களிடமா மண்டியிடவேண்டும்? ஆப்பிரிக்கானர்களின் வரலாறு இதை தேச அவமானம் என்றல்லவா பதிவு செய்யும்? போராட்டத்தின் அச்சுப்புள்ளி நெல்சன் மண்டேலாதான் என்பது அரசுக்குத் தெரிந்தது. அவரை விடுதலை செய்தால், ஓரளவு ஆப்பிரிக்கர்களைக் கட்டுப் பாட்டுக்குள் கொண்டுவந்துவிடமுடியும் என்பதும் தெரிந்தது. ஆனால், எப்படித் தொடங்குவது? முதல் முறையாக, பேச்சு வார்த்தைக்கு இறங்கி வந்தது தென் ஆப்பிரிக்க வெள்ளை அரசு.

'உங்களுக்கு ஒரு வாய்ப்பு தருகிறோம். அரசியலில் இனி ஈடுபடமாட்டேன் என்று நீங்கள் உத்தரவாதம் தருவதாக இருந்தால், விடுதலை செய்துவிடுகிறோம். ட்ரான்ஸ்கிக்குச் சென்றுவிடுங்கள். அங்கேயே இருந்துவிடுங்கள்.'

முடியாது என்றார் மண்டேலா.

பிப்ரவரி 1985ல், தென் ஆப்பிரிக்க அதிபர், பி.டபிள்யூ. போத்தா மண்டேலாவிடம் பேசினார்.

'வன்முறையைக் கைவிடுவதாக உங்கள் அமைப்பின் சார்பாக நீங்கள் உறுதியளித்தால், விடுதலைக்கு ஏற்பாடு செய்கிறேன்.'

'நான் ஒரு ஆயுள் தண்டனை கைதி. நீங்கள் சிறைக்கு வெளியில் இருந்து என்னுடன் பேசிக்கொண்டிருக்கிறீர்கள். ஒரு கைதியுடன் பேரம் பேசுவது முறையல்ல. நியாயமும் அல்ல. குறைந்த பட்சம், அரசியல் கைதி என்னும் அங்கீகாரம்கூட எனக்கு இதுநாள் வரை வழங்கப்படவில்லை.'

மண்டேலாவோடு ஓர் உடன்படிக்கை செய்துகொள்ள முடிய வில்லை என்றாலும் பெருகி வரும் அழுத்தங்கள் காரணமாக சில சலுகைகளை அவருக்கு அளிக்கவேண்டிய நிலைக்கு அரசு தள்ளப்பட்டது. சிறையில் சில சீர்திருத்தங்கள் செய்யப்பட்டன. 1980 முதல் செய்தித்தாள்கள் கிடைத்தன. 1982 முதல் குழந்தைகள் வருகைக்கு அனுமதி கிடைத்தது. 1982ம் ஆண்டு, மண்டேலாவும் கட்ராடா உள்ளிட்ட சில முக்கிய ஏ.என்.சி. தலைவர்களும் ரோபன் தீவில் இருந்து கேப் டவுனுக்கு அருகிலுள்ள போல்ஸ் மோர் சிறைக்கு மாற்றப்பட்டனர். நண்பர்களை அவரிடம் இருந்து பிரித்து தனியே வைத்திருந்தனர். அவர்களுக்குள் உரையாடிக்கொள்ள அனுமதியில்லை.

சில நல்ல மாற்றங்களைச் செய்து கொடுத்தார்கள். மேஜை, நாற்காலிகள் கிடைத்தன. வாசிக்க முடிந்தது. புத்தக அலமாரி யும் கிடைத்தது. முதல் முறையாக, உள்ளூர் வானொலி, பிபிசி உள்ளிட்ட செய்தி நிலையங்களைக் கேட்க அனுமதி கிடைத்தது. வின்னி வந்து பார்ப்பதற்கும் அனுமதி அளிக்கப்பட்டது. கனத்த கண்ணாடி தடுப்புகளுடன் கூடிய பார்வையறை அகலமாக காணப்பட்டது. தடுப்புக்கு இரு பக்கமும் மைக்ரோஃபோன்கள் பொருத்தப்பட்டிருந்தன. அனுமதிக்கப்பட்ட நேரத்தில் தெளி வாக உரையாட முடிந்தது. இடையில் நிறுத்தியிருந்த தோட்ட வேலைகளை மீண்டும் ஆர்வத்துடன் தொடர்ந்தார். 1984ம் ஆண்டுக்கான நோபல் பரிசு டெஸ்மன் டுட்டுவுக்குக் கிடைத் ததை அறிந்து மகிழ்ந்தார்.

நிபந்தனைகளுடன்கூடிய பல விடுதலை வாய்ப்புகள் தொடர்ந்து அவரைத் தேடி வரவே, மண்டேலா தன் எண்ணங்களை ஓர்

அறிக்கையாக தயாரித்து தன் மகளிடம் அளித்தார். ஓர்லாண்டோ கால்பந்து மைதானத்தில் ஜின்ட்ஸி தன் தந்தையின் செய்தியை உலகுக்கு வாசித்துக் காட்டினார்.

> என் விடுதலைக்காக என் பிறப்புரிமையை என்னால் விற்க முடியாது. என் மக்களின் பிறப்புரிமையையும் விற்க முடியாது. மக்கள் அமைப்பு சிறைப்பட்டு கிடக்கும்போது, என் சுதந்தரம் குறித்து பேசி என்ன பயன்? என் மனைவி ஒடுக்கப் பட்டுக்கொண்டிருக்கும்போது எனக்கு எது போன்ற விடு தலையை அளிக்கப்போகிறார்கள்? எனக்கும் மக்களாகிய உங்களுக்கும் சுதந்தரம் மறுக்கப்படும்போது, நான் எந்த நிபந்தனைக்கும் கட்டுப்பட்டு என் விடுதலையைப் பெற மாட்டேன். உங்கள் சுதந்தரத்தையும் என் சுதந்தரத்தையும் தனியே பிரிக்கமுடியாது.

அவ்வப்போது பேச்சுவார்த்தைகள் நடைபெறும். சில சமயம் மண்டேலாவும் சில சமயம் அரசும் முன்வந்து பேசுவார்கள். ஆனால், பொதுவான உடன்படிக்கைக்கு வரமுடியவில்லை. போத்தா எல்லாவற்றுக்கும் மேலாக தன் ராணுவத்தை முழுவதுமாக நம்பியிருந்ததே இதற்குக் காரணம். வன்முறை அதிகரித்தபோது, நெருக்கடி நிலை பிரகடனம் செய்தாரே ஒழிய பேசிப் பார்க்கலாம் என்று நினைக்கவில்லை.

ஒரு மருத்துவ பரிசோதனையின்போது, மண்டேலாவின் புரோஸ்டேட் சுரப்பி வீங்கியிருப்பது கண்டறியப்பட்டது. அறுவை சிகிச்சை மேற்கொள்ளப்பட்டது. மண்டேலாவின் உடல்நிலை மோசமடைந்தது. 1988ல் காசநோய் பீடித்துக் கொண்டபோது, சிறை அதிகாரிகள் அவரை மீண்டும் இடம் மாற்றினார்கள். கேப் டவுனுக்கு அருகே இருந்த பார்ல் நகரில் உள்ள விக்டர் வெர்ஸ்டர் சிறைக்கு அழைத்து வரப்பட்டார்.

ரோபன் தீவோடு ஒப்பிடும்போது, இங்கே அவருக்கு அமைந்தது ஆடம்பரமான சூழல் என்றுதான் சொல்லவேண்டும். சிறையில் அல்லாது ஓர் அதிகாரியின் இல்லத்தில், பின்பக்கம் அவர் வைக்கப் பட்டிருந்தார். தடிமனான தரை விரிப்புகள் கொண்ட தரை. நல்ல நாற்காலி, மேஜைகள். பணியாளர்கள். பாதுகாவலர்கள். நீச்சல் குளம். ஃபேக்ஸ் இயந்திரம். ஆனாலும், கைதிதான்.

மண்டேலா தன் சுதந்தரத்துக்கு விடுத்திருந்த நிபந்தனைகள் இவை. அரசாங்கம் வன்முறையைக் கைவிடவேண்டும்.

அரசியல் கைதிகள் விடுவிக்கப்படவேண்டும். ஏ.என்.சி. மீதான தடை விலக்கப்படவேண்டும். வெளிப்படையான அரசியல் நடவடிக்கைகளுக்கு அனுமதி அளிக்கப்படவேண்டும். ஜூலை 1989ல் போத்தா மண்டேலாவை இறுதியாக ஒருமுறை சந்தித்தார். மாரடைப்புக் காரணமாக போத்தா அரசியலில் இருந்து விலகிக்கொண்டிருந்தார். தன் அரசியல் வாழ்க்கை முடிவுக்கு வருவதற்குள் மண்டேலா விஷயத்தில் ஒரு முடிவுக்கு வர அவர் விரும்பினார். அதே சமயம், மண்டேலாவின் கோரிக்கைகளை நிறைவேற்ற முடியாது என்பதையும் அவர் உணர்ந்தார்.

முந்தைய தலைவர்களோடு ஒப்பிடுகையில், போத்தா ஆப் பிரிக்கர்களுக்குச் சிறிதளவு சீர்திருத்தத்தை செய்திருந்தார். வெள்ளையர்கள் மட்டும் என்னும் பலகைகள் சில இடங்களில் இருந்து அகற்றப்பட்டிருந்தன. அஞ்சல் நிலையங்கள் பொது வாக்கப்பட்டன. வெள்ளையர்களும் கறுப்பர்களும் திருமணம் செய்துகொள்வதில் இருந்த சட்டத் தடைகள் அகற்றப்பட்டன. 1984ல் நிறத்தவர்களுக்கும் இந்தியர்களுக்கும் தனி நாடாளு மன்றங்கள் அமைக்கப்பட்டன. பெயரளவில்தான் அவை செயல்பட்டன என்றாலும், இதுவேகூட நிறவெறி சூழலில் ஒரு முன்னேற்றமாகவே பார்க்கப்பட்டது.

1989 ஆகஸ்ட் 21ம் தேதி Organisation for African Unity என்னும் அமைப்பு ஜிம்பாப்வேயின் தலைநகர் ஹராரேவில் மாநாடு ஒன்றை நடத்தியது. எகிப்து அதிபர் ஹோஸ்னி முபாரம் தலைமையில் நடைபெற்ற அந்த மாநாட்டில் நிறைவேற்றப் பட்ட தீர்மானம் (ஹராரே அறிக்கை) பேச்சுவார்த்தைக்கான தேவையை முன்வைத்தது. தென் ஆப்பிரிக்காவின் விடுதலைப் போராட்டத்தை அரசு அங்கீகரிக்கவேண்டும். விடுதலை இயக்கங்களோடு அரசு பேச்சுவார்த்தையில் ஈடுபடவேண்டும். கைதிகள் விடுவிக்கப்படவேண்டும். ராணுவம் தெருக்களில் இருந்து விலக்கிக்கொள்ளப்படவேண்டும்.

போத்தாவுக்குப் பிறகு டி கிளார்க் (F.W. de Klerk) அதிபரானார். நிற ஒதுக்கலின் தீவிர ஆதரவாளராக அறியப்பட்டவர். ஆனால், ஆட்சிப் பொறுப்பேற்ற பிறகு அவரிடம் தலைகீழ் மாற்றம் தெரிந்தது. மாறிவரும் அரசியல், சமூகச் சூழலில் நிறவெறிக்கும் இன ஒதுக்கலுக்கும் இடம் இருக்காது என்பதை அவர் உணர்ந்திருக்கவேண்டும். கறுப்பர்களை அழுத்தி வைத்திருந்த

காலம் முடிவுக்கு வந்துவிட்டதையும், தனக்கு முன்னால் போத்தா பட்ட அவதிகளையும், சர்வதேசத் தடைகளையும், நெருக்குதல்களையும் அவர் எடை போட்டு பார்த்திருக்க வேண்டும். வளைந்து செல்லலாம், தவறில்லை என்பதே அவரது அரசியல் கொள்கையாக இருந்தது.

அக்டோபர் 1989ல் வால்டர் சிசுலு, கட்ராடா உள்ளிட்ட ஏழு தலைவர்கள் விடுதலை செய்யப்பட்டனர். பெரும் உற்சாகத் துடன் இந்த விடுதலை கொண்டாடப்பட்டது. தென் ஆப்பிரிக்கா தன் வரலாறைத் திருத்தி எழுத ஆரம்பித்தது. கடற்கரை அனைவருக்கும் பொதுவாக்கப்பட்டது. பேருந்துகளும், நூல் நிலையங்களும், பொது இடங்களும் அனைவருக்கும் பொது வாயின. ரகசிய காவல் படை கலைக்கப்பட்டது. டிசம்பர் 1989ல் டி கிளார்க் மண்டேலாவை நேரில் சந்தித்தபோது தென் ஆப்பிரிக்கா மட்டுமல்ல, உலகமும் உன்னிப்பாக கவனிக்க ஆரம்பித்தது. மாற்றத்தின் நிழல் தென் ஆப்பிரிக்கா மீது படிந் திருந்ததை பலரால் உணரமுடிந்தது.

டிசம்பர் 1989 வந்தபோது, மண்டேலா இருபத்தேழு ஆண்டு களை சிறையில் கழித்திருந்தார். அதாவது, பத்தாயிரம் தினங்களை.

❝ நான் நம்பிக்கைகளால் கட்டமைக்கப்பட்டவன். இது இயல்பில் அமைந்ததா அல்லது கற்றுக்கொண்ட பண்பா என்று சொல்லத் தெரியவில்லை. நம்பிக்கையுடன் இருப்பது என்பதன் பொருள், சூரியனை நோக்கி தலையை உயர்த்தி, கால்களை வீசி நடந்து செல்வது. மனிதர்கள் மீது எனக்கு சில சமயம் அவநம்பிக்கை ஏற்படுவதுண்டு. ஆனால், அதற்காக நான் விரக்தி அடைந்த தில்லை. அப்படிச் செய்யவும் மாட்டேன். அவ்வாறு செய்வது தோல்வியடைவதற்குச் சமமானது. அல்லது, இறப்பதற்குச் சமமானது. ❞

14

பிப்ரவரி 2, 1990 அன்று டி கிளார்க் பாராளுமன்றத்தில் ஆற்றிய உரையை தென் ஆப்பிரிக்கா நம்ப மறுத்தது. நடந்துகொண்டு இருப்பது கனவா நிஜமா என்பதை அவர்களால் பிரித்துணர முடியவில்லை. ஏ.என்.சி. உள்ளிட்ட 31 அரசியல் கட்சிகள் மீண்டும் பழையபடி இயங்கும் என்று டி கிளார்க் அறிவித்தார். சில முக்கிய அரசியல் கைதிகள் விடுவிக்கப்படுவர் என்றும் அறிவித்தார்.

பிப்ரவரி 11, 1990 அன்று மகிழ்ச்சியும் நம்பிக்கையும் எதிர் பார்ப்பும் நிறைந்த விழிகளுடன் மக்கள் விக்டர் வெர்ஸ்டர் சிறைக்கு வெளியே திரண்டிருந்தனர். பலரது கண்கள் கலங்கி யிருந்தன. அதோ அந்தக் கதவு திறக்கப்படும்போது, ஒரு சகாப்தம் முடிவடைந்து இன்னொன்று தொடங்கியிருக்கும். வலது கையை உயர்த்தி அசைத்தபடி மண்டேலா வெளியில் வந்தார். மக்களையும் ஊடகங்களையும் கடந்து, புன்னகைத்த படி, கையசைத்தபடி, கை கொடுத்தபடி, வாய் திறந்து

திறந்த கதவுகள்

சிரித்தபடி, நடந்து சென்றார் மண்டேலா. அப்போது அவருக்கு எழுபந்தைந்து வயது. ஆனால், புதிதாக அப்போதுதான் வாழ்க்கையைத் தொடங்குவது போன்ற உணர்வு ஏற்பட்டது. பலம் கூடியது போல் இருந்தது. தலையில் இருந்து பெரும் பாரத்தை இறக்கி வைத்தது போல் இருந்தது. பீடித்திருந்த பெரு நோய் நீங்கியது போலவும் இருந்தது.

கேப் டவுனில் உள்ள கிராண்ட் பரேட் என்னும் இடத்தில் மண்டேலா உரையாற்றுவதற்கு ஏற்பாடு செய்யப்பட்டிருந்தது. விடுதலைக்குப் பிறகு மண்டேலா ஆற்றப்போகும் முதல் உரை. மண்டேலாவை நேரில் பார்க்கும் துடிதுடிப்புடன் ஐந்து லட்சத்துக்கும் அதிகமானோர் திரண்டிருந்தனர். குதூகலமும் பெரும் கோஷங்களும் ஆக்கிரமித்திருந்தன. காரில் இருந்து இறங்கிக்கொள்ள மட்டுமே முடிந்தது மண்டேலாவால். நடக்கமுடியாதபடி கூட்டம். அனைவருக்கும் மண்டேலாவை நெருங்கிப் பார்க்கவேண்டும். அவர் கையை பிடித்து குலுக்கியாகவேண்டும். அவருக்கு வணக்கமும் வாழ்த்தும் தெரிவிக்க வேண்டும். சிரிக்கும்போது அவரது முகச் சுருக்கங்களும் சிரிப்பதை அருகில் இருந்து தரிசிக்கவேண்டும்.

மண்டேலா பேசத் தொடங்கினார்.

> நண்பர்களே, தோழர்களே, தென் ஆப்பிரிக்கர்களே, சுதந்தரம், மக்களாட்சி, அமைதி ஆகியவற்றின் பெயரால் உங்களுக்கு வாழ்த்துகளைத் தெரிவித்துக்கொள்ள விரும்புகிறேன்.
>
> ஒரு தீர்க்கதரசியாக உங்கள் முன் நான் நிற்கவில்லை. நான் உங்கள் ஊழியன். மக்களின் பணிவான ஊழியன். நான் சாமானியன். அசாதாரணமான சூழல் காரணமாக நான் ஒரு தலைவனாக மாற்றப்பட்டேன்.
>
> உங்கள் சலிப்பற்ற போராட்டங்களும் வீரஞ்செறிந்த தியாகங்களும்தான் நான் விடுதலையடைந்ததற்குக் காரணமாக அமைந்தன. என் எஞ்சிய வாழ்நாளை நான் உங்கள் கரங்களில் அர்ப்பணிக்கிறேன்.

அடுத்த நான்கு ஆண்டுகள் நெல்சன் மண்டேலா உலகம் முழுவதும் சுற்றி வந்தார். தனக்காகவும் தன் மக்களுக்காகவும் போராடிய அரசு மற்றும் அரசு சாரா இயக்கங்களுக்கு நன்றி தெரிவித்துக்கொண்டார்.

டி கிளார்க் - மண்டேலா

முதல் உலகப் போர் தொடங்கி தென் ஆப்பிரிக்காவின் ஆதிக்கத்தில் இருந்த நமீபியா, 1990ல் சுதந்தரம் அடைந்தது. அங்கோலாவில் நடைபெற்ற போரில் க்யூபா, தென் ஆப்பிரிக்காவை முறியடித்திருந்தது. அமெரிக்காவுக்கும் ரஷ்யாவுக்கும் இடையிலான பனிப்போர் முடிவுக்கு வந்திருந்தது. டி கிளார்க் தலைமையேற்ற பிறகு தென் ஆப்பரிக்காவில் நிறைய ஆரோக்கியமான மாற்றங்கள் ஏற்பட்டிருந்தன என்றாலும், அடித்தளம் அப்படியேதான் இருந்தது.

ஸ்வீடனில் இருந்த ஆலிவர் டாம்போவைச் சந்தித்தார். ஐரோப்பாவுக்கும் அமெரிக்காவுக்கும் சென்றார். தென் ஆப்பிரிக்கா மீதான பொருளாதாரத் தடைகளை விலக்கிக்கொள்ளும் படி உலக நாடுகளிடம் கேட்டுக்கொள்ளும்படி டி கிளார்க் மண்டேலாவிடம் கூறியிருந்தார். மண்டேலா மறுத்துவிட்டார். அனைத்து அரசியல் கைதிகளும் விடுவிக்கப்படும்வரை, ஜன நாயகம் மலரும்வரை எந்தக் கோரிக்கையையும் முன்வைக்க முடியாது என்று சொல்லிவிட்டார்.

எந்தப் பதவியிலும் மண்டேலா இல்லை என்றபோதும் பிரான் ஸுக்குச் சென்றிருந்தபோது, அவருக்கு அரசு மரியாதை

அளிக்கப்பட்டது. மற்ற ஐரோப்பிய நாடுகளிலும் இதுவேதான் நடந்தது. அமெரிக்க அதிபர் ஜார்ஜ் புஷ்ஷைச் சந்தித்து உரையாடினார். மண்டேலா விடுதலையடைந்தபோது தொலைபேசி மூலமாக அவருக்கு வாழ்த்து தெரிவித்த முதல் தலைவர் அவரே என்பதால் புஷ் மீது மண்டேலாவுக்கு மதிப்பு இருந்தது. லண்டனில் மார்கரெட் தாட்சரைச் சந்தித்துப் பேசினார். நெதர்லாந்து, சுவிட்சர்லாந்து, இத்தாலி போன்ற நாடுகளில் மட்டுமல்ல ஆர்க்டிக் வட்டத்தில் விமானம் ஓய்வுக்கு நின்றபோது, எஸ்கிமோ மக்களும்கூட ஆரவாரத்துடன் மண்டேலாவை வரவேற்று வாழ்த்தினர்.

அக்டோபர் 16, 1990 அன்று இந்தியா வந்தார் மண்டேலா. வி.பி. சிங் அரசு மண்டேலாவை அரசு மரியாதையுடன் வரவேற்று, மண்டேலாவின் போராட்டத்துக்கு ஆதரவளிக்கும் வகையில் 15 கோடி ரூபாய் நன்கொடை அளித்தது. காந்தியின் மண்ணில் கால் பதித்தது தன் வாழ்வின் மறக்க முடியாத தருணம் என்று பெருமிதம் கொண்டார் மண்டேலா. காந்தியும் அபுல்கலாம் ஆசாத்தும் தென் ஆப்பிரிக்காவுக்கு உத்வேகம் ஊட்டும் தலைவர்களாக என்றென்றும் நீடிப்பார்கள் என்று குறிப்பிட்டார். மண்டேலாவுக்கு பாரத ரத்னா விருது வழங்கி சிறப்பித்தது இந்தியா. கான் அப்துல் கஃபார்கானுக்கு அடுத்தபடியாக இந்த விருதை பெறும் இரண்டாவது அயல்நாட்டவர் இவரே.

★

மே 1991க்குள் அனைத்து அரசியல் கைதிகளையும் விடுவித்து விடுவதாக டி கிளார்க் உறுதிமொழி அளித்தார். ஆயுதப் போராட்டத்தைக் கைவிடுவதாக மண்டேலாவும் உறுதியளித்தார். ஜூலை 1991ல் ஏ.என்.சி.யின் ஆண்டு மாநாடு நடைபெற்றபோது, ஆலிவர் டாம்போ முப்பது ஆண்டு இடைவெளிக்குப் பிறகு முதல் முறையாக தென் ஆப்பிரிக்கா திரும்பினார். அப்போது நடைபெற்ற தேர்தலில் ஏ.என்.சி.யின் தலைவராக மண்டேலா தேர்வு செய்யப்பட்டார். உடல் நலக் குறைவு காரணமாக ஆலிவர் டாம்போ கட்சிப் பணியில் இருந்து விலகிக்கொண்டார். சிரில் ராமபோசா (Cyril Ramaphosa) பொதுச் செயலாளராகத் தேர்ந்தெடுக்கப்பட்டார். சுரங்கத் தொழிலாளர்கள் தேசிய ஐக்கியம் என்னும் அமைப்பின் பொதுச் செயலாளராக இருந்தவர் சிரில். புதிய தலைமுறையின் நம்பிக்கை நட்சத்திரமாக இவர் கருதப்பட்டார்.

இப்போது மண்டேலா மீது முழு எதிர்பார்ப்புகளையும் ஆப்பிரிக்கர்கள் குவித்திருந்தனர். கட்சியில் இணைவதற்கு உறுப்பினர்கள் பெருமளவில் முன்வந்தனர். விரைவில், ஏழு லட்சம் புதிய உறுப்பினர்கள் இணைந்திருந்தனர். டி கிளார்க்கும் மண்டேலாவும் அவ்வப்போது சந்தித்து பேச்சுவார்த்தை நடத்தினார்கள். முழு ஜனநாயக தேசமாக தென் ஆப்பிரிக்கா மாறவேண்டும் என்பதை மண்டேலா வலியுறுத்தினார். 1991 டிசம்பரில் கோடேசா (The Convention for a Democratic South Africa – CODESA) என்னும் அமைப்பு உருவானது. இதில் கிட்டத்தட்ட அனைத்து தென் ஆப்பிரிக்க அரசியல் கட்சிகளும் இணைந்திருந்தன. அரசாங்கமும் இதில் அங்கம் வகித்தது.

புதிய அரசியலமைப்பு உருவாக்குவதற்கான புரிந்துணர்வு ஒப்பந்தம் 1992 செப்டம்பரில் கையெழுத்தானது. அதற்கு முன்னால் பாராளுமன்றத்தைத் தேர்ந்தெடுக்க முடிவு செய்யப் பட்டது. அமையப் போகும் பாராளுமன்றத்தில் அனைத்து கட்சிகளுக்கும் பிரநிதித்துவம் இருக்கும் என்று முடிவானது. மொத்தம் 400 பிரதிநிதிகள். தேர்தலில் வெற்றி பெறும் கட்சி ஐந்தாண்டுகள் பதவியில் நீடிக்கலாம். அரசாங்கம் இதற்கு ஒப்புக்கொண்டது. தேர்தல், ஏப்ரல் 27, 1994 அன்று நடைபெறும்.

சமீப காலமாக தன்னை உறுத்திக்கொண்டிருந்த வின்னி விவ காரத்துக்கு ஒரு தீர்வு காண முடிவு செய்தார் மண்டேலா. வின்னி குறித்து ஏகப்பட்ட சர்ச்சைகள் கிளம்பிக்கொண்டிருந்தன.

மண்டேலாவின் மனைவி என்னும் அடையாளத்தைத் தாண்டி, தனிப்பட்ட முறையில் ஒரு தலைவராக வின்னி வளர்ந்திருந்தார். மண்டேலா சிறையில் இருந்தபோதும் சரி, விடுதலையான பின்பும் சரி, தன் கடமையை மிகச் சரியாகவே நிறைவேற்றிக் கொண்டிருந்தார். வின்னியின் பாதுகாவலர்கள் சிலர் தனிப்பட்ட முறையில் நடத்திய சில சட்டவிரோதமான செயல்களுக்கு வின்னியை பொறுப்பாளியாக்கியது அரசாங்கம்.

வின்னி அரசாங்கத்தின் எதிரியாக இருந்தவர் என்பதால் மண்டேலா இந்தக் குற்றச்சாட்டுகளை பெரிதாக எடுத்துக் கொள்ளவில்லை. ஆனால், அவர் மீதான குற்றப்பத்திரிகை பெருகிக்கொண்டே போனது. அரசாங்கம் மட்டுமின்றி கட்சி யினரும் உடன் இருந்தவர்களும்கூட வின்னி மீது புகார் கூற ஆரம்பித்திருந்தனர். கடத்தல், தாக்குதல் என்று ஆரம்பித்து

கொலை வழக்கு வரை அவர் மீது பதிவானது. வின்னி நேரடியாக இவற்றில் ஈடுபட்டார் என்பதற்கு நீதிமன்றத்தால்கூட ஆதாரங்களை அளிக்கமுடியவில்லை என்றாலும் அவர் குற்றவாளிகள் சிலருக்கு அடைக்கலமும் ஆதரவும் அளித்திருந்தார் என்றுகூறி ஆறு ஆண்டு சிறை தண்டனை விதித்தார்கள். வின்னியை விலக்கி வைப்பதன் மூலமே மண்டேலா இந்தப் புழுதியில் இருந்து மீளமுடியும் என்று நண்பர்கள் வலியுறுத்தினார்கள். 1992, ஏப்ரல் 13ம் தேதி மண்டேலா வின்னியை விவாகரத்து செய்தார்.

மண்டேலாவும் டி கிளார்க்கும் கைகுலுக்கிக்கொண்டார்கள். தேர்தலுக்காக அவர்கள் காத்திருந்த அந்த சமயத்தில், 1993ம் ஆண்டுக்கான அமைதிக்கான நோபல் பரிசு இருவருக்கும் சேர்த்து வழங்கப்பட்டது. இனஒதுக்கலுக்கு எதிராகப் போராடியதற்காக மண்டேலா. அந்தப் போராட்டத்தில் துணை நின்றதற்காக டி கிளார்க்.

தென் ஆப்பிரிக்காவுக்கு அது மறக்க முடியாத முதல் தேர்தல். வோட்டு போடுவது என்பது இதுநாள் வரை, வெள்ளையர்களின் உரிமையாக மட்டுமே இருந்து வந்திருக்கிறது. முதல் முறையாக ஆப்பிரிக்கர்கள் இந்தத் தேர்தலில் வாக்களிக்கப் போகிறார்கள். எப்படி வாக்களிக்கவேண்டும் என்று மண்டேலாவும் அவர் கட்சியும் கடந்த சில தினங்களாக மக்களுக்குச் சொல்லிக்கொடுத்திருந்தன. தன் கட்சி தேர்ந்தெடுக்கப்பட்டால் என்னென்ன மாற்றங்களைக் கொண்டுவரமுடியும் என்பதைத் தெளிவாக எடுத்துச் சொன்னார் மண்டேலா. ஏ.என்.சி.யின் வேட்பாளர்.

செயல்திட்டங்கள் உள்ளடங்கிய விரிவான ஓர் அறிக்கையை அவர் தயார் செய்திருந்தார். பொதுப்பணித்துறை மூலம் புதிய வேலைகள் அளிக்கப்படும். அடிப்படை சுகாதார வசதி செய்து தரப்படும். மின்சாரம், கழிப்பறை வசதிகளுடன்கூடிய 10 லட்சம் புதிய வீடுகள் கட்டித்தரப்படும். அடுத்த பத்தாண்டுகளுக்கு அனைத்து தென் ஆப்பிரிக்கர்களுக்கும் இலவசக் கல்வி. நில மறுவிநியோகம். தேவையற்ற வரிகள் நீக்கம். எவற்றையெல்லாம் எதிர்பார்க்கக்கூடாது என்பதையும் முன்கூட்டியே அறிவித்துவிட்டார். ஏ.என்.சி. வெற்றி பெற்ற மறுதினமே உங்கள் வாழ்க்கை வண்ணமயமாக மாறிவிடும், உங்கள் ஏழைமை ஓடி மறைந்துவிடும், பணம் கூரையில் இருந்து கொட்டும் என்றெல்லாம் எதிர்பார்க்கக்கூடாது. மாற்றங்கள் ஏற்படுவதற்கு அவகாசம் தேவை.

குறிப்பிட்ட தினத்துக்கு ஒரு நாள் முன்னதாகவே வந்து வரிசை யில் நிற்க ஆரம்பித்து விட்டார்கள் ஆப்பிரிக்கர்கள். இந்த அனு பவம் அவர்களுக்குப் புதியதாக இருந்தது. பெருமையாகவும் இருந்தது. அடுத்து அமையப்போகும் ஆட்சியை நான் தேர்ந் தெடுக்கப்போகிறேன் என்னும் பெருமிதம் அவர்களிடம் வெளிப்பட்டது. பல இடங்களில் ஒரு கிலோ மீட்டருக்கு மேல் வரிசை நீண்டிருந்தது.

தேர்தல் முடிந்ததும் வாக்குகள் எண்ணப்பட்டன. ஏ.என்.சி. 62.6 சதவீதம் வாக்குகள் பெற்றிருந்தது. 400 இடங்களில் 252. மூன்றில் இரு பங்கு பெரும்பான்மைக்குச் சற்று குறைவு. பெரும்பான்மை கிடைத்திருக்கவேண்டும் என்று கட்சியினர் வருந்தியபோது, மண்டேலா அவர்களை அமைதிப்படுத்தினார். நாம் பெரும் பான்மை பெற்றுவிட்டால், தென் ஆப்பிரிக்காவின் அரசிய லமைப்புச் சட்டத்தை உருவாக்குவதற்கு பதில் ஏ.என்.சி.யின் அரசியலமைப்புச் சட்டத்தை உருவாக்கியிருக்கிறோம் என்று பிற்காலத்தில் விமரிசனங்கள் எழும். இப்போது கிடைத்திருக் கும் வெற்றியை வைத்து பணியை ஆரம்பிப்போம்.

கட்சியின் வெற்றி விழா மேடை மண்டேலாவுக்காகக் காத் திருந்தது. மார்டின் லூதர் கிங்கின் மனைவி கொரெட்டா ஸ்காட் சிங் விழாவில் கலந்துகொள்ள வரவேற்கப்பட்டிருந்தார். தென் ஆப்பிரிக்க வரலாற்றில் இது மறக்க முடியாத தருணம் என்று நெகிழ்ந்தார் மண்டேலா. மிகுந்த பெருமிதத்துடன் நான் இன்று உங்கள் முன் நின்றுகொண்டிருக்கிறேன். இந்த நாட்டை நீங்கள் உங்களுக்குச் சொந்தமாக்கிக்கொண்டுவிட்டீர்கள். நாம் அனைவரும் எதிர்நோக்கியிருந்த விடுதலை கிடைத்துவிட்டது.

★

மே 10, 1994 அன்று பிரிட்டோரியா ஜொலித்துக்கொண்டிருந்தது. உலகம் முழுவதிலும் இருந்து பல அரசியல், சமூகத் தலைவர்கள் திரண்டிருந்தனர். பிரிட்டோரியா யூனியன் கட்டடம் விருந்தினர் களால் திரண்டிருந்தது. வெள்ளையர்களின் அதிகார மையமாக நேற்று வரை இருந்த கட்டடம் அது. கறுப்பர்கள் நெருங்கி வர நேற்று வரை அங்கே அனுமதி இல்லை. இன்று, ஒரு கறுப்பருக் காக உலகம் அங்கே திரண்டு வந்திருந்தது. தன் வாழ்நாளின் பெரும் பகுதியை சிறையில் கழித்திருந்த அந்தக் கறுப்பர் முகம்

முழுவதும் புன்னகையுடன், பெருமிதத்துடன் காத்திருந்தார். அருகில், மண்டேலாவின் மகள், ஜெனானி.

அந்த வரலாற்று நிகழ்வை நேரடியாகக் காண பல தலைவர்கள் வந்திருந்தனர். ஃபிடல் காஸ்ட்ரோ, துணை ஜனாதிபதி அல் கோர், ஹிலாரி க்ளிண்டன், இஸ்ரேலிய அதிபர், ஹெர்ட்ஸாக், யாசிர் அராஃபத், இளவரசர் சார்லஸ் ஆகியோர் சிலர். மண்டேலாவுக்கு உலகம் முழுவதிலும் இருந்த செல்வாக்கை வெளிப்படுத்தும் விழாவாகவும் அது அமைந்துபோனது. இனஒதுக்கலுக்கு எதிராகப் போராடியவர்கள், ஆப்பிரிக்கத் தலைவர்கள், மண்டேலாவின் சிறை அதிகாரிகள் ஆகியோரும் திரண்டிருந்தனர்.

விழா ஆரம்பமானது. டி கிளார்க் இரண்டாவது குடியரசுத் தலைவராகப் பதவியேற்றார். தாபோ ம்பெகி முதல் துணைக் குடியரசுத் தலைவர். மண்டேலா, குடியரசுத் தலைவர். மண்டேலா உறுதிமொழி எடுத்துக்கொண்டார். அரசியலமைப்புச் சட்டத்துக்குக் கட்டுப்பட்டு நடப்பேன். குடியரசுக்கும் அதன் மக்களின் நலனுக்கும் என்னை முழுவதுமாக அர்ப்பணிப்பேன். அவரது உரை சுருக்கமாகவும் அழுத்தமாகவும் இருந்தது.

> 'நாம் அனைவரும் இன்று இந்த இடத்தில் ஒன்றுகூடியிருப்பதன் மூலம், நமக்குப் புதிதாகக் கிடைத்திருக்கும் விடுதலைக்கு பெருமையையும் நம்பிக்கையையும் அளிக்கிறோம். சமீபகாலம் வரை சட்ட விரோதிகளாகக் கருதப்பட்டுவந்த நாங்கள், இன்று உலகத் தலைவர்களை இந்த மண்ணுக்கு வரவேற்கும் அரிய வாய்ப்பை பெற்றிருக்கிறோம். அடிமைத்தனம் ஒழிந்தது. அரசியல் விடுதலை கிடைத்துவிட்டது. இனி இங்கே வேறுபாடுகள் இருக்காது. ஒருவரை ஒருவர் அடக்கியாளும் வழக்கம் இருக்காது. இனி சுதந்தரம் இங்கே ஆட்சி புரியட்டும்! கடவுள் ஆப்பிரிக்காவை ஆசிர்வதிப்பாராக!'

ஒடுக்கப்பட்டவர்கள், ஒடுக்குபவர்கள் இருவரிடம் இருந்தும் மனிதத்தன்மை களவாடப்பட்டுள்ளது. சிறையில் இருந்து வெளிவரும்போது, இந்த இருவரையும் விடுவிக்கவேண்டும் என்பதே என் நோக்கமாக இருந்தது. அதை நாம் அடைந்துவிட்டோம் என்று சிலர் சொல்கிறார்கள். இல்லை. நாம் இன்னும் முழுமையான சுதந்தரத்தை அடையவில்லை.

15

சிறையில் இருந்தபோது மண்டேலா எழுதிய சுயசரிதை 1994 இறுதியில் The Long Walk to Freedom என்னும் பெயரில் வெளியானது. தென் ஆப்பிரிக்காவில் அதுவரை வெளிவந்த புத்தகங்களில் அதிக எண்ணிக்கையில் விற்றுத் தீர்ந்த புத்தகம் இதுவே. தென் ஆப்பிரிக்கா தனது நீண்ட பாதையில் ஓரடியைத் தான் எடுத்து வைத்துள்ளது என்று மண்டேலா அதில் குறிப் பிட்டிருந்தார். அனைவருக்கும் விடுதலை தேவை. ஒடுக்கப்படு பவர்களுக்கு மட்டுமல்ல, ஒடுக்குபவர்களுக்கும். 'விடுதலைக் கான நீண்ட பாதையில் நான் நடந்து சென்றிருக்கிறேன். ஒரு கணம்தான் என்னால் ஓய்வெடுத்துக்கொள்ளமுடியும். சுதந்தரத்தோடு சேர்ந்து பொறுப்புகளும் வந்து சேர்ந்துள்ளன. எனவே, எனது நீண்ட பயணம் இன்னும் முடிவடையவில்லை.' அடுத்த ஐந்து ஆண்டுகளுக்கு மண்டேலா அந்தப் பாதையில் ஓய்வில்லாமல் தன் பயணத்தைத் தொடர்ந்துகொண்டிருந்தார்.

ஆட்சியில் அவர் அமர்வதற்கு முன்பே ஆப்பிரிக்கானர்கள் மண்டேலாவிடம் பேசினார்கள். அடுத்து உங்கள் கரங்களில்

வெளிச்சம், இருள்

தான் தென் ஆப்பிரிக்கா வரப்போகிறது. என்ன செய்யப் போகிறீர்கள் எங்களை? நாங்கள் இங்கே தொழில் நடத்தலாமா? எங்கள் இருப்பிடங்களில் தொடர்ந்து வசிக்கலாமா? எங்க ளுடைய எதிர்காலம் எப்படி இருக்கும்? அவர்கள் கேட்க விரும்பும் கேள்வி என்ன என்பது மண்டேலாவுக்குத் தெரியும். இத்தனை காலமாக கறுப்பர்களான உங்கள் மீதேறி சவாரி செய்து கொண்டிருந்தோம். எங்களை முறியடித்துவிட்டு கறுப்பர்கள் நீங்கள் வந்திருக்கிறீர்கள். எங்களைப் பழி வாங்குவீர்களா?

வெள்ளையினம் எங்களை வெறுத்தது போல் நாங்கள் வெள்ளை யினத்தை வெறுக்கமாட்டோம் என்று உறுதிகூறினார் மண்டேலா. அரசாங்கத்தின் கொள்கையும் அப்படித்தான் அமைந்தது.

இனஒதுக்கல் ஒழிந்துவிட்டது என்றாலும் அதன் சில வேர்கள் மிக ஆழத்தில் புதைந்துகிடந்தன. இன்னும் பல சவால்கள் மண்டேலாவுக்காகக் காத்திருந்தன. முன்னூறு ஆண்டு கால காலனியாதிக்கம் ஏற்படுத்தியிருந்த சமத்துவமின்மையைக் களையவேண்டும். மக்களின் அன்றாட வாழ்நிலையில் முன்னேற்றம் காணவேண்டும்.

1998ல் டி கிளார்க் அரசாங்கத்தில் இருந்து விலகிக்கொண்டார். பல கட்சிகள் ஒன்றிணைந்து உருவாக்கிய அரசாங்கம்தான் என்றாலும் ஏ.என்.சி.யே ஆதிக்கம் செலுத்தும் பலத்தைப் பெற்றிருந்தது. ஆரம்பத்தில், இது விமரிசனத்துக்கும் உள்ளா னது. ஆனால், மண்டேலா ஜனநாயகத்தை அழுத்தமாக வலி யுறுத்தினார். வலிமையான எதிர்க்கட்சி உருவானது. ஊடகங் களுக்கு விதிக்கப்பட்டிருந்த தடைகள் முழுவதுமாக அகற்றப் பட்டிருந்ததால், அரசாங்கம், அதன் தலைவர் உள்பட அனைத் தையும், அனைவரையும் பத்திரிகைகள் விமரிசனம் செய்தன. நீதிமன்றங்கள் சுதந்தரமாக இயங்க ஆரம்பித்தன.

அரசியலமைப்பு நீதிமன்றம் தனியே நிறுவப்பட்டு, 11 சுதந்தர நீதிபதிகள் நியமிக்கப்பட்டனர். புதிதாக உருவாகவிருக்கும் அரசியலமைப்புச் சட்டத்தை பரிசீலித்து ஏற்றுக்கொள்ளவோ திருத்தங்கள் செய்யவோ நிராகரிக்வோ இந்த நீதிமன்றத்துக்கு அதிகாரம் அளிக்கப்பட்டிருந்தது. 1996ல் அரசியலமைப்புச் சட்டம் உருவானபோது, பரவலான வரவேற்பைப் பெற்றது. ஜனநாயகத்துக்கு மதிப்பு கொடுத்து, பல அடுக்கு பரிசீலனைகள் கடந்தபிறகே, அச்சட்டம் அமலுக்கு வந்தது.

இந்த அரசியலமைப்புச் சட்டம், முந்தைய இனஒதுக்கல் சட்டத்துக்கு நேர் எதிர் திசையில் அமைக்கப்பட்டிருந்தது. அனைவருக்குமான சம உரிமையே அதன் அடிநாதமாக இருந்தது. சமத்துவம், ஜனநாயகம், பொறுப்புணர்வு, சுதந்தரம், ஒருங்கிணைப்பு, பன்முகத்தன்மை என்று பல கருத்தாக்கங்கள் அழுத்தமாகப் பதிவு செய்யப்பட்டிருந்தன. The Bill of Rights எனப்படும் அம்சம், ஒருவரது தன்மானத்தையும், சமத்துவத்தையும், சுதந்தரத்தையும் உறுதிசெய்கிறது.

சில அடிப்படை உரிமைகளை அரசியலமைப்புச் சட்டம் வழங்கியது. அனைவருக்கும் கல்வி. அனைவருக்கும் உடல்நலம். போதிய குடியிருப்பு வசதி. பணியாற்றுவதற்கும் வேலை நிறுத்தம் செய்வதற்குமான உரிமை. தகவல் பெறும் உரிமை. குழந்தைகள் பாதுகாப்பு. இன்னும் பல. ஒருவருடைய நிறம், பால், இனம், சமூகப் பின்னணி, பிறப்பு, பால் சேர்க்கை, நம்பிக்கை, மொழி, கலாசாரம் ஆகியவற்றின் அடிப்படையில் வேற்றுமை பாராட்டப்பட மாட்டாது.

பாலின வேறுபாட்டைக் களைய மண்டேலா அரசாங்கம் தீவிர நடவடிக்கைகள் எடுத்தது. 1984ம் ஆண்டே கட்சி, பாலின வேறுபாட்டுக்கு எதிரான கொள்கையை நிறுவி கட்சிக்குள் அதைக் கடைபிடித்து வந்தது. சிறையில் இருந்தபோதே மண்டேலா பெண்களின் அரசியல் வருகையை, அவர்களது பங்களிப்பை நன்கு அறிந்திருந்தார். ஆப்பிரிக்காவின் பண்டைய வரலாற்றிலும், பல வீரப் பெண்கள் காலனியாதிக்கத்துக்கு எதிராகப் போராடியிருந்ததை அவர் நினைவுகூர்ந்தார். தனது உரையாடல்களின் போதும், மேடைகளில் உரையாற்றும் போதும், மிகக் கவனமாக பெண்களுக்கு எதிரான பதங்களை, அவர்களை மட்டம் தட்டும் உவமைகளை களைந்து பாலின வேறுபாட்டைத் தவிர்க்க ஆரம்பித்தார். அரசியலமைப்புச் சட்டம் தொடங்கி அத்தனை அரசு ஆவணங்களிலும் மிகக் கவனமாக ஆண் மைய மொழி கட்டமைப்பை தவிர்த்து, இரு பாலினத்துக்கும் பொதுவான பதங்கள் பயன்படுத்தப்பட்டன. 1996 அரசியலைமைப்புச் சட்டம் உலகின் மிகச் சிறந்த பால் வேறுபாடற்ற ஆவணமாகக் கருதப்படுகிறது.

மண்டேலாவின் ஆட்சி (1994-1999) பல விஷயங்களைச் சாதித்தது. குறைந்த விலையில் குடியிருப்புகள் அமைக்கப்பட்டன. மின்சாரமும் சுத்தமான குடிநீரும் லட்சக்கணக்கான கறுப்பின

மக்களுக்குக் கிடைக்கப்பெற்றது. பள்ளி மாணவர்களுக்கு இலவச பால் வழங்கும் திட்டத்தைக் கொண்டுவந்தார். குழந்தைகளுக்கும் கருவுற்ற பெண்களுக்கும் இலவச மருத்துவம் வழங்கப்பட்டது. யாரும் எங்கும் சென்று சுதந்தரமாக வசிக்கலாம். தொழில் நடத்தலாம். வேலைநிறுத்தம் சட்டப் பூர்வமாக்கப்பட்டது.

அதே சமயம், பொருளாதாரத்தை நிர்ணயிக்கும் சக்தியாக வெள்ளையர்களே இருந்தனர். தொழில்துறை பெருமளவில் வெள்ளையர்களிடமே இருந்தது. அதாவது, ஆப்பிரிக்கானர்களிடம். வங்கிகளை, பெரும் தொழிற்சாலைகளை தேசியமயமாக்கும் முயற்சிகளை மேற்கொள்ள மண்டேலா தயங்கினார். வங்கிகளை அவர் பகைத்துக்கொள்ள விரும்பவில்லை. அதே போல், வெள்ளையின தொழிலதிபர்களின் வெறுப்பைச் சம்பாதித்துக்கொள்ளவும் அவர் விரும்பவில்லை.

விடுதலை சாசனத்தில் குறிப்பிட்டிருந்தபடி, Reconstruction and Development Program (RDP) தொடங்கப்பட்டது. சமுதாயத்தில் சமத்துவம் நிலவவேண்டும், வளங்கள் மறுபங்கீடு செய்யப்பட வேண்டும் போன்றவை இந்தத் திட்டத்தின் முக்கிய அம்சங்கள். திட்டத்தை அறிவித்துவிட்டாலும், மேலதிகம் முன்னேற்றம் காணமுடியவில்லை.

தபோம்பெகி (Thabo Mbeki) போன்றவர்கள் கொடுத்த அழுத்தத்தால், மண்டேலா ஆர்.டி.பி.யை கலைத்துவிட்டு, Growth, Employment and Redistribution (GEAR) என்னும் செயல் திட்டத்தை அமல்படுத்தினார். முதலீட்டாளர்களுக்கும் முதலாளிகளுக்கும் உகந்த திட்டம் இது. இந்தத் திட்டத்தைச் செயல்படுத்தியதன் மூலம், பொருளாதார நிலைத்தன்மையைக் கொண்டுவரலாம் என்று மண்டேலா நம்பினார். அதற்கான அறிகுறிகளும் தென்பட ஆரம்பித்தன. ஆனால், விரைவில் நிலைமை தடம் மாறியது. 1996 தொடங்கி 2001 வரை 1.3 மில்லியன் புதிய வேலை வாய்ப்புகள் உருவாகும் என்று அரசு கணக்கிட்டிருந்தது. நிஜத்தில், ஒரு மில்லியன் பேர் தங்கள் வேலையை இழந்தனர்.

உதவி செய்வதாக வாக்களித்திருந்த பல நாடுகள் பின்வாங்க ஆரம்பித்தன. அமெரிக்காவோடு தென் ஆப்பிரிக்காவுக்கு நல்ல உறவு இருந்தது என்றாலும் அது நடைமுறையில் லாபம் ஈட்டித்

தரவில்லை. இன்னும் சொல்லப்போனால், தென் ஆப்பிரிக்கா வுக்கு அமெரிக்கா அளித்துவந்த நிதியுதவி, நான்கு மடங்கு சுருங்கிப்போனது. அதே சமயம், தென் ஆப்பிரிக்காவில் தனியார் தொழில்துறையில் முதலீடு செய்ய அமெரிக்கா தயாராக இருந் தது. இதன் பொருள், தங்களுக்கு லாபம் அளிக்கக்கூடிய முதலீடு களை மட்டுமே தென் ஆப்பிரிக்காவில் அமெரிக்கா மேற் கொள்ளும் என்பதுதான்.

1994 தேர்தல் வாக்குறுதிகளை மண்டேலா மீறினார். அரசாங்கத் திடம் இருந்த துறைகள் சிலவற்றை தனியாரிடம் ஒப்படைக்க முடிவு செய்தார். தனியார் தொழில்துறைகளை தேசியமய மாக்க நிறைய தயங்கிய மண்டேலாவால் இந்த முடிவை தயங்காமல் எடுக்கமுடிந்தது. இதில் சோகமான விஷயம் என்னவென்றால், சுத்தமான குடிநீர், மின்சாரம் ஆகிய வசதி களை முதல் முறையாகப் பெற்ற ஆப்பிரிக்கர்கள், அவற்றை இழக்கவேண்டிவந்தது. தனியாரிடம் இந்தத் துறைகள் ஒப்படைக்கப்பட்டதால், அவர்கள் கேட்ட தொகையை பல ஆப்பிரிக்கர்களால் அளிக்கமுடியவில்லை.

தனியார்மயமும் உலகமயமும் உள்ளே பரவப் பரவ வேலை யில்லாத் திண்டாட்டம் அதிகரிக்க தொடங்கியது. குறிப்பாக, சுரங்கங்களில் பணியாற்றிக்கொண்டிருந்த பலர் வேலையிழந் தனர். மண்டேலா சில மாற்று திட்டங்களைக் கொண்டு வந்து தாற்காலிக நிவாரணம் அளிக்க முயன்றார் என்றாலும் அவை பலனளிக்கவில்லை. தென் ஆப்பிரிக்கா அந்நிய நிறுவனங்களின் சந்தையாக விரிவடைந்ததற்கு ஆப்பிரிக்கர்கள் விலை கொடுக்க வேண்டிவந்தது. இதை மண்டேலா தவிர்க்கவில்லை. தடுக்க வில்லை. கையில் முதலீட்டோடு வரும் முதலாளிகளை வேண் டாம் என்று சொல்லி திருப்பி அனுப்ப அவர் தயாராக இல்லை. உள்ளே வரும் அத்தனை பேரும் வெள்ளையர்கள்தாம் என்பதை அவர் உணர்ந்திருந்தார்.

வெளித்தோற்றத்துக்கு, பல பொருளாதார மாற்றங்கள் நிகழ்வது போன்ற தோற்றம் இருந்தாலும், சில குறுகிய கால லாபங்கள் கிட்டினாலும், அடித்தளம் அதிகம் மாறவில்லை என்பதுதான் உண்மை. வெள்ளையர்களின் பொருளாதார பலம் அதிகரித்தது. கறுப்பர்களின் வாழ்நிலையில் சில முன்னேற்றங்கள் ஏற் பட்டிருந்தன என்றாலும், இந்த முன்னேற்றங்கள் சில புதிய

கறுப்பின பணக்காரர்களை மட்டுமே தோற்றுவித்தது. ஏழை ஆப்பிரிக்கர்களின் வாழ்நிலை மாறவில்லை. மண்டேலா இதனை இப்படி எடுத்துக்கொண்டிருக்கவேண்டும். ஒரு கட்சிக்குத் தலைமை தாங்குவதும், ஒரு தேசத்தை வழிநடத்து வதும் ஒன்றல்ல. ஒரு நாட்டுக்குத் தலைமை தாங்கும்போது, விட்டுக்கொடுத்துதான் போயாகவேண்டும்.

மண்டேலா மீது சில கடுமையான விமரிசனங்கள் முன்வைக்கப் பட்டன. வெள்ளைக்கார முதலாளிகளுடன் அவர் நெருக்க மாகப் பழகுகிறார், ஜொகன்னஸ்பர்க்கில் ஆடம்பர பங்களாக் களில் அவர்களுடன் அதிக நேரம் செலவிடுகிறார் போன்றவை அவற்றுள் சில. மண்டேலாவின் நடவடிக்கைகள் இந்த அச்சத்தை உறுதிசெய்வதாக இருந்தன. சீர்திருத்தங்களை விரைவுபடுத்துவதற்குப் பதிலாக, விடுதலை சாசனத்தின் அம்சங்களை மெய்ப்பிப்பதற்குப் பதிலாக, நியோ லிபரல் பொருளாதார திட்டங்களை, மேலிருந்து கீழாகச் செயல்படுத்த ஆரம்பித்தார். அனைத்து சீர்திருத்தங்களும் கீழிருந்து மேலாகச் செய்யப்படும் என்பது அவர் முன்பு அளித்திருந்த உறுதிமொழி.

தேர்தல் வாக்குறுதி தொடங்கி அரசியலமைப்புச் சட்டம் வரை பல ஆவணங்களில் சமத்துவம் என்னும் பதம் மிகுந்த ஆரவாரத் துடன் குறிப்பிடப்பட்டிருந்தாலும், சமத்துவமின்மையே அதிகம் காணப்பட்டது. இன்றும்கூட, தென் ஆப்பிரிக்கா சந்திக் கும் முக்கியப் பிரச்னைகளில் ஒன்றாக இது நீடிக்கிறது. அதே போல், நில சீர்திருத்தத்தையும் மண்டேலாவால் அமல்படுத்த இயலவில்லை. பல லட்சக்கணக்கான ஆப்பிரிக்கர்கள் நிற ஒதுக்கல் ஆட்சிக்காலத்தில் தங்கள் நிலங்களை இழந்திருந்தனர். அவற்றை மீட்டெடுக்கும் முயற்சியை மண்டேலாவால் தொடங்க மட்டுமே முடிந்தது.

எய்ட்ஸ் பேண்டமிக் தென் ஆப்பிரிக்கா முழுவதும் பரவி அந்த தேசத்தை உலுக்கியெடுத்தபோது, அரசாங்கம் பரிதாபமான, கையறு நிலையில் இருந்தது. பாலியல் தொழில் மூலமும் சுகாதாரமற்ற வாழ்க்கை நிலை மூலமும் ஏழைமை மூலமும் அறியாமை மூலமும் எய்ட்ஸ் வேகமாகப் பரவியது. எய்ட்ஸ் நோய் தாக்கிய கருவுற்ற பெண்களின் விகிதாச்சாரம் (1990) 0.7 என்னும் நிலையில் இருந்து 10.5 (1995) ஆக உயர்ந்து, (1999) 22 சதவீதத்தைத் தொட்டது. கிட்டத்தட்ட 40 லட்சம் பேர் மாண்டுபோயிருந்தனர். தேசத்தை கட்டியெழுப்பும் பணியில்

இருந்த அரசு நிர்வாகம் இந்த விஷயத்தில் அசிரத்தையுடன் இருந்தது. அரசு நிர்வாகத்தில் நிலவிய ஊழல் நிலைமையை மேலும் மோசமாக்கியது. பின்னாள்களில், பதவியில் இருந்து இறங்கிய பிறகு, மண்டேலா எய்ட்ஸ் விழிப்புணர்வு பிரசாரத்தில் தீவிரமாக ஈடுபட்டு தனது முந்தைய தவறுகளைச் சரிசெய்தார்.

மண்டேலா எடுத்த துணிச்சலான நடவடிக்கை, Truth and Reconciliation Commission (TRC) என்னும் அமைப்பை ஏற்படுத்தி, 1960 முதல் 1993 வரை நடைபெற்ற மனித உரிமை மீறல்கள் குறித்து ஆய்வுகள் மேற்கொள்ள சொன்னது. இனஒதுக்கல் ஆட்சியின்போது தென் ஆப்பிரிக்கா அடைந்த பாதிப்பை, பெற்ற இழப்பை கணக்கிடுவதற்காகவும், தவறுகளை அடையாளம் காணவும், அவற்றை மீண்டும் செய்யாமல் இருக்க உதவவும் இந்த ஆய்வுகள் பயன்படும் என்று மண்டேலா நம்பினார். தவறிழைத்தவர்களுக்கு மன்னிப்பு வழங்கப்படும் என்றும் மண்டேலா அறிவித்தார். சர்வதேச அளவில் இதற்கு நல்ல வரவேற்பு கிட்டியது.

அதேபோல், தென் ஆப்பிரிக்காவின் கலாசார பெருமையை மீட்டெடுக்கும் முயற்சிகளை மண்டேலா மேற்கொண்டார். முன்பெல்லாம் அருங்காட்சியகங்களில் வெள்ளையர்களின் பெருமையை, சாதனைகளைப் பறைசாற்றும் கலைப்பொருள்களுக்கே முக்கியத்துவம் கொடுக்கப்பட்டன. வரலாற்றைத் திருத்தி எழுதுவதற்கும் இது ஒரு வாய்ப்பாக இருந்தது. மண்டேலா இந்த வழக்கத்தை மாற்றினார்.

1997ல் ரோபன் தீவுக்குச் சென்ற மண்டேலா, அங்கே ஒரு பாரம்பரிய அருங்காட்சியகத்தை நிறுவினார். இனஒதுக்கலின் நினைவுகளை, அதற்கெதிரான போராட்டத்தை நினைவூட்டும் சின்னமாக அந்தத் தீவு மாறியது.

உலக அரங்கிலும் பிரபலமான ஒரு தலைவராகவே மண்டேலா வலம் வந்தார். அணுஆயுதப் பரவலாக்கத்தை எதிர்த்து குரல் கொடுத்தார். வட அயர்லாந்து, காங்கோ, அங்கோலா ஆகிய நாடுகளுக்கு ஆதரவாக தென் ஆப்பிரிக்கப் படைகளை அனுப்பி அத்தேசங்களின் அச்சத்தை நீக்கினார். மனித உரிமைகளையும் அறத்தையும் மண்டேலா அரசு உலக அளவில் உயர்த்திப் பிடித்தது.

துண்டிக்கப்பட்டு கிடந்த தென் ஆப்பிரிக்காவை ஆப்பிரிக்கக் கண்டத்தோடு சேர்த்து பொருத்தினார். பலர் இதனை வரவேற்றனர் என்றாலும் சில ஆப்பிரிக்க நாடுகள் இதை தென் ஆப்பிரிக்காவின் மேலாதிக்க நோக்கமாக எடுத்துக்கொண்டன. சர்வதேச உறவுகளில் மண்டேலா எடுத்த சில முடிவுகள் குழப்பமானவை. தைவான், நிறஒதுக்கல் கால தென் ஆப்பிரிக்காவில் பெரிய அளவில் முதலீடு செய்திருந்தது. ஏ.என்.சி.க்கும் கணிசமான அளவுக்கு நிதியுதவி செய்து அவர்கள் நம்பிக்கையை ஈட்டியிருந்தது. பிரிதொரு சமயம், மண்டேலா பெய்ஜிங் சென்றிருந்தபோது, சீனாவின் பிரமாண்டமான பளபளப்பைக் கண்டு சொக்கிப்போனார். சீனாவோடு உறவு வளர்த்துக்கொள்ள தன் விருப்பத்தை அவர் தெரிவித்தபோது, சீனா கறாராகச் சொல்லிவிட்டது. உங்களுக்குத் தைவான் வேண்டுமா சீனா வேண்டுமா என்பதை நீங்களே முடிவு செய்துகொள்ளுங்கள். ஒரே சமயத்தில் இரண்டோடும் நீங்கள் கூட்டு வைத்துக்கொள்ள முடியாது. தயங்காமல், தைவானைக் கத்தரித்துவிட்டு பெய்ஜிங்கோடு கைகுலுக்கிக்கொண்டார் மண்டேலா.

ஜனநாயகத்தை மீட்க உதவுவதாகச் சொல்லி பக்கத்து லெஸோத்தோவுக்கு தென் ஆப்பிரிக்கா அனுப்பிய படைகள், அங்கே தேவையற்ற சேதத்தை ஏற்படுத்தியது. உலக அமைதிக்கு உரக்கக் குரல் கொடுத்த அரசாங்கத்தால் ஆயுத வர்த்தகத்தை நிறுத்திக் கொள்ளமுடியவில்லை. 1995ல் நைஜீரிய சர்வாதிகாரி அபாச்சா, புகழ்பெற்ற எழுத்தாளரும் மனித உரிமைப் போராளியுமான கென் சரோ விவாவைக் (Ken Saro-Wiwa) கொன்றபோது, மண்டேலா அமைதியாக இருந்தார். அதற்காக விமரிசிக்கப்பட்டார்.

1994ல் மண்டேலா வின்னியை துணை அமைச்சராக நியமனம் செய்தார். அரசாங்கத்தை வின்னி விமரிசனம் செய்தபோது, அவர் நீக்கப்பட்டார். இருவரும் ஒருவர் மீது ஒருவர் குற்றச்சாட்டுகளைச் சுமத்திக்கொண்டனர். வின்னியை விவாகரத்து செய்தது பெரிய அளவில் ஊடகங்களில் வந்து மண்டேலாவுக்கு சங்கடத்தை ஏற்படுத்தியது. ஜூலை 18, 1998 அன்று தனது எண்பதாவது பிறந்தநாளில், Graca Machel என்பவரை மண்டேலா திருமணம் செய்துகொண்டார்.

அதே 1998ம் ஆண்டு, விவாகரத்துப் பெற்ற மண்டேலாவின் முதல் மனைவி எவிலின், ஓய்வுபெற்ற ஒரு தொழிலதிபரை

மணம் செய்துகொண்டார். தெற்கு ஜொகன்னஸ்பர்க்கில் இவர்கள் வசித்துவந்தனர். ஏப்ரல் 30, 2004ல் சுவாசக் கோளாறு ஏற்பட்டு எவிலின் இறந்துபோனார். மண்டேலா அப்போது டிரினிடாட் அண்ட் டொபேகோவில் இருந்தார். 2010 உலக கால்பந்து போட்டி நடைபெறும் நாடு தென் ஆப்பிரிக்காவாக இருக்க வேண்டும் என்பது அவர் விருப்பம். அதற்காக அவர் அங்கே பிரசாரம் செய்துகொண்டிருந்தார். செய்தி அறிந்ததும் பயணத்தை ரத்து செய்துவிட்டு இறுதி சடங்குகளில் கலந்துகொண்டார்.

விவாகரத்து பெற்ற பிறகு, எவிலின் ஊடகங்களில் வாய் திறந்து எதுவும் பேசியதில்லை. அவர் பேசியது ஒரே முறை. 1994ம் ஆண்டு, தென் ஆப்பரிக்காவின் முதல் ஜனநாயக தேர்தல் நடைபெற்றபோது தனது கருத்தை அவர் வெளியிட்டிருந்தார். இன்று, ஆப்பிரிக்கர்கள் சுதந்தரமாக வாக்களிக்கிறார்கள் என்றால் அதற்குக் காரணம் மண்டேலாதான்!

★

இனவெறிக்கு எதிரான நெல்சன் மண்டேலாவின் போராட்டத்துக்கு க்யூபா அளித்த ஆதரவும் பங்களிப்பும் முக்கியமானது. தென் ஆப்பிரிக்காவில் மட்டுமல்ல ஆப்பிரிக்காவிலும் பல அடிப்படை மாற்றங்களைக் கொண்டுவரவேண்டும் என்று மண்டேலாவைப் போலவே காஸ்ட்ரோவும் விரும்பினார்.

அசலான கம்யூனிச தேசங்களாக சோவியத் யூனியன், சீனா இரண்டும் திகழ்ந்தபோது, அவை தம் நாட்டு மக்களுக்கு மட்டுமல்ல, ஒடுக்கப்பட்ட பிற நாட்டு மக்களுக்கும் ஆதரவு அளித்துவந்தன. இந்தியா உள்பட உலகின் பல பகுதிகளில் உள்ள ஒடுக்கப்பட்ட மக்கள், சோவியத்திடம் இருந்தும் சீனாவிடம் இருந்தும் உதவியும் உத்வேகமும் பெற்றனர். ஸ்டாலின், மாவோ இருவரும் தொலை தேசங்களில் நடந்துவரும் போராட்டங்களையும் அறிந்து வைத்திருந்தனர். அந்தப் போராட்டங்களில், ஒடுக்கப்படுபவர்கள் யார், ஒடுக்குபவர்கள் யார் என்பது பற்றிய மதிப்பீட்டை அவர்கள் உருவாக்கி வைத்திருந்தனர். அவர்களது வெளியுறவுக் கொள்கை அவ்வாறே வடிவம் பெற்றது.

ஃபிடல் காஸ்ட்ரோவின் பார்வையும் அவ்வாறே அமைந்திருந்தது. என்ன வளம் கிடைக்கும், எப்போது சுரண்டலாம் என்று

கழுகுப் பார்வையுடன் பல நாடுகள் ஆப்பிரிக்காவைக் கண் காணித்துக்கொண்டிருந்தபோது, க்யூபா அத்தேசத்தை அக்கறை யுடனும் மனிதாபிமானத்துடனும் அணுகியது. தெற்கு, மேற்கு மற்றும் மத்திய ஆப்பிரிக்காவில் நடைபெற்று வந்த விடுதலைப் போராட்டங்களுக்கு ஆதரவாக தன் படைகளைத் தொடர்ந்து அனுப்பிக்கொண்டிருந்தார் காஸ்ட்ரோ. 1970 முதல் 1980 வரை யிலான பத்தாண்டுகளில் ஆப்பிரிக்காவின் பல பகுதிகளுக்குச் (அங்கோலா, நமீபியா, மொசாம்பிக், கினி பிசாவு, கேப் வெர்டே, சாவோ தோமே, பிரின்ஸிபி) சென்று க்யூபப் படைகள் போரிட்டன. கிட்டத்தட்ட மூன்றரை லட்சம் க்யூப ராணுவ வீரர் கள், மருத்துவர்கள், சமூகப் பணியாளர்கள் ஆப்பிரிக்காவின் போராட்டத்தில் பங்கேற்றனர். இரண்டாயிரத்துக்கும் அதிக மானவர்கள் கொல்லப்பட்டனர்.

ஆப்பிரிக்காவின் மெய்யான நண்பனாக ஃபிடல் காஸ்ட்ரோவைக் கண்டார் மண்டேலா. பல சந்தர்ப்பங்களில், காஸ்ட்ரோவை நன்றி யுடன் அவர் நினைவுகூர்ந்தார். லத்தீன் அமெரிக்கா காஸ்ட்ரோ வின் பின்னால் அணிதிரண்டுவருவதைக் கண்டு ஏற்கெனவே எரிச்சலைடைந்திருந்த மேற்குலக நாடுகள், மண்டேலாவுக்கு அழுத்தம் கொடுக்க ஆரம்பித்தன. காஸ்ட்ரோவுடனான உறவு களை மண்டேலா முறித்துக்கொள்ளவேண்டும் என்று வெளிப் படையாக கேட்டுக்கொண்டன. மண்டேலா பதவி ஏற்றபிறகு, பலமுறை இந்த கோரிக்கை மண்டேலாவிடம் எடுத்துச்செல்லப் பட்டது.

மண்டேலா இந்தக் கோரிக்கையை நிராகரித்தார். ஃபிடல் காஸ்ட்ரோ என் ஆருயிர் நண்பன், அவருடனான உறவு தொடரும் என்று அறிவித்தார். 'வெள்ளை நிறவெறி ஆட்சி செய்த தென் ஆப்பிரிக்காவில் நாங்கள் உரிமைகள் இழந்து ஒடுங்கிப்போயிருந்தோம். அப்போது நீங்கள்தான் எங்கள் அரசுக்கு ஆதரவு வழங்கினீர்கள். க்யூபாதான் எங்கள் பக்கம் நின்றது. எங்களுக்கு உதவி செய்ய, போராளிகளையும் வைத்தி யர்களையும் ஆசிரியர்களையும் க்யூபா அனுப்பிவைத்தது. எமக் காக ரத்தம் சிந்தியதற்காக, ஆப்பிரிக்கர்களாகிய நாங்கள், க்யூபா வுக்குத் தலை வணங்குகிறோம். இந்த சுயநலமற்ற சர்வதேசி யத்தை நாங்கள் ஒரு போதும் மறக்கமாட்டோம்.'

ஆப்பிரிக்காவில் இயங்கிக்கொண்டிருந்த பல போராளி அமைப்புகள் தொடக்கக்கால ஏ.எம்.சியைப் போலவே மார்க்

சிய லெனினிய சித்தாந்தத்தில் நம்பிக்கை கொண்டிருந்தன. அந்த அமைப்புகளுக்கு சோவியத் நிதியுதவி அளித்தது. க்யூபா ஆயுத உதவிகள் செய்தது. குறிப்பாக, நமீபியாவின் சுதந்தரத் துக்கு க்யூபாவின் பங்களிப்பு கணிசமானது. அதே போல், தென் ஆப்பிரிக்காவில் நிறவெறி ஆட்சி முடிவுக்கு வந்ததிலும் க்யூபா வின் பங்கு முக்கியமானது.

★

மண்டேலாவின் நிர்வாக முறை, ஆட்சிமுறை, செயல்திட்டங் கள், பொருளாதாரக் கொள்கைகள் விமரிசிக்கப்பட்டன. ஆனால், எதுவொன்றும் அவரது பிம்பத்தை மாற்றியமைக்க வில்லை. தனிப்பட்ட முறையில் மண்டேலா உலகின் விருப்பத் துக்குரிய தலைவராகவே வளர்ந்து வந்தார். வண்ண ஆப்பிரிக்கச் சட்டைகள் அணிந்து அவர் வலம் வந்தபோது, தனது எண்பதா வது வயதில் ஒய்யாரமாக ஆப்பிரிக்க நடனம் ஆடியபோது, திரண்டு வந்த கூட்டத்தைப் பார்த்து கையசைத்தபோது, உலகம் மண்டேலாவை நேசித்தது. கருணையுள்ள முதியவராக, தேசத் தின் தந்தையாக அவர் பார்க்கப்பட்டார். பார்க்கப்படுகிறார்.

1997ம் ஆண்டு ஏ.என்.சி.யின் ஐம்பதாவது ஆண்டு விழாவில் கட்சியின் தலைமை பொறுப்பை தபோம்பெகியிடம் ஒப்படைத் தார் மண்டேலா. அவரைத் தன்னுடனே வைத்திருந்து தகுந்த அரசியல் பயிற்சிகளை அளித்திருந்தார் மண்டேலா. பதவி மீது அவருக்கு இருந்த விருப்பமின்மையையும் அடுத்த தலை முறையை வளர்த்துவிடுவதில் அவருக்கு இருந்த நம்பிக்கை யையும் இது வெளிப்படுத்துகிறது. மண்டேலாவுக்குப் பிறகு தென் ஆப்பிரிக்காவின் குடியரசுத் தலைவராக மாறினார் தபோ ம்பெகி.

தனது எண்பத்தோரு வயது மண்டேலா பதவியில் இருந்து விலகியபோது ஓய்வு பெறுவது அவரது நோக்கமாக இருக்க வில்லை.

★

நெல்சன் மண்டேலாவின் உருவப்படங்களை எல்லா இடங் களிலும் பார்க்க முடிகிறது. கேப் டவுனிலிருந்து ஜொகன்னஸ்பர்க் வரை. 'மடிபாவை எங்களுக்குப் பிடிக்கும். அவரை ஒவ்வொரு நாளும் பார்த்துக்கொண்டே இருக்க விரும்பு/கிறோம்.'

தென் ஆப்பிரிக்கா நிறையவே மாறியிருக்கிறது. ஆப்பிரிக்கர்கள் உயர் பதவிகளில் அமர்த்தப்பட்டிருக்கிறார்கள். ஹோட்டல்கள் திறந்திருக்கிறார்கள். செய்தித்தாள்களை நடத்திக்கொண்டிருக்கி றார்கள். அடுக்கு மாடி குடியிருப்புகள் கட்டிக்கொண்டிருக்கி றார்கள். இருபது சதவீத ஆப்பிரிக்கர்கள் தங்களை நடுத்தர வர்க்கம் என்று அழைத்துக்கொள்கிறார்கள். பெருமையாக. மற்றொரு பக்கம், மண் தரைகளும் ஒழுகும் மேற்கூரைகளும் அப்படி அப்படியே நீடிக்கின்றன. பல ஆப்பிரிக்கர்கள் ஜாகுவார் கார்களை ஓட்டிக்கொண்டிருக்கிறார்கள். ஆனால் சிக்னலில் வண்டியை நிறுத்தும்போது, பிச்சை கேட்டு கறுப்பு கைகள் நீள்கின்றன. சைரன் ஒலிகளுக்கு இடையே, தேய்ந்த குரலில், அம்மா தாயே!

உலகிலேயே அதிக எண்ணிக்கையில் எய்ட்ஸ் நோயாளிகள் இருப்பது தென் ஆப்பிரிக்காவில்தான். 45 மில்லியன் மக்களில் 5 மில்லியன் பேர். ஏழைமையும் மிக அதிகம். உலகளவில், ஏற்றத்தாழ்வுகள் பெருமளவில் நிறைந்த நாடு, தென் ஆப்பிரிக்கா. 1994 கணக்குப்படி, தென் ஆப்பிரிக்க வெள்ளையர் களின் per capita income ஆப்பிரிக்கர்களைக் காட்டிலும் 9.5 மடங்கு அதிகம். எனவே, வன்முறையும் வழிப்பறிக்கொள்ளை யும் அதிகம். 1994-95ல் 84,785 திருட்டு, வழிப்பறிப் புகார்கள் பதிவு செய்யப்பட்டன. 2002-03ல் இந்த எண்ணிக்கை 1,26,905 ஆக உயர்ந்தது. ஐம்பதாயிரத்துக்கும் அதிகமான பாலியல் வன் கொடுமை சம்பவங்கள். பதிவாகாத குற்ற விவரங்கள் இதைவிட அதிகமாக இருக்கலாம்.

இனஒதுக்கலை அதிகாரபூர்வமாகக் களைந்த பின்னர், தென் ஆப்பிரிக்கா சந்தித்த முக்கியப் பிரச்னைகளுள் ஒன்று வேலை யில்லாத் திண்டாட்டம். அதன் காரணமாக தோன்றிய அந்நியர் கள் மீதான வெறுப்புணர்வு. தென் ஆப்பிரிக்கர்கள் அல்லாத வர்கள் காழ்ப்புணர்வுடன் நடத்தப்படுவதாக தொடர்ந்து பல ஆண்டுகள் புகார்கள் வெளிவந்தன. பிழைப்பதற்காக பக்கத்து ஆப்பிரிக்க தேசங்களில் இருந்து வந்தவர்கள், தென் ஆப்பிரிக்கர் களால் சந்தேகத்துடன் பார்க்கப்பட்டனர். பல சமயங்களில், அவர்கள் தாக்குதலுக்கு உள்ளாயினர். தங்களுக்குக் கிடைக்கும் வேலை வாய்ப்புகளை அந்நியர்களாகிய அவர்கள் பறித்துக் கொண்டதாக தென் ஆப்பிரிக்கர்கள், குற்றம் கூறினர். இதை யடுத்து ஜொகன்னஸ்பர்க்கில் 2008ல் கலவரங்கள் வெடித்தன.

இந்தக் கலவரங்களில் சோமாலியா, ஸ்வாஸிலாண்ட், நைஜீரியா நாட்டு மக்கள் கொத்துக் கொத்தாக அடித்து விரட்டப்பட்டனர். லட்சக்கணக்கானவர்கள் தங்கள் வீடுகளை இழந்தனர். அறுபது பேர் இறந்துபோனார்கள்.

மோதல்களை நிறுத்தச் சொல்லி மண்டேலா, டெஸ்மன் டுட்டு ஆகியோர் வேண்டுகோள் விடுத்தனர். அந்நியர்கள் மீதான வெறுப்புணர்வுக்கு என்ன காரணம்? வேலையில்லா திண் டாட்டம், விலைவாசி உயர்வு, எரிபொருள் தட்டுப்பாடு, ஊழல். அதன் காரணமாக எழுந்த அச்சம், பாதுகாப்பற்ற நிலை, கோபம். இதன் அடிநாதம், மண்டேலா அரசு அறிமுகப்படுத்திய நியோ லிபரல் பொருளாதாரக் கொள்கை.

மண்டேலா பதவியேற்றபோது, அவர் அணுகுமுறை எப்படி இருக்குமோ என்னும் சந்தேகம் தென் ஆப்பிரிக்க, சர்வதேச முதலாளிகளுக்கு இருந்தது. கம்யூனிஸ்ட் இயக்கங்களுடன் தொடர்பு கொண்டவர், அவர்கள் துணையுடன் தேர்தலில் நின்று வெற்றி பெற்றவர், கம்யூனிச சித்தாந்தத்தை உயர்த்திப் பிடித்தவர், ஒடுக்குமுறைக்கு ஆளாக சிறைவாசி. போராட்டக் குணம் கொண்டவர் வேறு. மண்டேலா அவர்களுடைய அச்சத்தைப் போக்கினார். கம்யூனிச சித்தாந்தத்தை நான் அறிவேன். ஆனால், நான் ஒரு கம்யூனிஸ்ட் கிடையாது. நான் அமைக்கப்போவது கம்யூனிச அரசு கிடையாது.

தென் ஆப்பிரிக்கா குறித்த சர்வதேச பார்வையும் மாற்றம் பெற்றது. மண்டேலா சிறையில் இருந்த சமயத்தில், பிரிட்டனின் பிரதம மந்திரி மார்கரெட தாட்ச்சர் ஏ.என்.சி.யை தீவிரவாத அமைப்பு என்று அறிவித்தார். ஏ.என்.சி. ஆட்சியை அமைக்கும் என்று கனவுகூட காணவேண்டாம் என்று 1987 வரை அவர் அரசாங்கம் சொல்லிக்கொண்டிருந்தது.

அமெரிக்காவும் ஏ.என்.சி.யை தீவிரவாத அமைப்பு என்று தடை செய்திருந்தது. பதவியேற்று, ஓய்வு பெற்ற பிறகும், மண்டேலா தீவிரவாதிகள் பட்டியலில்தான் இருந்தார். மிகச் சமீபத்தில்தான், ஜார்ஜ் புஷ் அரசு இந்தத் தடைகளை அகற்றியது.

மண்டேலா என்னும் தனிப்பட்ட ஆளுமை மீது அமெரிக்காவும் பிரிட்டனும் கொண்டிருந்த மதிப்பு ஒரு காரணம். மறுப்பதற் கில்லை. அதே சமயம், மண்டேலாவின் பொருளாதாரக்

கொள்கைகளே இந்த இரு பெரும் நாடுகளை தென் ஆப்பிரிக்கா வில் முதலீடு செய்ய பெருமளவில் தூண்டின என்பதையும் கணக்கில் கொள்ளவேண்டும். இனஒதுக்கலை ஆதரித்த இந்த இரு நாடுகளோடும் மண்டேலா சுமூகமான உறவே கொண்டிருந் தார். எனவேதான் காலனியாதிக்க எதிர்ப்பை ஊக்குவித்த அளவுக்கு ஏகாதிபத்திய எதிர்ப்பை அவரால் மேற்கொள்ள முடியவில்லை. மேற்கத்திய உலகோடு அனுசரித்துப் போக வேண்டும் என்றே விரும்பினார்.

கோவன் ம்பெகி ஒரு மார்க்சிஸ்ட். அவர் மகன் தபோ ம்பெகி முதலாளித்துவத்தை ஆதரித்தார். தேசியமயமாக்கலை எதிர்த் தார். தென் ஆப்பிரிக்க கதவுகளை சர்வதேச முதலீட்டுக்காக அகலமாகத் திறந்துவிட்டவர். நியோ லிபரல் கொள்கையை ஏற்றுக்கொள்ளும்படி மண்டேலாவுக்கு அழுத்தம் கொடுத்தார்.

இதன் விளைவை தென் ஆப்பிரிக்கா இன்றும் அனுபவித்து வருகிறது. புதிய வர்த்தக வாய்ப்புகளைப் பயன்படுத்தி ஒரு புதிய கறுப்பின மேட்டுக்குடி வர்க்கம் உருவாக ஆரம்பித்தது. பொரு ளாதார அடித்தளம் மாறவில்லை என்பதால் ஆப்பிரிக்கானர் களும் தடங்கலின்றி மென்மேலும் வளர்ச்சியுற்றனர். இருப்பவர் களுக்கும் இல்லாதவர்களுக்குமான இடைவெளி வளர்ந்தது. இந்தப் புதிய மேட்டுக்குடி ஆப்பிரிக்கர்களுக்கு குறைந்த கூலியில் பணியாற்ற பக்கத்து நாடுகளில் இருந்து ஏழை கறுப்பின மக்கள் தென் ஆப்பிரிக்காவுக்குள் நுழைந்தனர். ஏற்கெனவே தேக்கத்தில் இருக்கும் தென் ஆப்பிரிக்க கறுப்பின மக்கள், அந்நிய கறுப்பின மக்களை எதிர்க்க ஆரம்பித்தனர்.

இதை தென் ஆப்பிரிக்காவின் புதிய இனவெறுப்பு என்று மேற் கத்திய ஊடகங்கள் (Xenophobia) எழுதின. இது பிரச்னையை திசைதிருப்பும் செயலே அன்றி வேறில்லை. இனத்துக்கு, நிறத்துக்கு அப்பாற்பட்ட பிரச்னை இது. இது பொருளாதாரப் பிரச்னை.

மண்டேலாவும் அவர் இயக்கமும் இடையில் சில காலம் வன்முறை மீது நம்பிக்கை வைத்திருந்தபோதும், பெரும்பாலும் அவர் அகிம்சை கொள்கையையே உயர்த்திப் பிடித்துள்ளார். உலகம் தழுவிய அளவில் மண்டேலா இன்று கொண்டாடப் படுவதற்குக் காரணம் அவருடைய பொருளாதாரக் கொள்கை களோ ஆட்சிமுறையோ அல்ல, அவரது அகிம்சை வழி

முறையே. எதை அவர் முன்னிறுத்தினாரோ அதன் குறியீடாகவே அவர் இன்று மாறியிருக்கிறார். மாற்றப்பட்டிருக்கிறார். காந்தி, மார்ட்டின் லூதர் கிங் வரிசையில் நெல்சன் மண்டேலாவின் பெயர் சேர்க்கப்பட்டுள்ளது.

ஆப்பிரிக்காவின் முதன்மையான மகன் என்று மண்டேலாவை வருணிக்கிறார் காஸ்ட்ரோ. மண்டேலாவுடன் ரோபன் தீவுக்குச் சென்று பார்வையிட்டார். நீங்களும் மண்டேலாவைப் போல் தனிமைச் சிறையில் இருந்தவர்தானே என்று கேட்கப்பட்ட போது, அவசரமாக மறுத்தார் காஸ்ட்ரோ. நான் இருந்தது இரு ஆண்டுகள் மட்டும்தான். தயவு செய்து என்னை அவரோடு ஒப்பிடாதீர்கள். அவ்வாறு ஒப்பிட்டால் எனக்கு அவமானமாக இருக்கிறது.

மண்டேலா ஆப்பிரிக்காவுக்கோ ஐரோப்பாவுக்கோ சொந்தமான வர் அல்லர், அவர் உலகுக்கு சொந்தமானவர் என்கிறார் மண்டேலாவால் ஈர்க்கப்பட்ட நோபல் பரிசு பெற்ற எழுத்தாளர், நதின் கார்டிமர்.

1991ம் ஆண்டு காஸ்ட்ரோ கூறியது. 'நேர்மையான மனிதர் என்பதற்கு உங்களுக்கு ஒரு உதாரணம் தேவைப்பட்டால், நெல்சன் மண்டேலாவை எடுத்துக்கொள்ளலாம். எதற்கும் விட்டுக் கொடுக்காத, துணிச்சலான, அமைதியான, புத்திசாலியான, செயல்வேகம் கொண்ட ஒரு நாயகன் உங்களுக்குத் தேவைப்படு கிறாரா? இதோ மண்டேலா இருக்கிறார். அவரை நேரில் சந்தித்த பிறகு இந்த முடிவுக்கு நான் வந்து சேரவில்லை. பல ஆண்டு களாக நான் இதுகுறித்து சிந்தித்துக்கொண்டிருக்கிறேன். இந்த சகாப்தத்தின் அசாத்தியமான ஒரு அடையாளமாக நான் அவரைக் காண்கிறேன்.'

பதவியைவிட்டு அகன்ற பிறகு துணிச்சலும் துடிதுடிப்பும் மண்டேலாவிடம் ஒட்டிக்கொண்டது. அதிகாரத்தில் இருந்த போது சாதிக்கமுடியாத விஷயங்களை இப்போது செயல்படுத்தி பார்க்க அவர் விரும்பினார். நெல்சன் மண்டேலா அறக்கட்டளை உருவாக்கப்பட்டது. '46664: எய்ட்ஸுக்காக உங்கள் வாழ்வில் இருந்து ஒரு நிமிடத்தை ஒதுக்குங்கள்' என்னும் வாசகத்துடன் தொடங்கப்பட்ட பிரசாரம், பரவலான கவனத்தைப் பெற்றது. (466 என்பது ரோபன் தீவுச் சிறையில் மண்டேலாவின் கைதி எண். 64 சிறையிலிருந்த வருடத்தைக் குறிக்கிறது). நான் ஒரு எய்ட்ஸ்

நோய் சிகிச்சை ஆதரவாளர் என்னும் வாசகத்தை தனது டி ஷர்ட்டில் அணிந்து பெருமிதத்துடன் வலம் வந்தார். 2005ல் ஒரு கூட்டத்தில், வெடித்துக் கிளம்பிய அழுகைக்கிடையே ஓர் உண்மையை ஒப்புக்கொண்டார். ஆம், என் சொந்த மகன் மக்காதோ, எய்ட்ஸ் நோயால் பீடிக்கப்பட்டு, இறந்துபோனான். தென் ஆப்பிரிக்கா மட்டுமல்ல ஒட்டுமொத்த ஆப்பிரிக்காவும் ஒன்று சேர்ந்து எய்ட்ஸை விரட்டியடிக்கவேண்டும்.

தொண்டு செய்வதை தனது முதன்மையான பணியாக மாற்றிக் கொண்டார். புஷ், இராக் மீது தொடுத்த யுத்தத்தை எதிர்த்தார். புஷ்ஷிடம் பேசி தன் வருத்தங்களைத் தெரிவிக்க அவர் விரும்பியபோது, அவர் தொலைபேசிக்குப் பதிலில்லை. உடனே மண்டேலா சீனியர் புஷ்ஷைத் தொடர்பு கொண்டார். உங்கள் மகனிடம் பேச முயன்றேன். அவர் பதிலளிக்கவில்லை. நீங்கள் உங்கள் மகனைக் கொஞ்சம் கண்டித்து வையுங்கள். மகனை ஒரு தந்தையால் கண்டித்து வழிக்குக் கொண்டவர முடியும் என்று நம்பும் ஓர் அப்பாவி ஆப்பிரிக்கத் தந்தையாக மண்டேலா வெளிப்பட்ட தருணம் இது.

தனது 89வது பிறந்தநாளின்போது, தி எல்டர்ஸ் என்னும் பெயரில் இயக்கம் ஒன்றை ஆரம்பித்தார். ஜிம்மி கார்ட்டர், டெஸ்மன் டுட்டு, கோஃபி அனான் போன்ற மூத்தவர்களோடு அணி சேர்ந்து அரசியல் வழிகாட்டலை நடத்தலாம் என்று திட்டமிட்டார். யுத்த பூமியாக மாறியிருந்த டாஃபருக்கு அமைதி குழு அனுப்புவது, உலக அமைதி குறித்து விவாதிப்பது என்று சில முயற்சிகளை மேற்கொண்டார்.

2009ல் பராக் ஒபாமா அமெரிக்க அதிபராகத் தேர்ந்தெடுக்கப் பட்டபோது, மண்டேலா தனது வாழ்த்துகளை அவருக்குத் தெரிவித்தார். உலகை மாற்றும் கனவை யாரும் மேற்கொள்ள லாம் என்பதை ஒபாமாவின் வெற்றி உணர்த்துகிறது என்றார். காந்தியும் மண்டேலாவும் தன்னை ஈர்த்த முக்கியத் தலைவர்கள் என்று ஒபாமா முன்னர் கூறியிருந்தார்.

மண்டேலாவின் நோக்கங்களை, கனவுகளை கேள்விக்கு உட்படுத்தமுடியாது. தென் ஆப்பிரிக்கர்கள் சுதந்தர, ஜனநாயக தேசமாக உயிர்த்திருக்கவேண்டும் என்று அவர் விரும்பினார். நிறவெறி ஆட்சியை உடைத்து ஜனநாயகத்தை மீட்டுக்கொண்டு வந்ததில் அவர் பங்களிப்பு மிக முக்கியமானது.

நூற்றாண்டுகால அடிமை வாழ்க்கையை, நூற்றாண்டு கால காலனியாதிக்க விளைவுகளை ஐந்தாண்டு காலத்தில் மாற்றிவிடமுடியாது என்பது நிஜம். மாற்றங்கள் உடனே நிகழ்ந்துவிடும் என்று எதிர்பார்க்கவேண்டாம் என்று தேர்தல் வாக்குறுதியிலேயே மண்டேலா இதை அழுத்தமாக குறிப்பிட்டிருந்தது நிஜம். தென் ஆப்பிரிக்கா செல்லவேண்டிய பாதை நீண்டது என்பதிலும் இருவேறு கருத்துகள் இல்லை. ஆனால், மண்டேலா நிர்வாகம் ஆட்சியில் இருந்த ஐந்து ஆண்டுகளில் தெளிவாக அரசியல் பாதையை வகுத்துக்கொள்ளவில்லை. கனவுக்கும் செயல்திட்டத்துக்கும் இடையே, கொள்கைக்கும் நடைமுறைக்கும் இடையே, லட்சியத்துக்கும் யதார்த்தத்துக்கும் இடையே விழுந்துவிட்ட இடைவெளியை இந்த ஐந்தாண்டுகளில் மண்டேலாவால் குறைக்கமுடியவில்லை.

அரசியலில் இருந்து விலகிக்கொள்வதாக 2006ம் ஆண்டு தனது 88வது வயதில் மண்டேலா அறிவித்தார். இந்த அறிவிப்பை வெளியிடுமாறு தென் ஆப்பிரிக்கா அரசாங்கம் அவரை நிர்ப்பந்திப்பதாகவும், அரசாங்கத்தை விமரிசனம் செய்து அவர் சில சமயம் பேசுவதை தடுக்கவே இந்த ஏற்பாடு என்றும் யூகங்கள் எழுந்தன.

தன் வாழ்க்கையின் மூலம், தன் போராட்டங்கள் மூலம், தன் சாதனைகள் மூலம், தன் அரசியல் பங்களிப்புகள் மூலம், ஏன், தன் தவறுகள் மூலமும் தென் ஆப்பிரிக்காவுக்கு, ஆப்பிரிக்காவுக்கு, உலகுக்கு மண்டேலா தெரிவிக்க விரும்பும் செய்தி ஒன்றுதான். ஒரு உயிரி எப்போது முழு முற்றாக விடுதலை பெறுகிறதோ அப்போதுதான் அது மனிதனாகிறது. விடுதலையை யாராலும் கொடுக்கமுடியாது. பேச்சுவார்த்தைகள் மூலம் பெறமுடியாது. போராடித்தான் பெற்றாகவேண்டும். வாழ்க்கை என்பது போராட்டமே!

பிற்சேர்க்கை 1

காலவரிசை

1918 ஜூலை 18ம் தேதி மண்டேலா பிறந்தார்

1919 மண்டேலாவின் தந்தை காட்லா அரசாங்கப் பதவிகளையும் சலுகைகளையும் இழந்தார்.

1927 காட்லா மரணம். தெம்பு இனத் தலைவர் ஜோங்கிந்தாபா மண்டேலாவுக்கு அடைக்கலம் அளிக்கிறார்.

1937 ஹீல்ட்டவுனில் உள்ள வெஸ்லியன் கல்லூரியில் இணைகிறார் மண்டேலா. ஃபோர்ட் ஹரே பல்கலைக் கழகத்தில் பி.ஏ. வகுப்பில் சேர்கிறார். ஆலிவர் டாம்போ பழக்கமாகிறார்.

1939 மாணவர் பிரதிநிதித்துவ கவுன்சில் பதவியைத் துறந்ததால் சர்ச்சைக்குள்ளாகி கல்லூரியில் இருந்து நீக்கப்படுகிறார். திருமண ஏற்பாடு பிடிக்காததால், ஜொகன்னஸ்பர்க் தப்பியோட்டம். சுரங்கத்தில் பணி. தென் ஆப்பிரிக்க பல்கலைக்கழகத்தில் தொலைவழிக் கல்வியில் பட்டப்படிப்பை முடித்துக்கொண்டார். சட்ட அலுவலகத்தில் சேர்கிறார். அலெக்ஸாண்ட்ரியாவில் தங்கியிருந்தபடி விட்வாட்டர்ஸ்ட்ராண்ட் பல்கலைக்கழகத்தில் சட்டம் பயில்கிறார்.

1943 ஆப்பிரிக்க தேசிய காங்கிரஸ் (ஏ.என்.சி) கட்சியில் இணைந்துகொள்கிறார் மண்டேலா.

1944	ஆலிவர் டாம்போ, வால்டர் சிசுலுவுடன் இணைந்து ஏ.என்.சி. மாணவர் அணி உருவாக்கம். எவிலினை மணந்துகொண்டார்.
1948	தென் ஆப்பிரிக்கா முழுவதும் இனஒதுக்கல் அடக்கு முறை பரவுகிறது. ஆப்பிரிக்கானர் ஆதிக்கத்தில் உள்ள ஆளும் நேஷனல் கட்சி கறுப்பர்களின் உரிமைகளை ஒடுக்குகிறது.
1952	ஆலிவர் டாம்போவுடன் இணைந்து தனது முதல் சட்ட அலுவலகத்தைத் தொடங்குகிறார் மண்டேலா. ஒத்துழையாமை இயக்கம் (Defiance Campaign) வெற்றிகரமான போராட்ட வடிவமாக மலர்கிறது. கட்சியிலும் பொது மக்கள் மத்தியிலும் மண்டேலா முக்கியத்துவம் பெறுகிறார்.
1955	விடுதலை சாசனம் உருவாக்கப்படுகிறது.
1956	தென் ஆப்பிரிக்க அரசைக் கழிக்க சதி செய்ததாகவும் வன்முறையைத் தூண்டிவிட்டதாகவும் குற்றம் சாட்டப்பட்டு மண்டேலாவுடன் சேர்த்து 155 பேர் கைது செய்யப்படுகிறார்கள். (1956 தொடங்கி 1961 வரை நீடித்த விசாரணை வழக்கில் அனைவரும் விடுவிக்கப் பட்டனர்)
1957	எவிலினை விவாகரத்து செய்கிறார் மண்டேலா.
1958	மண்டேலா வின்னியைத் திருமணம் செய்துகொள் கிறார்.
1959	இன வாரியாக ஆப்பிரிக்கர்களைப் பிரித்து தனிப்பகுதி களில் குடியேற்றும் சட்டத்தை பாராளுமன்றம் நிறைவேற்றுகிறது. ஏ.என்.சி.யுடன் கருத்துவேறுபாடு ஏற்பட்டு ஒரு குழு தனியே பிரிந்து பி.ஏ.சி. (Pan Africanist Congress) என்னும் அமைப்பைத் தோற்று விக்கிறது.
1960	ஷார்ப்வில் சம்பவத்தில் 69 போராட்டக்காரர்கள் கொல்லப்படுகிறார்கள். ஏ.என்.சி. தடை செய்யப்படு கிறது. மண்டேலா தலைமறைவாகிறார். ஆப்பிரிக்கா வின் ஈட்டி என்று பொருள்படும் எம்.கே. என்னும் கிளை இயக்கத்தைத் தொடங்குகிறார்.

1961 வன்முறை போராட்டத்துக்கு அழைப்பு விடுக்கிறார் மண்டேலா. புதிய இயக்கத்தின் தலைவராகிறார்.

1962 பதினேழு மாத தலைமறைவு வாழ்க்கைக்குப் பிறகு ஆகஸ்ட் 5ம் தேதி கைது செய்யப்பட்ட மண்டேலா ஜொகன்னஸ்பர்க் கோட்டையில் சிறை வைக்கப்படு கிறார். அக்டோபர் 25ம் தேதி வாசிக்கப்பட்ட தீர்ப்பில் ஐந்தாண்டு சிறை தண்டனை கிடைக்கிறது.

1964 ராஜதுரோக குற்றம் சுமத்தப்பட்டு ஜூன் 12ம் தேதி ஆயுள் தண்டனை விதிக்கப்படுகிறது. ரோபன் தீவில் 18 ஆண்டுகள் சிறை வைக்க உத்தரவு.

1965 ரொடேஷியா சுதந்தரம் பெறுகிறது. வெள்ளையர்கள் மட்டும் அரசாங்கத்தில் பிரதிநிதித்துவப்படுத்தப் படுகிறார்கள்.

1968 மண்டேலாவின் தாயார் மரணம். மூத்த மகன் ஒரு விபத்தில் இறந்துபோகிறார்.

1974 இனஒதுக்கல் கொள்கை காரணமாக ரொடேஷியாயை ஐ.நா.சபை நீக்குகிறது.

1976 சொவேட்டோ, ஷார்ப்வில் பகுதிகளில் நடைபெற்ற மாணவர் எழுச்சியில் 600 பேர் கொல்லப்படுகிறார்கள்.

1977 இந்தப் போராட்டத்துக்குத் தலைமை தாங்கிய ஸ்டீவ் பிகோ காவல்துறை கொட்டடியில் மரணமடைகிறார்.

1980 மண்டேலாவை விடுவிக்கக் கோரி ஆலிவர் டாம்போ போராட்டத்தை ஆரம்பிக்கிறார். ஜிம்பாப்வே விடு தலை அடைகிறது.

1986 சர்வதேசப் பொருளாதாரத் தடைகளால் தென் ஆப்பிரிக்கா பாதிப்புக்குள்ளாகிறது.

1990 இருபத்தேழு ஆண்டு சிறை வாழ்க்கைக்குப் பிறகு, பிப்ரவரி 11ம் தேதி நெல்சன் மண்டேலா விடுவிக்கப் படுகிறார். பிரதமர் டி கிளார்க் ஏ.என்.சி. மீதான தடையை அகற்றுகிறார். ஜனநாயக அமைப்பைத் தோற்றுவிக்கும் முயற்சியில் அரசாங்கமும் ஏ.என்.சி. யும் பேச்சுவார்த்தைகள் நடத்துகின்றன.

1991	ஏ.என்.சி.யின் தலைவராக மண்டேலா தேர்ந்தெடுக்கப் படுகிறார். சர்வதேச ஒலிம்பிக் கமிட்டி 21 ஆண்டுகளாக தென் ஆப்பிரிக்காவுக்கு விதித்திருந்த தடையை நீக்கிக்கொள்கிறது.
1993	மண்டேலா வின்னியை விவாகத்து செய்கிறார். நெல்சன் மண்டேலாவுக்கும் டி கிளார்க்குக்கும் அமைதிக்கான நோபல் பரிசு அளிக்கப்படுகிறது.
1994	ஏப்ரல் 26ம் தேதி நடைபெற்ற தேர்தலில் முதல் முறையாக கறுப்பின மக்கள் வாக்களிக்கிறார்கள். ஏ.என்.சி. தேர்தலில் வெற்றிபெறுகிறது. மே மாதம் மண்டேலா தென் ஆப்பிரிக்காவின் முதல் கறுப்பின பிரதமராகப் பதவியேற்கிறார்.
1995	1995 ரக்பி உலகக் கோப்பைப் போட்டியை தென் ஆப்பிரிக்கா ஏற்று நடத்துகிறது.
1998	Graca Machel என்பவரை மண்டேலா திருமணம் செய்துகொள்கிறார்.
1999	பதவியைத் துறக்கிறார். தபோ ம்பெகி பிரதமர் ஆகிறார்.
2000	புருண்டியில் நடைபெற்ற சிவில் யுத்தத்தில் அமைதி தூதுவராக மண்டேலா நியமிக்கப்படுகிறார்.
2003	எய்ட்ஸ் விழிப்புணர்வு பிரசாரம் மேற்கொள்கிறார்.
2004	பொதுவாழ்வில் இருந்து ஓய்வு பெறுவதாக ஜூன் மாதம் தனது எண்பத்து ஐந்தாவது வயதில் அறிவித்தார் மண்டேலா. ஜூலையில், ஜொகன்னஸ்பர்க்கின் உயர்ந்த விருதான ஃப்ரீடம் ஆஃப் தி சிட்டி மண்டேலா வுக்கு அளிக்கப்படுகிறது.
2007	மூத்த உலகத் தலைவர்களுடன் ஒன்றிணைந்து தி எல்டர்ஸ் என்னும் இயக்கத்தைத் தொடங்குகிறார்.

பிற்சேர்க்கை 2

ஆதார நூல்கள்

1. Long Walk to Freedom, Nelson Mandela, Back Bay Books
2. Southern Africa:Apartheid, Colonialism, Aggression, Mikhail Vyshinsky, Progress Publishers
3. The Fate of Africa, Martin Meredith, Public Affairs, New York
4. Season of Hope, Economic Reform Under Mandela and Mbeki, Alan Hirsch, University of KwaZulu-Natal Press
5. A History of South Africa, Dorothea Fairbridge, Oxford University Press
6. Nelson Mandela A Very Short Introduction, Elleke Boehmer, Oxford University Press
7. Nelson Mandela, Peter Limb, Greenwood Press
8. Slavery and Anti-Slavery, William Goodell
9. The Autobiography of Malcolm X, Ballantine Books
10. The Autobiography of Martin Luther King, Grand Central Publishing
11. Kwama Nkrumah, Yuri Smerti, Progress Publishers

12. The Story of Africa, Basil Davidson, Mitchell Beazley/A Channel Four Book

13. ஒடுக்கப்பட்டவர்கள்: விடுதலையின் வடிவங்கள், ஃபிரான்ஸ் ஃபனான், தமிழில்: வி. நடராஜ், விடியல்

இணையத்தளங்கள்

http://www.anc.org.za/

http://www.robben-island.org.za/

http://www.apartheidmuseum.org/

http://www.unhchr.ch/html/menu3/b/11.htm

http://anjool.co.uk/south_africa.pdf

http://www.anc.org.za/ancdocs/history/mandela/1960s/rivonia.html

http://www.time.com/time/europe/html/040419/mandela.html

http://www.guardian.co.uk/southafrica/story/0,,1823060,00.html

http://www.iol.co.za/index.php?art_id=vn20070304081421601C920210

http://www.saflii.org/za/legis/num_act/lbaa1995152/

http://www.saflii.org/za/legis/num_act/

http://www.sahistory.org.za/pages/governence-projects/mine-workers-strike/index.htm

http://www.sahistory.org.za/

http://www.issafrica.org/index.php?link_id=21&slink_id=2945&link_type=12&slink_type=12&tmpl_id=3

http://web.cocc.edu/cagatucci/classes/hum211/timelines/htimelinetoc.htm

http://www.historicalvoices.org/pbuilder/pbfiles/Project39/Scheme361/african_activist_archive-a0b2l9-a_12419.pdf

http://overcomingapartheid.msu.edu/

http://overcomingapartheid.msu.edu/original_docs.php?id=25

http://overcomingapartheid.msu.edu/image.php?id=244

http://www.sahistory.org.za/pages/governence-projects/governance.htm

http://www.queensu.ca/sarc/Conferences/1940s/Baines.htm

http://www.sahistory.org.za/pages/governence-projects/apartheid-repression/pass-laws.htm

http://www.sahistory.org.za/pages/governence-projects/land-disposession/01_intro.htm

http://www.sahistory.org.za/pages/governence-projects/passive-resistance/1989.htm

http://countrystudies.us/south-africa/

http://kalaiy.blogspot.com/